गुजराती आदिवासी स्त्रियांच्या कहाण्या.

—दैनिक पुढारी, ३०-६-२००१
—दैनिक सकाळ, कोल्हापूर, ७-४-२००२
—तरुण भारत, बेळगाव, ७-४-२००२

आदिवासी स्त्रियांच्या संघर्षाचा वेध.

—दैनिक सकाळ, मुंबई

आदिवासी स्त्रियांच्या कहाण्या.

—दैनिक लोकसत्ता

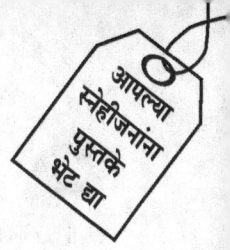

१९९५ मध्ये या कथासंग्रहाला 'गुजरात राज्य साहित्य परिषदेचा पुरस्कार'

ग्रहण पडलेली टेकडी

मारिजा स्त्रेस

अनुवाद

अंजनी नरवणे

मेहता पब्लिशिंग हाऊस

Please contact us at **Mehta Publishing House,** Pune.
Email : production@mehtapublishinghouse.com
Website : www.mehtapublishinghouse.com

GIRISAMMA EK DUNGRI (in Gujrathi) **by MARIJA SRES**
Originally Published in Gujrathi

© Marija Sres

Translated into Marathi Language by Anjani Narvane
गहाण पडलेली टेकडी / अनुवादित कथासंग्रह
अनुवाद : अंजनी नरवणे
author@mehtapublishinghouse.com

मराठी अनुवादाचे व प्रकाशनाचे हक्क मेहता पब्लिशिंग हाऊस, पुणे.

प्रकाशक : सुनील अनिल मेहता, मेहता पब्लिशिंग हाऊस,
१९४१, सदाशिव पेठ, माडीवाले कॉलनी, पुणे - ४११०३०.

मुखपृष्ठ : सतिश भावसार
प्रकाशनकाल : फेब्रुवारी, २००१ / पुनर्मुद्रण : फेब्रुवारी, २०२१

P Book ISBN 9788177660319
E Book ISBN 9789353175580
E Books available on : play.google.com/store/books
www.amazon.in
https://books.apple.com

ज्यांनी माझ्या कामात मला पूर्ण पाठिंबा दिला,

ज्या हिंमतीनं पुढे जात राहिल्या,

ज्यांनी माझ्यामध्ये नितांत विश्वास आणि निष्ठा दाखवली,

आणि

ज्यांच्या जीवनसंग्रामानं मला या कथा लिहिण्याची प्रेरणा दिली,

त्या

कावी, कमळा, मंगु

सोमी, कांता, सांज्यू

फुली, नवली, दली

आणि

साबरकांठामधील इतर भगिनी –

माझ्या या सर्व जिवलग मैत्रिणींना,

सप्रेम अर्पण.

मनोगत

गुजरातीमधून मी मराठीत अनुवाद केलेलं हे चौथं पुस्तक. अनुवादासाठी मी पुस्तक निवडते, तेव्हा त्या पुस्तकातून मराठी वाचकांना मी गुजरातमधील सामाजिक जीवनाच्या कुठल्या विशेष बाजूची ओळख करून देऊ शकेन, याचा विचार करून निवडते. 'सागरतीरी'मध्ये सौराष्ट्राच्या सागरतीराजवळच्या मागासलेल्या प्रदेशात राहाणाऱ्या गरीब पण स्वाभिमानी आणि आनंदी प्रजेचं, त्यांच्या आगळ्यावेगळ्या संस्कृतीचं दर्शन घडतं; तथाकथित प्रगतीमुळे या प्रजेसमोर उभ्या राहणाऱ्या पर्यावरणाच्या समस्यांची माहिती होते. 'अणसार'मध्ये कुष्ठरोगानं ग्रासलेल्या एका उच्च मध्यमवर्गीय स्त्रीची कहाणी आपल्या सामाजिक जबाबदाऱ्यांबद्दलच्या आपल्या जाणिवांना तर धक्का देतेच; पण स्त्रीमुक्ती खरोखर कशात आहे याचा विचार करायला भाग पाडते. 'बावडी'मध्ये गुजरातमधील लहानशा खेड्यातील अशिक्षित खेडूत स्त्री आपल्या उपजत बुद्धिचातुर्य आणि हिंमतीच्या बळावर अनेक संकटांना तोंड देत कशी यशस्वी होते याचं चित्रण आहे आणि आता या 'गहाण पडलेली टेकडी'मध्ये वाचकांना भेटतील, गुजरातच्या अत्यंत मागासलेल्या, साबरकांठा जिल्ह्यातील डोंगर टेकड्यांवर राहणाऱ्या आदिवासी स्त्रिया आणि जाणीव होईल त्यांच्या खडतर जीवनाची, त्यांच्यावर होणाऱ्या अन्यायाची आणि अत्यंत कष्टप्रद जीवन जगतानाही प्रगतीची स्वप्नं बघण्याच्या त्यांच्या जिद्दीची.

आजवर असंच होत आलंय की, इतिहास नेहमी प्रमुख, महत्त्वाच्या व्यक्तींचाच लिहिला जातो. समकालीन घटनांबद्दलही आपण वाचतो, तेव्हा घटनांच्या केंद्रस्थानी असणाऱ्या व्यक्तींची मतं, त्यांच्या कृती याबद्दलच वाचतो; पण त्या ऐतिहासिक किंवा समकालीन घटनांमध्ये, त्या घटना ज्यांच्या आयुष्याशी प्रत्यक्ष निगडित असतात, त्या सामान्य माणसांबद्दल आपल्याला विशेष काही माहिती मिळत नाही; मिळते ती 'अधिकृत' माहिती. ती माणसं स्वतः आपल्याशी बोलतच नाहीत. जणू त्यांचं महत्त्व नगण्य असतं. खरंतर जे घडतं, त्यात त्यांचा मोठा वाटा असतो. या

पुस्तकात मात्र साबरकांठामधील सामान्य आदिवासी स्त्रियांच्याच कहाण्या आहेत. त्या स्त्रियाच कहाण्यांचा केंद्रबिंदू आहेत आणि त्यांच्यावरील अन्यायांच्या भीषण चित्राबरोबरच, त्यांचा स्वाभिमान आणि आत्मविश्वास जागृत झाल्यावर त्या त्यांचं आयुष्य कसं बदलत आहेत याचंही चित्रण आहे.

स्लोव्हेनियामधून (पूर्वीचा युगोस्लाव्हिया) ख्रिश्चन साध्वी म्हणून भारतात काम करायचं ठरवून इकडे आलेल्या मारिजा स्रेस यांनी हे पुस्तक लिहिलं ते त्यांच्या प्रत्यक्ष अनुभवांवर. परदेशातून येथे येणे, काम सुरू करण्यापूर्वी गुजराती शिकण्यासाठी अभ्यास करून गुजराती विषयात बी.ए. करणे, त्यानंतर आदिवासींबरोबर त्यांच्या झोपडीत, त्यांच्याचसारखं दोन वर्षं राहणे - आणि त्यानंतर पंधरा वर्षे त्याच प्रदेशात त्या लोकांबरोबर राहून, त्या स्त्रियांसाठी काम करणे - यातली कुठलीच गोष्ट सोपी नाही. मारिजांची माझी प्रत्यक्ष जेव्हा भेट झाली, तेव्हा मला त्यांचा मनमोकळा, आनंदी स्वभाव व सचोटी विशेष जाणवली. प्रकृतिअस्वास्थ्यामुळे त्यांना साबरकांठा सोडून यावं लागलं, तरी त्यांचा जीव अजून तिथेच आहे असं त्या म्हणतात.

एक मात्र वाटतं, अशा तऱ्हेची परिस्थिती महाराष्ट्रातही असेलच आणि तेथे राहून नाडल्या जाणाऱ्यांसाठी असं निरपेक्ष काम करणारी आपलीच, भारतीय माणसंही असणारच. येथे बाबा आमटे यांच्यासारख्या विभूतींबद्दल मी बोलत नाही, कारण त्यांचं कार्य प्रचंडच आहे. मी बोलते आहे मारिजासारखं काम करणाऱ्यांबद्दल. त्यांच्या कामाचीही अशीच माहिती प्रसिद्ध झाली तर सुख-सोयींनी समृद्ध शहरी वातावरणात राहणाऱ्या आणि तरी आपल्या अडचणींचा बाऊ करणाऱ्यांचे डोळे उघडतील. निदान कशा परिस्थितीत माणसं जगत आहेत आणि त्यातून वर यायला धडपडत आहेत याची जाणीव तरी होईल. हे पुस्तक वाचताना सर्व पूर्वग्रह बाजूला ठेवून, केवळ मानवी दृष्टिकोनातून ते वाचावं, तर अनुवादाचा हेतू सफल होईल!

साहित्यात समाजाचं प्रतिबिंबच पडत असतं, म्हणून सर्व भारतीयांना एकमेकांच्या साहित्याचा परिचय झाला, तर आपल्याला जास्त निकट आणणारा हा एक दुवा होऊ शकेल हा अनुवादांचं काम करण्यामागे माझा विचार असतो. माझ्या सुदैवानं या दृष्टिकोनावर विश्वास ठेवून त्यासाठी सक्रिय असणारे श्री. सुनील मेहतांसारखे प्रकाशक मला भेटले आणि मी केलेल्या अनुवादाचं बारकाईनं व चिकाटीनं वाचन करून, श्री. अनिल किणीकरांनी नेहमी खूप उपयुक्त मार्गदर्शन केलं आहे. दोघांचीही मी अत्यंत आभारी आहे.

– अंजनी नरवणे

अनुक्रमणिका

जीव जिथं जडला, तिथंच माझं घर!

१९७६ मध्ये मी लुसाडियाला, साबरकांठाच्या डुंगरी गरासिया लोकांमध्ये काम करायला आले. गुजरात-राजस्तानच्या सरहद्दीवरील डोंगराळ मुलखातलं लुसाडिया हे खेडं आहे. जंगलं कापल्यानं आणि दुष्काळ पडल्यानं हा मुलूख उजाड झाला आहे. इथं राहून दहा वर्षं मी खेड्यातल्या स्त्रियांना शिकवायचं, त्यांचं संघटन करायचं आणि त्यांना प्रेरणा देण्याचं काम करत होते. बहुतेक स्त्रिया आदिवासी होत्या, काही थोड्या ठाकरडा जमातीच्या होत्या. या संग्रहात त्या वर्षांच्या आठवणी आहेत.

मी मूळची स्लोवेनियाची. मी कॅथॉलिक नन् (साध्वी) आहे आणि ख्राइस्ट जीसस मिशनरी संघाची सेविका आहे; त्यामुळे ज्यांच्याबरोबर मी राहत होते, त्या स्त्रियांपेक्षा माझी संस्कृती, पार्श्वभूमी खूप वेगळी होती. साहजिक अडचणी तर होत्याच. लुसाडियाला येण्यापूर्वी मी अहमदाबादला गुजराती भाषा शिकले आणि त्यानंतर दोन वर्षं एका आदिवासी कुटुंबाबरोबर त्यांच्या झोपडीत राहत होते आणि त्यामुळे त्या स्त्रियांबरोबर काम करण्यासाठी माझी चांगली तयारी झाली होती; तरीसुद्धा माझ्या मार्गात खूप मोठाल्या अडचणी होत्या. सगळ्यात मोठी अडचण आमच्या भिन्न पार्श्वभूमीमुळे - दृष्टिकोनच वेगळा असणं - ही होती. माझ्या जीवनमूल्यांपेक्षा त्या आदिवासी स्त्रियांची मूल्यं इतकी वेगळी होती की, त्यांच्या जगात राहण्यासाठी मला माझंच मन, माझीच दृष्टी बदलणं आवश्यक होतं.

आदिवासी जग कसं आहे?

ती वडीलशाही असलेली, पितृप्रधान दुनिया आहे; जिथं स्त्री दुय्यम गणली जाते. या स्त्रिया अशिक्षित आहेत. पटेल कंत्राटदाराला रस्ते बनवायला आणि ठेकेदाराला दुष्काळी कामं करून घ्यायला या बायका म्हणजे स्वस्तात मिळणाऱ्या मजूर. स्त्री असल्यानं त्यांचं शारीरिक शोषण

होतं, सरकारी बाबूलोक किरकोळ सवलतींच्या बदल्यात त्यांना छळून घेतात. खुद्द त्या स्वतःचं मोल एखाद्या किडामुंगीपेक्षाही कमी समजतात. या सगळ्या शोषणातूनही धडपड करत कसं का होईना जिवंत राहणं, एवढाच त्यांच्या आयुष्याला अर्थ राहतो, असं मला खूपदा वाटतं!

आणि हेच माझ्यासमोरचं आव्हान आहे. या स्त्रियांना आर्थिकदृष्ट्या आत्मनिर्भर करणं, एवढंच पुरेसं नाही. खरंतर त्यांना त्यांच्या आत्मसन्मानाची जाणीव करून द्यायची आहे आणि हे सगळं मला त्यांच्याच हातून, त्यांचा आत्मविश्वास वाढवून करायचं आहे. अशा परिस्थितीत जगणाऱ्या या स्त्रिया सर्व अडचणींना तोंड देत जगतात, एवढंच नव्हे, तर हसतमुख राहतात हे जेव्हा मी बघते, तेव्हा मी थक्क, दिङ्मूढ होते. मग त्यांच्याबद्दल मला जास्तच आपुलकी वाटू लागते.

आम्हाला कसं यश मिळालं, आमचे श्रम कसे सार्थकी लागले, ही एक मोठी कहाणी आहे. तो संशोधनाचा विषय होऊ शकेल, आकडेवारी देऊन एखादा अहवालही लिहून काढता येईल; पण मला हे सगळं कथारूपानं सांगणं जास्त चांगलं वाटलं. या पुस्तकात लिहिलेल्या सर्व कथा खऱ्या घडलेल्या आहेत. नावं आणि काही तपशील अर्थातच बदलण्यात आला आहे. या कथा लिहू लागले, तेव्हा वाटत होतं की, माझ्याजवळ लिहिण्याइतकं पुरेसं काही नसेल; पण जसजसं लिहीत गेले, तसतसं लिहिण्यासारखं आठवत गेलं.

मी १९७६ मध्ये लुसाडियाला राहायला गेले आणि दुसऱ्या सिस्टर्सच्या मदतीनं, त्या गावातल्या स्त्रिया आणि मुलींसाठी ज्योतिघर केंद्र उभं केलं. सुरुवातीला त्या स्त्रियांबद्दल माझं जे मत झालं आणि माझ्या मनावर, तेव्हा जो परिणाम झाला तो माझ्या तेव्हाच्या रोजनिशीतल्या उताऱ्यांमध्ये दिसून येतो. असे काही उतारे देत आहे. मग जसजशी त्या लोकांमध्ये मिसळत गेले, त्यांची सुख-दुःखं आणि जिवंत राहण्यासाठी त्यांना करावी लागणारी लढाई, यात भागीदार होत गेले, तसतसे माझ्या मनावर उमटत गेलेले ठसेही यामध्ये दिसतील.

... "ही जी सांज्यू आहे ना, ती मूर्तिमंत उत्साह अन् उल्हास आहे. ती आमची शेजारीण आहे; सहा खुटखुटीत, निरोगी मुलांची आई आहे. सांज्यू आणि तिचं कुटुंब आमच्या शेजारच्या टेकडीवर बांधलेल्या मातीच्या खोपटात राहातं. जाता-येता ती आमच्या घरात डोकावते आणि चार गप्पाटप्पा करून जाते. बहुतेक वेळा ती दुपारची येते. तिचा घरधनी

कामावरून दुपारी चार घास खायला घरी येतो, तेव्हा तीन महिन्यांच्या त्यांच्या बाळाला घटकाभर खेळवतो. बिचारी सांज्यू मनातल्या मनात देवाला खूप विनवायची की, हे बाळ आता शेवटचं असू दे आणि मुलगी होऊ दे! पण जो मुलगा झाला त्याला कुरवाळून पापा घेत ती म्हणते, ''कायबी वांदा न्हाई!'' अजूनही तिच्या मनात आनंदाच्या, आश्चर्याच्या भावना कायम आहेत! तिला ही घटना अद्भुत वाटते की, आपल्या शरीरातून हा दुसरा पिंड घडून बाहेर येतो!

सांज्यूचा सर्वात थोरला मुलगा नानजी गावातल्या शाळेत जातो. एक दिवस सांज्यू मला सांगत होती की, तिचा मुलगा शाळेच्या बोर्डिंगमध्ये राहून रोज सकाळी प्रार्थना करायला शिकलाय ते तिला आवडतं. सांज्यूच्या मते तिचा नवराही धार्मिक आहे. वर्षातनं एक-दोनदा तरी तो शामळाजीच्या सावळ्या कृष्णाचं दर्शन घ्यायला जातो. सांज्यू म्हणते, धर्म, श्रद्धा वगैरे तिच्या नवऱ्याच्या रक्तातच आहे; तिच्या नाही. ती पुढे मला असंही सांगते की, तिचा देवावर विश्वासच नाही, ती प्रार्थनाही करू शकत नाही; पण तिचं म्हणणं असं की, 'माझं माझ्या नवऱ्यावर प्रेम आहे, मग या गोष्टीसाठी तंटा कशाला करायचा?' खरंय, मी बघतेच आहे किती प्रेम करते तिच्या मुलांवर ती. मी जेव्हा या स्त्रीला बघते, आतून - भरभरून येणारं तिचं वात्सल्य बघते, तेव्हा माझी खात्री पटते की, ज्या मूल्यांवर माझा विश्वास आहे, तीच मूल्यं ही स्त्री प्रत्यक्ष जीवनात जगते आहे.

एक दिवस अगदी मुसळधार पाऊस पडत होता. मी, वलेरी आणि फिलू सांज्यूच्या घरात बसलो होतो. पावसाच्या पाण्याचे खूपच शिंतोडे आत येत होते. छपरावरच्या कौलांमधून अंगावर पाणी टपकत होतं. थंडीनं आम्ही सगळे थरथरत होतो. सांज्यूच्या मांडीवर धाकटा रजनीकांत होता. आम्ही सगळे एका कोपऱ्यात कोंडाळं करून बसून होतो, तेव्हा बाहेर बघत सांज्यू म्हणाली,

''असा येवडा पाऊस तं कदी पायलाच न्हवता!'' तेव्हा तिच्या सुखी संतुष्ट जीवाचं मला पुन्हा एकदा दर्शन झालं! ही स्त्री, तिची सहा मुलं, तिचा नवरा, तिचा बैल आणि दोन बकऱ्या अशी सारी जणू काही मला सांगत होती,

'आम्ही दुःखी आहोत असं समजू नको. बघितलंस ना, थंडी, पाऊस, गरिबी या सगळ्यांमुळे आमच्यामध्ये फरक पडत नाही, कारण एकमेकांबद्दलच्या आपुलकीनं, प्रेमानं आम्हाला संपन्न केलंय!'

असंच एक दिवस सांज्यू आमच्या घरून परत जात होती, तेव्हा उदास दिसली. मला म्हणालीही,

"बेन, तुम्ही नव्या मोठ्या घरात ऱ्हायाला जाल, तेव्हा तिथं मला येता न्हाई येनार, मला न्हाई जमायचं तिकडं!"

तरीसुद्धा दुसऱ्या दिवशी तिनं आम्हाला मक्याची तीन मोठाली कणसं भेट म्हणून पाठवली. मक्याची कणसं हा या डोंगरांमधला प्राचीन आहार, म्हणून रिवाज पडलाय की, प्रत्येक गरासिया आदिवासी भाऊ आपल्या लग्न झालेल्या बहिणीच्या घरी प्रथम पाठवतोच. माझ्या मनात आलं, "अगं, माझ्या बहिणी! किती श्रद्धाळू आहेस तू खरं म्हणजे! कारण जिथं प्रेम असतं तिथं देव असतोच ना!" (ऑक्टोबर १९७६)

आम्ही राहतोय तो भाग एक अतिशय सुंदर दरी आहे आणि दर पावसाळ्यानंतर तर हा प्रदेश फारच सुरेख दिसतो. हिरवीगार, गच्च भरलेली भाताची शेतं आणि तयार होत आलेलं पीक यावरून नजर हटत नाही. यंदा मात्र अतिपावसानं मक्याच्या पिकाला फटका दिला. या हिरव्यागार सृष्टीत विखुरलेल्या लाल कौलांच्या आदिवासींच्या झोपड्या ओढणीवरच्या लाल ठिपक्यांसारख्या दिसतात. या खोपटांमध्ये इथली माणसं आणि त्यांची गुरं, दोन्ही राहतात. रात्री घासलेटच्या दिव्याच्या उजेडानं आकर्षून हजारो उडणारे किडे वेगानं उडत येऊन आंधळ्यासारखे घरांच्या भिंतीवर आपटतात आणि मरतात. हिरव्यागार भाजीपाल्याचे मळे सगळ्या घरांभोवती पसरलेले असतात. हे शहाणपण फार प्राचीन काळापासून लोकांना आलं असणार. या लोकांना जे अतिप्रिय आहे, ते त्यांच्या खासगी जीवनातलं स्वातंत्र्य तर त्यामुळे त्यांना मिळतंच; पण धगधगत्या उन्हापासूनही बचाव होतो आणि शिवाय जमिनीचा आणि सांडपाण्याचाही आपोआपच उत्तम उपयोग करून घेता येतो. जमिनीचा इंच न् इंच, पाण्याचा थेंब न् थेंब वाचवून, त्याचा जास्तीतजास्त फायदा कसा करून घ्यावा, हे इथल्या शेतकऱ्यांना बरोबर समजलं आहे.

आत्तापर्यंत आमची झोपडी इतर झोपड्यांपेक्षा फारशी वेगळी नव्हती. आमच्याही झोपडीच्या भोवती लहानसा मळा आहे आणि निवडुंगाचं कुंपण आहे. त्या कुंपणामुळे मोकळी भटकणारी गुरंढोरं घरापर्यंत येऊ शकत नाहीत. या घरात मी सुखी आहे. खूप सुखी आहे; पण दिवस-आठवडे भराभरा जाताहेत आणि माझ्यासाठी मोठं अन् जास्त सोयी असलेलं घर उभं होत चाललेलं मला दिसतंय तसतसं माझं मन उदास

होत चाललंय. मला गुदमरल्यासारखं वाटू लागलंय. असं वाटत राहतं की, मला फसवलं जातंय! माझ्या साऱ्या स्वप्नांचा चक्काचूर करून टाकला जातोय. जणू कुण्या अज्ञात शक्तीनं, कुण्या पाशवी बळानं माझं स्वप्न धुळीला मिळवलंय. स्वप्न बघणं ही माझी मोठी गरज आहे. केव्हा बघू लागले मी ही स्वप्न? हां, ज्या दिवशी स्लोव्हेनियातील माझ्या आपल्या माणसांचा निरोप घेऊन अनोळखी स्पेनच्या दूरच्या प्रवासाला मी निघाले...

बाहेरून जे दिसतं, त्याचं तुम्हाला कदाचित महत्त्व वाटत नसेल; पण मला असं खरंच वाटतं की, ज्या प्रकारच्या घरात आपण राहू तशी आपली जीवनशैली बनत जाते आणि तशीच आपल्या विचारांची आणि कार्यपद्धतीची घडण घडते! आणखी मोठं घर, खूप खोल्या, पाहुण्यांसाठी वेगळी खोली, व्हरांडे, ओसरी असं सगळं असलं की, ते सर्व स्वच्छ ठेवायला नोकरही हवेत. मोठं घर म्हणजे राहणारी खूप माणसं, रात्रीचा चौकीदार आणि मग निवडुंगाचं कुंपण नाही चालणार - दगडांची पक्की बांधलेली भिंत हवी! घराच्या भोवती भिंत आली की, ते जणू आमच्या अविश्वासाचं प्रतीकच झालं! एका कवीनं म्हटलंय, 'माझ्यामध्ये असं काही आहे, जे उंच, पक्क्या भिंतींचं कुंपण सहनच करू शकत नाही!' ज्यांच्याबरोबर आमची आयुष्यं जगण्याची, जोडण्याची आम्ही प्रतिज्ञा केली, त्या आदिवासींपासून आता वेगळे होऊन आम्ही सिमेंट काँक्रीट आणि लोखंडानं बांधलेल्या पक्क्या, मजबूत घरांमध्ये राहणार, या विचारानंच माझा श्वास गुदमरतोय. आमच्या बोलण्यातल्या आणि वागण्यातल्या या विरोधाभासात मी चेंगरली जातेय! हळूहळू लक्षातही न येता, आम्ही आमच्यासाठी अधिकाधिक सुखसोयी उभ्या करण्याचे प्रयत्न करतो आहोत. आमच्या मोठाल्या खोल्या, आमच्या मालकीच्या अनेक वस्तूंनीच भरत आहोत. आमच्या स्वतःच्याही नकळत आमच्या सुरक्षिततेचा हवाला आजूबाजूच्या माणसांवर टाकण्याऐवजी आम्ही तो वस्तूंवर टाकत चाललो आहोत.

आम्ही लोकांना भेटतो, तेव्हा आमची जीवनशैली हा आमच्या एकूण व्यक्तिमत्त्वाचाच एक भाग असतो. लोक त्यांच्या दृष्टिकोनातून आमच्याकडे बघतील, तेव्हा 'आम्ही प्रेमाचा संदेश घेऊन आलेल्या सेविका आहोत' हे आमचं बोलणं त्यांना खरं वाटणं फार कठीण आहे. आम्ही जर सेविका आहोत, तर प्रत्यक्षात त्यांच्या गरिबीतही भागीदार होणं आम्हाला का जमत नाही? उलट आमच्या वेगळ्या राहणी-करणीनं आम्ही त्यांच्या

मनावर खोल परिणाम करतो! मला तर वाटतं की, जेव्हा साधी राहणी, आम्ही ज्यांच्याबरोबर राहतो आहोत त्या लोकांची साधी सरळ जीवनपद्धती स्वीकारायची वेळ येते, तेव्हा कळत नकळत ते टाळण्याची आमची प्रवृत्ती होते! आणि म्हणूनच, आम्ही नेहमी प्रेम-संदेशाबद्दल बोलत राहतो, आमच्या शेजाऱ्यापाजाऱ्यांशी बोलताना नेहमी आमच्या तोंडी देवाचं नाव असतं! कारण त्यांच्यातलं एक होऊन न राहताही आम्ही 'सेविका' आहोत हे त्यांना खरं वाटावं असा आमचा प्रयत्न असतो! आम्ही सर्वजणी स्वेच्छेनं, सेविका म्हणून इथं आलो आहोत; हे खरं आहे. आम्हाला खात्री आहे की, आम्ही या लोकांना खूप काही देऊ शकू. जे महत्त्वाचं काम आमच्यावर सोपवलं गेलं आहे, ते जर पुरं करायचं असेल, तर सुरुवातीपासूनच आवश्यक अशा कामाला स्वतःला बांधून घेतलं पाहिजे. हे तर खरंच की, प्रत्येकाचं, त्याचं असं जीवनकार्य असणार; पण प्रथम आपण शिकलं पाहिजे लोकांमध्ये त्यांच्यातलंच एक होऊन मिसळणं, त्यांच्यापासून प्रेरणा घेऊन आपलं जीवनकार्य पार पाडणं इत्यादी.

आमच्या राहणीकडे आणि काम करण्याच्या पद्धतीकडे येथील लोकांच्या नजरेतून मी बघते, तेव्हा माझा मलाच प्रश्न पडतो की, खरोखर, मी इथं का आले आहे? मी कोण आहे? मी काय आहे? आम्ही सर्वजण काय आहोत? उत्तरं मिळवायची मला घाई नाही, कारण आमच्यापुढे असे खूप प्रश्न उभे आहेत. योग्य वेळ येण्यापूर्वीच तयार करून ठेवलेले कार्यक्रम आहेत आणि खरं म्हणजे, फारच थोड्या प्रश्नांची उत्तरं मला ठाऊक आहेत - कदाचित एकाही प्रश्नाचं नसेल! मी एवढं जाणून आहे की, मी केवळ एक समाजसेविका म्हणून राहू शकणार नाही, केवळ एक साध्वी म्हणूनही राहू शकणार नाही. जसजसे दिवस जाताहेत, तसतशी लोकांना समजून घेता घेता, त्यांना प्रेम देता देता, मला माझी ओळख पटू लागली. माझ्या लक्षात येऊ लागलं की, मलाच त्यांच्याकडून कितीतरी मिळतंय - खरं बघितलं तर मी त्यांना एकच गोष्ट देऊ शकते - माझं इथं असणं! त्यांच्याबद्दल मला वाटणारी काळजी, त्यांच्याबद्दलचा आपलेपणा, माझं हास्य - कोण जाणे - कधीतरी, आज त्यांना जी आणि जेवढी समज आहे, ती माझ्या इथं असण्यामुळे वाढेल, त्यांना जास्त सुखी करेल. माझी ही प्रार्थना आहे. होय, त्यातच मला खरं सुख वाटेल. (ऑक्टोबर १९७६)

एक दिवस मी अन् मॉन्से बदाभाईच्या घरी होतो. त्याची बायको मणीबेन, तिनं स्वतःच बनवलेल्या पाळण्यात तिच्या छोट्या मुलीला कोकिलाला झोके देत होती. तिची चार वर्षांची मुलगी सुरता मणीबेनला चिकटून बसली होती आणि तिला मदतही करीत होती. मोठा मुलगा विश्राम आमच्याजवळ खाटेवर बसला होता आणि आमच्या गप्पागोष्टींमध्ये भाग घेत होता. तो पाच वर्षांचा होता आणि त्याच्या छोट्याशा जगातल्या ज्या काही सुख-दुःखाच्या गोष्टी होत्या, त्यात आम्हाला सहभागी करून घ्यायला बघत होता.

थोडा वेळ खूप आपलेपणानं आमच्याशी गप्पा मारल्यावर विश्राम माझ्या मांडीवरून उठून सुरताजवळ गेला अन् तिला म्हणाला,

''जा, आता तुला बसायचंय बेनजींच्या मांडीवर?'' मग सुरता उठून माझ्याकडे येऊ लागली, तेव्हा विश्रामचे डोळे आनंदानं चमकत होते. आपला आनंद बहिणीबरोबर वाटण्यात त्याला किती बरं वाटत होतं! असं काही बघितलं की, स्वतःजवळ जे काही देण्यासारखं आहे, ते या सगळ्यांबरोबर वाटायची माझी इच्छा आणखा प्रबळ होते!

गेल्या महिन्यात आमच्या या हिरव्यागार डोंगराळ प्रदेशातल्या बारा आदिवासी मुली आमच्याबरोबर 'ज्योतिघर'मध्ये पंधरा दिवस राहिल्या होत्या. आम्ही खूपदा एक गाणं म्हणत असू. तेच गाणं वरचेवर ओठावर येणं हा नुसताच योगायोग नसावा. 'अमे फुलेडा, अमे फुलेडा मनोजरा जंगलना, जंगलना तोय मंगलना' म्हणजे- आम्ही तर फुलं, मनोजरा जंगलातली फुलं, जंगल असलं तरी मंगल आहे ते!' आम्हाला सगळ्यांना, त्या मुलींनाही असं वाटू लागलं होतं की, आम्हाला प्रत्येकीला, आमचं असं व्यक्तिमत्त्व आहे, आमच्या भोवतालच्या जगासाठी आम्ही काहीतरी करू शकतो अन् म्हणून आम्ही जंगलात असलो तरी मंगलमय आहोत.

सोळा वर्षांच्या बबलीला वाटणारं अप्रूप बघूनच मला नवल वाटलं होतं. पाटीवर तिनं लिहिलेल्या स्वतःच्या नावाकडे दोन संपूर्ण दिवस ती टक लावून बघत होती! जणू पाटीवर तिचं नाव लिहिता आलं एवढ्या क्रियेनं तिच्या अस्तित्वाला अर्थ आला होता, तिला आत्मसन्मान मिळाला होता!

कमळा, बचू, नर्मदा आणि इतर मुलींनीही केवळ पाटीवर आपापली नावं नव्हती लिहिली- एक व्यक्ती म्हणून स्वतःबद्दल त्यांना भान आलं होतं, स्वत्वाची अंधूक का होईना, जाणीव झाली होती!

आज त्या मुली परत आल्या; पण सगळ्या नाही आल्या. काहीजणींना शेतावरचं किंवा गुरं राखायचं काम करायला घरी राहावं लागलं. ते त्यांचं

काम तर असतंच; पण इकडे यायचं म्हणजे वडिलांच्या संमतीची जरूर असते; पण जेवढ्या येऊ शकल्या त्यांनी आल्या आल्या आम्हाला गराडा घातला. त्यांच्या आयुष्यातल्या वास्तवाचा बारकाईनं विचार केला आणि त्यांच्या डोळ्यांमधल्या निराशेच्या काळ्या सावल्या बघितल्या की, त्यांनी न सांगताच आम्हाला समजतं की, एक व्यक्ती म्हणून जगणं त्यांना सध्याच्या त्यांच्या परिस्थितीत शक्य नाही. त्यांच्यासाठी काय करता येईल हा आमच्यापुढे प्रश्न होता. उत्तर मिळणं सोप नव्हतंच! आम्ही फक्त प्रार्थना करू शकत होतो- हमको मन की शक्ति दे ना!

थोडे दिवस राहून या मुली परत आपल्या घरी जातील– जंगलातल्या लहान लहान शेतांमध्ये, दगडधोंड्यांनी भरलेल्या पायवाटांमध्ये, त्यांच्या मातीनं लिंपलेल्या खोपटांमध्ये– त्यांच्या घरी! आज आत्ता प्रार्थनासभेसाठी थोड्या बायका येतील, मग लिहायला, वाचायला, शिकायला थोड्या मुली येतील. त्यानंतर थोड्या प्रौढ बायकाही कखगघ शिकायला येतील. आम्हीही त्यांच्या घरी त्यांना भेटायला जातो. असे दिवस जात असतात, आम्ही रोज एकमेकींच्या जास्त जवळ येत जातो, हळूहळू जणू त्यांच्या कुटुंबातल्याच बनून जातो.

पण त्या मुलींच्या डोळ्यांतलं ते निराशेचं सावट मला सारखं आठवण देत राहतं की अजून खूप काही करायचं बाकी आहे, अजून खूप लांबचा पल्ला गाठायचाय. आणि तरीही, ते गाणं म्हणायला लागलो की आपल्यापाशी मनाची शक्ती आहे, असं वाटायला लागतं! (एप्रिल १९७७)

१९७४ मध्ये दिवाळीच्या सुट्टीत मी प्रथम साबरकांठ्याला आले. भिलोडाच्या सिस्टरच्या घरी आम्ही एक रात्र राहिलो होतो. दुसऱ्या दिवशी 'नाना कंधारिया' गावी धीरजभाईच्या घरी जेवलो आणि मग आम्ही जिथं काम करायचं असं ठरलं होतं, त्या दूरच्या गावी जायला निघालो. कुठली जागा पसंत करावी यावर चर्चा चालली होती. भिलोडा? शामळाजी? कंधारिया? मी ही सगळी गावं प्रथमच पाहत होते. आता या गोष्टीला दहा वर्षं होऊन गेली; पण तेव्हा इथलं वातावरण आणि घडामोडी बघून जो अद्‌भुत अचंबा वाटला होता, तो अजूनही आठवतो. आम्ही जिथं राहणार होतो त्या मातीच्या झोपड्या (खरं म्हणजे आम्ही इथं येण्यापूर्वी 'फादर'मंडळींनी त्यांच्या नोकरांसाठी त्या बांधलेल्या होत्या!), खेड्यातलं साधं सरळ जीवन, ओसाड, उजाड पडलेल्या टेकड्यांच्या मधून जाणारा, अगणित

खड्डे असलेला एक अरुंद रस्ता. सारं काही बघितलं अन् मनोमन वाटलं की, माझं स्वप्न तिथे न् तेव्हाच पुरं होणार होतं. हा तो भारत देश होता, ज्याच्याबद्दल मी वाचलं होतं, जिथं काम करणं हे माझं स्वप्न होतं! आता मी प्रत्यक्ष इथं येऊन पोहोचले होते आणि कठीण परिस्थितीला तोंड देत काम करण्यासाठी माझं हृदय हिंमत, आतुरता दोन्हींनी भरून आलं होतं. रस्त्यात बस बिघडली, त्याचीही मला अजून आठवण आहे. मग जराशानं आलेल्या दुसऱ्या बसमध्ये आम्ही धक्काबुक्की करत चढलो. असं होणं ही भारतातल्या खेड्यांमधल्या वास्तव परिस्थितीची एक बाजू आहे. आयुष्य जसं जगावं लागतं तसं ते मुळीच अस्वस्थ न होता स्वीकारण्यासाठी खूप धैर्य, सोशिकपणा आणि मनोबल लागतं.

माझ्या आयुष्यातल्या त्या टप्प्यावरही, गरीब लोकांबरोबर त्यांच्याचसारखं राहायचं आणि त्यांच्यासाठी, त्यांच्याबरोबर काम करायचं हीच माझी तीव्र इच्छा होती. या दुनियेत आल्यावर माझी प्रथम कसोटी म्हणा, या जगाशी खरी ओळख म्हणा, सहा महिन्यांनंतर झाली. हायस्कूलच्या मुलांबरोबर मी 'नाना कंधारिया' गावाला दहा दिवसांच्या शिबिरासाठी गेले होते. तिथं आम्ही सबंध दिवस, रणरणत्या उन्हात, शेतात काम करत असू. एक मातीची झोपडी बांधायलाही मदत केली. मग रात्री पेट्रोमॅक्सच्या दिव्याच्या उजेडात बसून कितीतरी वेळ आम्ही चर्चा-विचारणा करत असू. शिबिराच्या त्या दहा दिवसांत मी खूप काही शिकले. विशेषतः हे लक्षात आलं की, भारतातली खेडी आणि शहर यांमध्ये केवढी दरी आहे! आशा नावाच्या एका खेडूत स्त्रीनं नंतर मला म्हटलं होतं,

"आम्ही तुम्हाला दुरूनच बघत होतो. तुम्ही दुरून आलात, तुम्ही आमच्यातल्या नाही; पण तुम्ही किती श्रम केलेत, कितीतरी काम केलंत. आम्ही जेव्हा दुसऱ्यांसाठी काम करतो, तेव्हा फार श्रम करायचं टाळून हळूहळू काम करत राहतो. तुम्ही तसं नाही केलं!"

एप्रिल १९७६ मध्ये मी लुसाडियाला कायम राहायला आले. अहमदाबादच्या कॉलेजमधून मी नुकतंच शिक्षण पूर्ण केलं होतं. तिथल्या न् इथल्या वातावरणात केवढा प्रचंड फरक होता! माझं वय तेव्हा तीस-एक वर्षांचं होतं आणि मन अनेक आदर्शांनी न् स्वप्नांनी उचंबळत होतं.

उन्हाळा भयंकर होता. जमीन तर तापलेल्या भट्टीसारखी असायची. असह्य उकाड्यानं घाबरं होत, घामानं थबथबून काढलेल्या रात्री मला विशेष आठवतात. खाटेवर पडल्या पडल्या, मी या कुशीवरून त्या कुशीवर होत, तळमळत, घामाघूम होत, पडलेली असायची. वारा

यायचा, तेव्हा त्याच्याबरोबर येणारी रेती तोंडावर येऊन पडायची- एखादी डुलकी येणंही जमत नसे. 'अरे, देवा रे!' मी देवाला मनोमन विनवायची, "नाही रे मला इथं जमायचं! इथं राहाणं अशक्य आहे मला!" आणि शेवटी मग माझी मीच समजूत घालायची, "जास्त नाही गं, एकच वर्ष, फक्त एकच वर्ष, हं?"

एव्हाना आमच्या शेजाऱ्यांशी माझी खूप ओळख झाली होती. खेड्यातल्या स्त्रियांबरोबर काम करायचं, असं आम्ही ठरवलं होतं. हा निर्णय मला खूप आवडला होता. मला तर या साध्या सरळ ग्रामीण जीवनाशी तद्रूप व्हायचं होतं. एखाद्या आदिवासी स्त्रीसारखं, निसर्ग आणि दैनंदिन जीवन यात रंगून जायचं होतं; पण ते सोपं नव्हतं. ताणतणाव निर्माण होत होते, मला दोष दिला जात होता. असं सांगितलं जात होतं की, तू इथं नवी आहेस, तू परदेशी आहेस; त्यामुळे तुला इथलं काही समजत नाही, समजणार नाही. तुझी श्रद्धाही कमी पडते, तू नाही टिकून राहू शकणार!

हळूहळू माझ्या लक्षात यायला लागलं होतं की, ज्या मार्गानं मी चालले होते, तो इतरांच्या मार्गापेक्षा वेगळा होता. माझा मार्ग, हा साधा सरळ, सपाट रस्ता नव्हता. तो शेतांमधून, टेकड्यांमधून, सापासारखा नागमोडी वळणं घेत जात होता. खूपशी वळणं अगदी अरुंद होती आणि खूप ठिकाणी अगदी वाईट चढउतार होते! - - 'पण याच रस्त्यावर माणसं भेटतात, नाही का?' मी स्वतःला सांगायची. म्हणजे असं की, शेतांमध्ये काम करताना, बस स्टॉपवर, बसमध्ये, बाजारात, विहिरीवर पाणी भरताना, अशा सगळ्या ठिकाणी मला खूप लोक भेटायचे. हेच जर मी जीपमधून इकडे तिकडे जात असते तर मला खूपच कमी माणसं भेटली असती, वाटेत जीप थांबवून ज्यांना लिफ्ट द्यायची 'मेहेरबानी' मी केली असती, तेवढीच माणसं मला भेटली असती!

एका रात्री मुसळधार पाऊस कोसळत असताना घरी सुरक्षित बसून आम्ही पाऊस बघत होतो. आम्हाला भिजायची भीती नव्हती. मला अजून आठवतं की, प्रार्थनेसाठी ज्या कोपऱ्यात आम्ही बसायचो, तिथं बसल्या बसल्या विलूला मी म्हटलं होतं,

"सगळं आहे की, माझ्याकडे! कशाची भीती नाही, काही कमी नाही! देव सगळी काळजी वाहतो आपली!"

खूपदा शेजारपाजारच्या बायका डोकावायच्या, थोड्या गप्पागोष्टी करून जायच्या. खूपदा त्या म्हणायच्या,

"खरंच बहेनजी, आमच्या या मक्याच्या जाडजूड भाकरी तुम्ही खाता

आणि आंबट कढी पिता; कधी तक्रार म्हणून करत नाही.'' आणि कधीकधी म्हणायच्या,

''आता आम्हाला तुमची खरी ओळख पटलीय– पण - पण तुम्ही तुमच्या घरच्या, कुटुंबातल्या माणसांना सोडून, लग्न न करता, तशाच राहिलात अन् या देशापेक्षा संपन्न असा तुमचा देश सोडून इथं आमच्यात राहायला आलात; ते का? हे काही केल्या आम्हाला समजत नाही!''

आणि मग एकदा त्या म्हणाल्या,

''तुम्हाला आमची वेडीवाकडी, गावंढळ भाषा किती छान बोलता येते आणि आमच्याबरोबर किती नीट वागता तुम्ही!''

खरंच, त्यांची भाषा त्यांनीच मला शिकवली होती. त्यांनी मला दिलेली ती सर्वांत सुंदर भेट होती. एका कुटुंबाबरोबर मी त्यांच्या झोपडीत राहिले आणि दोन वर्षांत मी त्यांची भाषा शिकले. कितीही खडतर असलं, तरी आयुष्य, हे आपल्याला मिळालेलं एक सुंदर वरदान आहे, हेही मी त्यांच्याकडूनच शिकले. घरातल्या माणसांबरोबर, त्यांच्यासारखंच मी राहत होते. त्यांचं कामावर जाणं, घरी परत येणं सगळ्याचं मी निरीक्षण करत राहायची. लग्नप्रसंगी छानपैकी ठेक्यावर होणाऱ्या समूह नृत्यांमध्ये मी भाग घ्यायची. त्यांच्या मेळ्यांना जायची, थट्टामस्करीत भाग घ्यायची. मृत्यूप्रसंगी दफनविधीलाही हजर राहायची आणि अशा वेळी ते जो छाती पिटून आक्रोश करत असत, तेव्हाही मी त्यांच्याजवळ राहत असे. त्यांची स्वयंपाकाची पद्धत त्यांनी मला शिकवली, मुलांना वाढवायची पद्धत शिकवली. जणू काही परतफेड म्हणून मी त्यांना लिहायला, वाचायला शिकवलं; स्त्रियांनी संघटित होऊन, एक स्त्री या नात्यानं, आत्मसन्मान, इज्जत आणि प्रतिष्ठेसाठी, त्यांच्या हक्कांसाठी निश्चयी होऊन, भक्कमपणे उभं राहायचं कसं, ते मी त्यांना दाखवलं. हे दाखवणं, शिकवणं अत्यंत धीम्या गतीनं होत गेलं. त्यात थोडं द्यायचं- थोडं घ्यायचं, करायचं न् करू द्यायचं, भक्कम राहायचं; पण कधी जरा सैल सोडायचं, अशा तऱ्हेनं काम चालायचं.

सुरुवातीच्या दिवसांतला एक दिवस मनावर कायमचा कोरला गेला आहे. सूर्य डोंगराकडे झुकला होता; त्यामुळे कोमल झालेल्या किरणांनी उजळलेलं आकाश लाल-गुलाबी-शेंदरी दिसत होतं. दूरवरचे डोंगर करडे-निळे दिसत होते. आमची बायकांची सभा संपली आणि एकेक करत बायका उठून आपापल्या घरी गुराढोरांची न् मुलाबाळांची कामं उरकायला निघाल्या. मी एकटीच उठून माझ्या घरी जायला निघाले. माझं गाव तिथून खूप दूर

होतं आणि वाटेतच अंधार होणार असं दिसत होतं; पण मला त्याचं काहीच वाटत नव्हतं. माझ्या कानात अजून घुमत होतं, त्या बायकांचं उत्साहानं बोलणं. जवळजवळ सगळ्याजणी अडाणी, अशिक्षित होत्या; पण स्वतःच्या हक्कांसाठी लढा द्यायला त्या आतुर होत्या, उत्साही होत्या. त्यांच्यामध्ये असलेली सुप्त शक्ती मला त्या दिवशी जाणवली. अजूनही कधीतरी जेव्हा सारं काही सोडून द्यावंसं वाटतं, तेव्हा त्या दिवशी झालेल्या त्या सुप्त शक्तीच्या जाणिवेच्या आठवणीनं मी पुन्हा टिकून राहते.

या साध्या सरळ स्त्रियांमध्ये मी येऊन राहिले आहे. सदैव संघर्षमय आयुष्य असलेल्या स्त्रियांमध्ये, त्या खालच्या वर्गाच्या समजल्या जात असतील; पण त्यांच्यामध्ये दुर्दम्य उत्साह आहे, सृजनशक्ती आहे. त्या हसू शकतात, आशावादी आहेत. हळूहळू का होईना, त्या स्वतःकडे वेगळ्या दृष्टीनं, देव त्यांच्याकडे बघत असेल त्या दृष्टीनं बघायला लागल्या आहेत. स्वतःचं महत्त्व, एक व्यक्ती म्हणून स्वतःची किंमत, त्या आता समजू लागल्या आहेत आणि ही जाणीव त्यांना आनंद आणि उत्साह पुरवते आहे. नव्या स्त्रीचं निर्माण तिथं आज घडत आहे.

माझ्या डोळ्यांसमोर हे सारं घडताना जेव्हा मी बघते, तेव्हा कृतकृत्य वाटतं, साऱ्या कष्टांचं सार्थक झाल्यासारखं मन भरून येतं!

(डिसेंबर १९८६)

❖

इथं तर हे नेहमीचंच!

धाड्-धाड्-धडाड् "ह्ये काय व्हतंय?" झोपेतून दचकून जागा होत रामजी उठून बसला. "ह्ये कोन आपल्या छपरावर धोंडं मारतंया? अरं कोन हाये? आं?"

"अवं, असं काय? गारा पडत्यात, न्हवं?" रामजीची बायको शकरी म्हणाली. तीपण झोपेतनं दचकून उठून बसली होती.

गुजरात-राजस्थानच्या सरहद्दीवर पसरलेल्या टेकड्या. या टेकड्यांवरची आदिवासी लोकांची तुरळक वस्ती. झोपड्याझोपड्यांतून विखुरलेली.

त्या भयाण अंधाऱ्या रात्री त्या टेकड्या न् त्या झोपड्या काळ्याकुट्ट ढगांनी घेरून टाकल्या होत्या.

धाड्-धाड्-धडाड्– परत तोच, तसाच आवाज!

"अगं! तुला यो गारांचा आवाज वाटतुया? कुणीतरी धोंडं मारतंय धोंडं!" रामजी खाटेवरनं उठला. "बघू दे तं खरं कोन हाये सालं ते!"

"अवं सांबाळून जावा, न्हाई मजी तुमालाच दगड बिगड लागायचा" शकरी आता पुरती जागी झाली होती, घाबरली होती.

रामजीनं पंचा खांद्यावर टाकला न् चोरपावलांनी तो ओट्यावर उजव्या बाजूला गेला. 'सालं, धोंड या हिकडनंच येतायत जनू' तो मनाशी म्हणाला आणि बाहेरच्या काळ्याकुट्ट अंधाराकडे तोंड करून मोठ्यानं ओरडला, "अरं कोन हाये त्ये? कोन धोंडं मारतंय माज्या घरावर? असली शामत तर बोल ना मेल्या, कोन वैरी हाये त्यो?"

टप् टप् पाऊस पडायला लागला. त्या आवाजाखेरीज एकही आवाज आला नाही.

शकरीही उठली न् नवऱ्याच्या मागोमाग

ओट्यावर गेली.

"कोन हाये रे बाबा?" तिनं मवाळ आवाजात विचारलं. धडाड् करून परत एक दगड आला, तो रामजीच्या पायाजवळच येऊन पडला.

"अरं तुजी माय व्यायली– अरं असा फुडं तं ये, मंग दावतो-" रामजीनं बाहेरच्या गडद अंधाराकडे तोंड करून मोठ्यानं आरोळी ठोकली.

उत्तर आलं नाही; पण आणखी दगड भिरकावले गेले. एकही दगड पुन्हा ओट्यापर्यंत मात्र आला नाही. छपरावर, भिंतीवर आपटून दगड पडत होते. शकरी आता चांगलीच घाबरली आणि कोपऱ्यात दडून बसली.

जरा वेळानं दगड यायचे बंद झाले अन् शांतता पसरली. मग धैर्य एकवटून रामजी परत ओरडला

"अरं बायल्या, असा समूर तं ये माज्या, मंग तुला दाखिवतो बेट्या, अरं हायेस तरी कोन, आँ?"

आणि अगदी अनपेक्षितपणे अंधारातून एका स्त्रीच्या रडण्याचा आवाज आला– रात्रच जणू तळमळून विलाप करत असेल तसा–

"अरं रांडीच्या... रामल्या... तूच मारलीस माज्या लालीला– आन परत, दे माजी पोरगी मला... दे आनून परत मला माजं लेकरू."

रामजी न् शकरी एकमेकांना बिलगून उभे होते, घाबरून थरथर कापत होते. आता त्यांच्या लक्षात आलं होतं की, आवाज कुठून येत होता आणि कुणाचा होता. तेवढ्यात आणखी एक मोठा दगड आला, न् ओट्यावर पडला.

अंधाऱ्या, शांत रात्री तो आवाज भीती वाटेल असाच होता. भूत मानगुटी बसलं असेल तसे, त्या टेकडीवरच्या एका बाजूला एकटंच असलेल्या त्या घरात ते नवराबायको थरथर कापत होते. पुन्हा त्याच स्त्रीचा आक्रोश कानी आला–

"अरं मुडद्या! तूच मारलीस रं माज्या लालीला! आन तिला परत न्हाई तर तुजं नरडं फोडीन मी- हरामड्या तूच-तूच रं-"

आता रामजीची गाळण उडाली, श्वास कोंडला; तो कसाबसा म्हणाला,

"आलं लक्षात- ही तर वकताजीची बायकू रमली, अग एऽरमली, येड बीड लागलं का काय तुला? आय शप्पत, अर्ध्या रात्री ह्ये काय मांडलंयस काय तू, आं? काय भान बीन हाये का न्हाई तुला? अशा या काळुखात रामवार पास्नं इथवर यायला भ्या न्हाय वाटलं तुला? काय गं, एऽरमली?"

एक दगड जोरात आला न् शकरीच्या घोट्याला लागला.

"म्येले वंऽऽ" ती जोरात ओरडली, "अरं धावा, जा तुमी लवकर, थांबवा त्या बयेला- जावा नं वं-"

"म्या न्हाय् जायाचा. डोस्कं फिरलंया तिचं- तिचा काय भरुसा?"

बाहेरून शिव्यांची लाखोली चालूच होती. "आता? काय करू म्या?" काही न सुचून रामजी ओसरीवर फेऱ्या मारत होता, अस्वस्थ, घाबरलेला. या पावसात पळून तरी कुठे जाणार न् लपणार तरी कुठं? घरातच लपलं तर? -

"अरं देवा, काय करू रं?" म्हणत डोक्याला हात लावून, शकरी एका कोपऱ्यात मटदिशी बसून गेली.

"माजी लाली परत आनून दे- तूच हायेस तिला मारनारा" पावसाच्या आवाजाला भेदत अजूनही त्या स्त्रीचा आक्रोश अधूनमधून कानावर पडतच होता.

रमीला विधवा होती, लाली तिची थोरली मुलगी. दुष्काळी कामावर ठेकेदार असलेल्या रामजीने तिला प्रथम पाहिली, तेव्हा लाली सोळा वर्षांची होती. तारुण्यानं मुसमुसलेली लाली बघून रामजीच्या वासना जागृत झाल्या. रमीलापेक्षा लाली कितीतरी जास्त सुंदर होती. त्यानं मनाशी ठरवलं की, काहीही करावं लागलं तरी लालीला सोडायची नाही! वा! काय रूप, काय जवानी, काय बांधा होता तिचा!

रामजी चांगलाच अहंमन्य होता. मुकादम म्हणून त्याची ऐट असायची. रामवार गावातल्या आदिवासींना तो दुष्काळी कामावर मजूर म्हणून घेऊन जायचा. रस्ता बांधायचं काम चाललं होतं, तिथले सगळे मजूर - बायका, पुरुष - काही तरुण, काही प्रौढ, सगळे त्याच्या मेहेरबानीनं दोन पैसे मिळवीत होते. याचा अर्थात रामजी पुरेपूर फायदा घ्यायचा. काम मिळण्याबद्दल पुरुष रामजीला लाच देत असत आणि बायका त्याच्याबरोबर झोपायला कबूल होत असत. रामजी खूश असायचा! हे गरीब आदिवासी- ना धड झोपड्या ना धड भांडीकुंडी- जमिनीचा एवढासा तुकडा असलाच तर मालकीचा असायचा, त्यातनं वर्षभर पुरेल एवढं पोटाला थोडंच मिळणार? त्यामुळे झक्कत बाहेर कुठलं तरी काम शोधावंच लागायचं आणि साहजिकच असं काही काम मिळून पोटापाण्याची सोय होत असेल तर त्याचं मोल त्यांना इतकं होतं की, त्यासाठी काम देणाऱ्यानं अब्रू लुटणं याचंही मग त्यांना काही वाटेनासं व्हायचं! तोही व्यवहाराचाच एक भाग!

रमीलाचा नवरा मेल्यावर पैसे मिळवायची तिची गरज आणखी वाढली. जवळपासच्या भागांत दुष्काळी कामं जोरात चालू होती. जरा अनिच्छेनंच पण नाइलाज म्हणून ती कामावर जाऊ लागली. तसं तिचं वयही अजून तरुणच होतं; त्यामुळे अशा ठिकाणी चालणाऱ्या देहविक्रयात ती लवकरच अडकली गेली. तीस वर्षांची रमीला चार-पाच मुलं पदरी असली तरी तारुण्य टिकवून होती. रात्री घराच्या ओसरीवर जे काही व्हायचं, ते आत झोपलेल्या मुलांना कसं कळणार? रमीलाकडे असे येणाऱ्यांमध्ये रामजी 'खास माणूस' होता. तो स्वतः खूपदा यायचा आणि दुसऱ्या कोणाला येऊ द्यायचं तेही तोच नक्की करायचा!

रमीलाची सर्वांत मोठी मुलगी लाली. वयाच्या मानानं ती जास्त हुशार होती. रात्री काय चालतं, याचा अंदाज तिला आला; मग खात्री झाली आणि तिचं एवढंसं मन खळबळून उठलं! तिच्या वडिलांबद्दल तिच्या मनात खूप प्रेम, खूप आदर होता. त्यामुळे आईच्या या वागण्यानं आईबद्दल लालीच्या मनात तेढ निर्माण झाली. तिनं मनाशी ठरवलं की, ती स्वतः असं कधीही वागणार नाही. निष्पाप, भोळ्या लालीनं मनाशी निश्चय केला की, ती चांगल्या खंबीर, सभ्य माणसाशीच लग्न करेल; कुठल्यातरी ऐऱ्यागैऱ्याशी मुळीच करणार नाही अन् कायम आपल्या नवऱ्याशी एकनिष्ठ राहील!

एका संध्याकाळी दिवेलागणीला लालीची चुलत बहीण कांता आली. गोड गोड बोलत ती लालीला म्हणाली,

"लाली, उद्या माझ्याबरोबर येशील?"

"कुठं?"

"मोडासाच्या अलीकडे; रस्त्याचं काम चाललंय, तिथं."

"मी न्हाई येनार. हितचं मेले तरी चालेल; पन रस्त्याच्या कामावर न्हाई येनार."

"पण हितं तर तू उपाशी मरतेयस! आनि तुजी आई पन म्हनाली की, लालीला घिऊन जा म्हनून."

"माजी आई? ती कोन सांगनार मला?" डोळे वटारून लाली म्हणाली.

"तुजी आई म्हणाली की, घरात थोडं पन तेल न्हाई, का पीठ न्हाई!"

"त्ये बी खरंच, पन मला न्हाई जायाचं कुटं बी. घराचा उंबरा वलांडून जायचंच न्हाई मला."

आणि मग बोलता बोलताच जरा बावरून, नरमाईनं ती म्हणाली,

"आनि मी कदीबी गावाच्या भाईर कुटं गेलीच न्हाईये, तर-" कांता जरा चिडून म्हणाली,

"अगं, चल म्हनतेय ना आता? कवा पोतर आईच्या पदराला धरून ऱ्हानार हायेस? आनि ह्ये बग, समजून घे मी काय म्हनतेय ते. तू आता लहान न्हाई ऱ्हायलीस, तरणीताठी हायेस. आता असं ल्हान पोरीगत करून कसं चालेल?"

यावर लालीनं काही उत्तर दिलं नाही. गप्प राहिली. कांतावर तिचा विश्वास नव्हता. रामवारच्या आजूबाजूच्या गावांमध्ये अफवा होती की, कांता रामजीला मुली पुरवत असे आणि तिला स्वतःला तर वाटायचं की, कांता नुसतं तेवढंच करत नसावी; पण ती रामजीच्या सगळ्याच कारवायांमध्ये सामील झालेली असणार.

"काय गं कांता? काय म्हन्तीस?"

रमीला ओट्याच्या पायऱ्या चढता चढता म्हणाली. डोक्यावर टोपलं होतं; शेतावरून परत आली असणार.

"मजेत हाये की काकी!"

रमीलानं तिच्या डोक्यावरून प्रेमानं हात फिरवला.

"काकी, या लालीला सांगत होते की, रामजीच्या कामावर चल."

मग डोळे मिचकावत पुढे "रामजी तिला खूश करून टाकल बघा!"

रमीलाच्या काळजात ईर्षेचा तीर घुसला. माझं शरीर कितीकदा यानं कुस्करलंय आणि आता माझ्या पोरीवर नजर गेली याची? माझ्यात काय कमी पडलं त्याला, की-

"रामजी? रामजीनं बलावलंय व्हय हिला? पन खरं सांगू तुला माजी बाई? लालीशिवाय ह्ये घर न्हाई चालनार बग! तीच बगतीय ना घरातलं समदं काम!"

रमीलानं टाळाटाळ केली.

पण कांता कसली ऐकून घेतेय?

"अवं काकी, आता तं हिची धाकटी भईण काशी पन मोटी झालीय, न्हवं? घरातलं काम तर ती पन करंल. बगा मग, मला तरी पाठवायला काय अडचन दिसत न्हाई. रामजी म्हनत व्हता की, 'रमीलाची ल्येक हाये म्हून दुसऱ्यांपेक्षा दोन पैकं जास्तच दीन म्या तिला!' "

रमीला आणखी हट्टाला पेटली.

"अगं, मी न्हाई का त्येचं काम करत, ते आता माज्या पोरीला बलावतोय! न्हाई, लाली न्हाई जायची."

पण कांता कसली हटते? तिनं तर रामजीला वचन दिलं होतं, लालीला घेऊन येईन म्हणून अन् त्याच्या बदल्यात रामजीनं तिला लालूच दाखवली होती की, 'लालीला माझ्या सेवेला आणून दे, तुला मालामाल करून टाकीन, काय मागशील ते देईन!' कांता ही संधी जाऊ देणार नव्हती, कारण तिची तर मग मजाच मजा झाली असती! उन्हात काम करावं लागलं नसतं, माती खोदा, घमेली भरा, दगडधोंडे उचला; काहीही करावं न लागता आरामात राहता आलं असतं अन् रामजीसाठी दलाली करणं हे तर आपुलकीपोटी होतं. त्याची मर्जी मिळवणं म्हणजे काय अशीतशी गोष्ट होती? अन् शिवाय तिला गर्व होता की, पोरींना 'हो' म्हणायला लावण्यात ती तरबेज होती. त्यांनाही काम कमी करून, जास्त पैसे मिळायचे म्हणून शेवटी त्या कबूल व्हायच्या. पोरी न् रामजी दोघांच्याही मनासारखं झालं की, तिची चैन असायची. रामजीच्या मर्जीतल्या मुलींपैकी तीच एक अशी होती, जी रामजीला आपल्या तालावर नाचवू शकत असे. हुकुमाचा पत्ता तिच्या हाती होता!

"काकी, अहो काकी," असं म्हणत कांता घरात जाऊन रमीलाच्या कानाशी लागली,

"आज रात्री रामजीला भेटून घ्या ना तुमी? मीच घिऊन येईन, वाट बगा, हं? बाकी तुमच्याशिवाय रामजीचं चालतच न्हाई, तवा नक्कीच येईल तो! चला तर, मी

येऊ आता? लालीला चार वाजता न्यायला येईन, तयार असूं दे ती." अन् कांता परत गेली.

त्या रात्री लालीखेरीज रमीलाची बाकी सगळी मुलं ओसरीवर शेजारीशेजारी झोपून गेली. साबरकांठा जिल्ह्यातल्या आदिवासी लोकांचं हे एक वैशिष्ट्य आहे की, ते कधी घराच्या आत झोपत नाहीत. पिढ्यान्‌पिढ्या चालत आलेली भुताखेतांची भीती हे एक कारण असू शकेल. लालीची खाट ओसरीच्या एका टोकाला होती न् रमीलाची दुसऱ्या टोकाला. त्या रात्री दोघींनाही झोप येत नव्हती. रमीला रामजीची वाट बघत होती न् लाली उद्या काय करावं, जावं की जाऊ नये या विचारात तगमगत होती.

मध्यरात्रीच्या आधीच रामजी आला. नेहमीसारखा रमीलाच्या खाटेपाशी जाऊन उभा राहिला. रमीला उठून गुपचूप घरात गेली. तिथं दुसरी खाट टाकून ठेवलेलीच होती. रक्ताची चटक लागलेल्या वाघासारखा रामजी अगदी सराईतपणे तिच्या मागे आत गेला.

लाली पडल्यापडल्या बघत होती. तिचं मन शरम, घृणा आणि किळस यांनी भरून आलं होतं. आतून खुसखुस ऐकू येत राहिली, तशी घृणेची जागा संतापानं घेतली.

'शी! शी! ही कसली आई? ही तर चक्क बाजारबसवी! थू! दाखवून देईन तुला मी आई, घर सोडूनच जाईन आता मी; ती परत तुला तोंड नाही दाखवणार!' मनोमन ती आक्रोश करत होती, 'मी जाईनच घर सोडून आणि पुन्ना पायरी न्हाई चढनार घराची. या असल्या आईला न सांगताच निगून जाईन मी!'

लाली उठून बसली. घागरा झटकून सारखा केला अन् चुपचाप पायऱ्या उतरून अंगणात आली न् अंधारात चाचपडत निघाली कांताकडे. शेजारच्या टेकडीवरच्या तिच्या चुलत बहिणीच्या घरी पोहोचली. कांता ओसरीच्या कुठल्या कोपऱ्यात झोपते हे तिला ठाऊक होतं. ती सरळ तिच्याजवळच गेली. कांता दचकून उठून बसली.

"कोन? कोन हाये ते?"

"मी, मी हाये लाली-"

कांताचा आनंद लपत नव्हता. तरी ती शक्य तितक्या थंड आवाजात म्हणाली, "का गं, आत्ता पहाटंची आलीस? काय जालं?"

लाली खाली बघत गप्प राहिली. कांतानं तिला जवळ बसवलं न् म्हटलं, "बस लाली, अन् मी काय सांगतेय ते ऐक. न् येताना बरुबर एक पेला, तेल, कंगवा यवडं न इसरता घिऊन ये. बाकी समदं म्या घिऊन यीन- पीठ, मीठ, तेल, समदं. भाजी तं तिथं मिळंल. जा आता, तयारी कर. थोडं सरपण पन घिऊन ये बरुबर."

मग तिचा हात दाबून धीर देत म्हणाली,

"जा आता, समदं झ्याक हुईल."

महाप्रयासानं लालीनं तोंड जरा हसरं केलं आणि मग ती परत गेली.

डुंगरी गरासिया आदिवासीची ही विशिष्ट पद्धत आहे की, दुसरीकडे कामाला जाताना सरपणाला लाकडं, पीठ न् त्यांच्या जमिनीत जी काय उगवली असेल ती भाजी वगैरे बरोबर घेऊन जातात. हेतू एवढाच की, कमी पैसे खर्च करावे लागतील अन् जे मिळतील त्यातले जास्तीतजास्त पैसे घरी नेता येतील.

दुसऱ्या दिवशी चार वाजता कांता लालीच्या घरी आली. लाली तयारच होती. रात्रीच घरी येऊन तिनं मुकाट्यानं बरोबर न्यायच्या वस्तू गोळा करून ठेवल्या होत्या. ती झोपली नव्हतीच. मध्यरात्र उलटल्यावर रामजी गेला आणि कपडे सारखे करत बाहेर येऊन रमीला परत झोपून गेली. कांता आली तशी लाली उठून बसली; थाळी न् गाठोडं घेतलं न् लाकडाची मोळी डोक्यावर ठेवलीन् आणि मग आवाज न करता गुपचूप दोघी बाहेर पडल्या. कांताच्या मागे जाता जाता लाली वळून वळून घराकडे पाहत मनोमन घराचा निरोप घेत होती. त्या घरावर जीव होता तिचा. घराच्या मागच्या बाजूला उभ्या असलेल्या डोंगरटेकड्यांवरही जीव होता. डिंक गोळा करायला, टिंबरा आणि दुसरी कसली कसली फळं तोडून आणायला हजार वेळा तरी तिनं त्या डोंगर-टेकड्या पालथ्या घातल्या असतील! खूप आवडायचे ते डोंगर तिला जसे तिचे वडील आवडायचे, तसेच! तिच्या आयुष्याचा एक अभिन्न भाग होते ते. ती परत परत वळून त्या डोंगरांकडे पाहात होती, घुटमळत होती आणि कांता मग सारखं सांगत होती की,

"अगं, चल ना पोरी. पाय उचल चटचट, खूप लांब जायचंय आपल्याला!"

एरवी दोघी एकमेकींशी काहीच बोलत नव्हत्या, मुकाट्यानं चालत होत्या. उजाडायला लागलं न् सूर्याच्या पहिल्या किरणांनी आकाश लाल गुलाबी झालं, तेव्हा पुन्हा एकदा, लालीनं शेवटचं मागे वळून बघितलं. एक उसासा टाकला. गालांवरून मूक अश्रू ओघळत होते.

"लाली, अगं, एवढं काय वाटून घेतेयस? काय मरणार का आहेस? दोन-तीन महिन्यांचं तर काम, मग यायचंच आहे ना परत घरी? नक्कीच यायचंय, काय?"

लाली काहीच बोलली नाही. तिनं एक मोठा आवंढा गिळला अन् त्याबरोबर स्वतःचं दुःखही. मग मात्र तिनं पाऊल उचललं.

'कांताला नाही कळायचं! तिला सांगण्यात काही अर्थच न्हाई!' ती आपल्याशीच म्हणाली.

एका महिन्यानंतर एका भयाण रात्री, जवळजवळ त्याच वेळेला, रामवार

गावाकडे एक ट्रक हळूहळू येत होता. ड्रायव्हरच्या कॅबिनमध्ये त्याच्या शेजारी दोन माणसं बसली होती. त्यातला एक होता मुकादम रामजी. तिघंही आपापल्या विचारात गुंग होते, तिघांच्याही मनावर ताण होता. ट्रकच्या मागच्या भागात जे होतं, त्यानं प्रत्येकाच्या मनाचा ताबा घेतला होता. तिथं होती एक पांढरी चादर आणि त्या चादरीत गुंडाळलेलं शव- एका तरुण आदिवासी मुलीचं- लालीचं!

ट्रक जणू कण्हत, कुंथत चढण चढत होता. ट्रकच्या हातात असतं तर साबरकांठाच्या या डोंगरांमध्ये तो आलाच नसता! डोंगर- सगळीकडे डोंगर- उजाड, वैराण. एका महिन्यापूर्वी याच डोंगरांना रामराम करून लाली इथून गेली होती.

सूर्याचे किरण अचानक बाहेर आले आणि त्या डोंगर-दऱ्यांवर पसरले. तोपर्यंत ट्रक देगामडाच्या पायथ्याशी येऊन पोहोचला होता. रामजीनं ड्रायव्हरच्या कानात काहीतरी सांगितलं- असाच सरळ सरपंचांच्या घरीच चल. तिथं रहाणारे जाडेजा जातीचे लोक राजपूत लोकांपेक्षा खालचे समजले जात; पण डुंगरी गरासिया लोक त्यांना खूप मान देत असत आणि त्यांना वचकूनही असत. ट्रकमधल्या मंडळींनीही मनातल्या मनात घाबरतच सरपंचांचं दार ठोठावलं. बराच वेळ ठोठावलं, तेव्हा कुठं कोणीतरी एकदम धाडदिशी दरवाजा उघडला आणि धोतर नेसलेला एक उंचापुरा माणूस बाहेर आला.

"काय हाये रे? अरं, ही काय कुणाचं दार वाजवायची वेळ आहे?" लाल डोळे वटारत सरपंचांनी दरडावून विचारलं.

"बाबाजी, मेहेरबानी करा न् रागावू नका! तुमच्याशिवाय या भानगडीचा निकाल करता येनार न्हाई म्हणून तुमास्नी अशा भलत्या येळंला तरास द्यावा लागला बाबाजी!"

ठेकेदार रामजी हात जोडून, काकुळतीला येत म्हणाला;

"मला आत येऊ द्या, तुमास्नी समदं सांगतो."

चित्यासारखा सरपंच एकदम सावध झाला. इतका वेळ अर्धं बंदच असलेलं दार उघडून त्यानं रामजीला आतल्या अंधेऱ्या खोलीत येऊ दिलं न् विचारलं,

"कोण आहात तुम्ही न् झालंय काय असं?"

"बाबाजी, मी रामजी, मोडासाचा ठेकेदार. तुमी मदत क्येलीत तरच मी भाईर निगंन या भानगडीतनं."

असं म्हणत झटकन त्यानं शंभराच्या नोटांचं पुडकं सरपंचांच्या हातात कोंबलं अन् पुढं म्हणाला,

"बाबाजी, मेहेरबानी करा न् वक्ताजीच्या बायकूला ही खबर कळवा की, ट्रकमंदी तिच्या लेकीचा लालीचा मुडदा पडलेला हाये-"

जाडेजानं 'समजलं' अशा अर्थी रामजीकडं बघितलं. काहीच न बोलता दोघंही

काय ते समजून गेले.

"रस्त्याच्या कामावर अपघात जाला, जे व्हायाचं ते व्हऊन गेलं- काय करनार? तुमी जरा मेहेरबानी करून इथं सही क्येली, तर- केस मंजूर कराया सही पायजे न्हव?"

रामजीनं सरपंचांच्या समोर एक कागद धरला. जाडेजानं निर्विकारपणानं पैसे खिशात घातले न् म्हणाला,

"तू काळजी नगं करू, सगळं काही ठीक हुईल; मी हाये ना इथं बसलेला, काय?"

रामजी परत ट्रकमध्ये येऊन बसला. ड्रायव्हरनं ट्रक चालू केला. हळूहळू ट्रक रामवारच्या बाहेर धरणाच्या टोकाशी आला न् मग आचके देत थांबला. दोघांनी मिळून प्रेत बाहेर काढलं न् बोरीच्या झाडाखाली ठेवलं. दोघं परत ट्रकमध्ये चढले न् आल्या रस्त्यानं ट्रक परत गेला! जाताना चांगला वेगानं गेला. जणू सगळं वजन उतरवलं गेलं होतं!

आजूबाजूच्या टेकड्यांवरच्या घरांच्या मधून जाता जाता ट्रकमधल्या तिघांनी सकाळच्या उन्हात सरपंच जाडेजा आणि त्याच्या मागे तीन ठाकरडे वक्ताजीच्या घराकडे चाललेले बघितले.

रामजी सापासारखा फूत्कारला आणि त्यानं कपाळावरचा घाम पुसला.

टेकडीवरच्या तिच्या घराच्या ओसरीवर बसून सकाळी रमीला दात घासत होती. तिथून तिला थोडे ठाकरडे समोरचा चढ चढताना दिसले, तशी तिनं साडीचा पदर डोक्यावरून घेऊन सारखा केला. तिला वाटलं, 'कदी न्हाई न् आज ह्ये समदे इतक्या सक्काळचं कुटं निगाले?' बघितलंन् तर ते लोक सरपंचाच्या घराच्या पायऱ्या चढत होते.

'नक्की काय तरी बी काळंबेरं हाये.' ती मनाशी म्हणाली.

'न्हाईतर ही माणसं या गरासियाच्या खेड्यामंदी या येळंला कशापाई येतील?' मग तिला दिसलं की, सरपंच बाहेर येऊन त्यांच्याशी काही बोलत होते. रमीलाच्या मनात अमंगळ शंका येऊ लागल्या.

'बाप रे! काही भलतंसलतं तर नसंल ना झालं? लाली! लालीला तर काई? कुदरत! कुदरत!' तिला घाबरून हुंदके येऊ लागले. आदिवासी लोक अजूनही, आपण जसं 'अरे देवा' म्हणतो, तशा अर्थी 'कुदरत' (निसर्ग) म्हणतात. त्यांच्या मनात ठाम ठसलेलं असणार की, देवाची शक्ती म्हणजे निसर्गाची शक्ती. यांच्यातले काही लोक हिंदू झाले आहेत; पण तेही चटदिशी 'अरे देवा' न म्हणता 'कुदरत' म्हणतात. निसर्गाची दैवी शक्ती असते आणि संकटाच्या वेळी तीच मदत करेल

अशी त्यांची भावना असते.

रमीला मनाशी घाबरून विचार करतेय, तेवढ्यात तिला दिसलं की, कानजी सरपंच त्यांच्या अंगणातून बाहेर पडले आणि तीन ठाकरडे त्यांच्या मागे मागे. बापरे! कानजी तर सरळ तिच्या झोपडीकडेच येत होता. 'कुदरत! कुदरत!' ती आता मोठ्यानं म्हणू लागली. ती आता चांगलीच घाबरली होती. जगातली सगळी दैवी शक्ती तिच्या पाठीशी हवी होती तिला आत्ता!

सरपंच आता सरळ ती अंगणात उभी होती, तिथं आला आणि घसा खाकरून हळू आवाजात बोलू लागला;

"रमीलाबाई, ही वाईट बातमी सांगायला खूप वाईट वाटतंय मला; पण काय करू? बाई, तुझ्या लेकीला लालीला जिवावरचं दुखणं आलंय! सगळी कुदरतची करणी आहे!"

"माजी लाली? आजारी पडली? अरे कुदरत! माताजी!"

रमीलानं छाती पिटली न् शेवटी तोंडावर दोन्ही हात झाकून बसली. कानजी पुढे बोलत राहिला.

"आत्ताच मला यो निरोप आलाय. लालीचा काका खातराजी माझ्याबरोबर देगामड्याला येतोय, तिथून मोडासाला टेलिफोन करू, तू इथं वाट बघ."

एवढं बोलून झटदिशी वळून तो भराभरा चालू लागला. तिघं ठाकरडेही त्याच्या मागे गेले.

रमीला जमिनीवर बसकण मारून, मोठ्यानं रडू लागली. तिची दुसरी मुलगी काशी धावत आली न्

"काय जालं? का रडतीयास?" असं भेदरून विचारू लागली.

"बेटा, काशी गं, आपली लाली आजारी झालीया, आता कोन जानं काय व्हईल?"

अन् मग चिरकलेल्या आवाजात म्हणाली,

"मला तर लई भ्या वाटतंया की, लाली न्हाई ऱ्हाईली-

अन् पुन्हा ती मोठ्यानं रडू लागली.

बायका गोळा झाल्या. तिच्याभोवती बसून तिला गप्प करू लागल्या, पुरुषही गोळा झाले न् नेमकं झालंय काय याची चौकशी करू लागले. पोरंसोरंही गोळा होऊन, घाबरून मुसमुसायला लागली.

फार वाट पाहावी लागलीच नाही. मोघजीचं- लालीच्या चुलत भावाचं लक्ष एकदम धरणाकडे गेलं. तिकडून चौघेजण काहीतरी उचलून आणताना दिसले.

"काकी! बगा! तिला उचलून घरी आनत्यात-"

आघातानं सुन्न झालेली रमीला.

"कोनाला? लालीला?" करून ओरडत उभी झाली न् समोर जे दिसलं, त्यानं पार खचून जाऊन चक्कर येऊन जमिनीवर पडली.

सगळेजण त्या येणाऱ्या चौघांकडे बघतच राहिले. सगळ्यांची तोंडं पार बंद झाली होती– सारे समजून चुकले होते काय झालं होतं ते– लालीची तिरडी होती ती! कुणालाच काय करावं, काय बोलावं हे समजत नव्हतं. फक्त रमीलाचा आक्रोश चालू होता.

खातराजी लालीचा काका. त्यानं ओसरीवर खाटलं ठेवून त्यावर लालीचा देह ठेवला. खतराजीची बायको जीवी न् रमीला तोंडावरची चादर दूर करायला धावल्या; पण खतराजीनं त्यांना थांबवलं न् हळूच म्हटलं,

"सावकाश- जपून, लाली म्येली हाये!" बोलता बोलता त्यानं फक्त एका टोकानं चादर उचलली न् तिचं तोंड दाखवलं.

अर्थात ही केवळ औपचारिकताच होती. सगळ्यांच्या ते आधीच लक्षात आलं होतं. रमीलाच्या शोकाला आता पारावार राहिला नाही. तिचा आक्रोश आसमंत भेदून जात होता. तिच्या त्या आक्रोशात लालीच्या मृत्यूचं दुःख, तिच्याबद्दलचं खरं खरं प्रेम आणि एक छुपा पश्चात्ताप, सगळंच होतं! अधूनमधून ती गप्प व्हायची, स्वतःतच हरवून जायची. साऱ्या गावात आता स्मशानशांतता होती. सगळीकडे बातमी पसरली होती की, रमीलाची थोरली लेक लाली एकाएकी मेली.

जीवीनं नवऱ्याला खूण केली. दुसऱ्या पुरुषांच्या मदतीनं त्यानं तो मृतदेह आतल्या खोलीत नेला. तिथं मग जीवीनं हळूच वरची चादर आणि धुळीनं भरलेली साडी काढली. लालीच्या उघड्या देहावर नजर पडली तशी–

"हाय! हाय!" असा चीत्कार काढून ती म्हणाली,

"हैवानांनी कुस्करून पार चोळामोळा केलाय हिचा!" लालीच्या मृतदेहावर दिसणाऱ्या भयानक अत्याचाराच्या अनेक खुणा पाहिल्यावर शंकाच नव्हती की, तिच्यावर अमानुष बलात्कार झाला होता!

हे ऐकल्याबरोबर, काय झालं ते खातराजीच्या क्षणार्धात लक्षात आलं. सरपंचानं दिलेला तो कागदाचा तुकडा! त्याच्यावर लिहिलेलं धादांत खोटं विधान! सारं काही लक्षात घेत, त्यानं तो कागद पुन्हा उघडून वाचला

जय जलाराम इस्पितळाचं सर्टिफिकेट– "बुलडोझरच्या धक्क्यानं आंतरिक रक्तस्राव होऊन लाली मृत्यू पावली."

खातराजीनं त्याच्या बायकोकडे पाहिलं. संतापानं त्याचे डोळे लाल झाले होते.

"हरामजाद्यांनो!" द्वेष ओकत असेल तसा तो जमिनीवर भुंकला. दुःखानं त्याचं हृदय जड झालं होतं. छातीवर बुक्का मारून घेत, त्या कागदांचा चुरगळा करत तो ओरडला,

"खोटारडे! हरामजादे! खुनी!"

त्यानंतर काही माणसं आतल्या खोलीत गोळा झाली आणि सगळीकडून वेगवेगळ्या सूचना येऊ लागल्या. बऱ्याचजणांचं मत होतं की, लालीचं दफन करण्यापूर्वी पोलिसात फिर्याद नोंदवावी, हे बरं.

"पन कांता कुटं दडून ऱ्हाईली हाये ती? ती कशी दिसत नाहीये कुठं? हिला ती घेवून ग्येलेली; मग आता या वेळेला कशी न्हाई आली?" खातराजीच्या आत्ता हे लक्षात आलं.

"न्हाई, ती न्हाई आली," खातराजीचा बाप काळाभाई म्हणाला.

"जाडेजाबाबानीच मला सांगितलं."

"बगून घीन! समद्यांच्या शेपट्या न्हाई कापल्या तर नावाचा खातराजी न्हाई. माझा लेक मामलतदार हाये मामलतदार! समद्यांना बगून घीन. मोंघजी, जावा लौकर; तू तार करा त्येला 'असशील तसा निगून ये' म्हनावं."

कांता, लाली अन् त्यांच्याबरोबर रामवार न् तावडा गावांतली कितीतरी तरुण पोरं-पोरी, पहाटेपासून संध्याकाळपर्यंत चालत चालत, रात्र पडायच्या सुमाराला जिथं दुष्काळी काम चाललं होतं, तिथं पोहोचली. जागा तशी दूर होती आणि पुरेसे मजूर गोळा करायला वेळ लागायचा. या जागेचा मुकादम करसन पटेल होता. तो रामजीची न् त्याच्या मजुरांची वाट बघत बसला होता. आदिवासी लोकांना मजूर म्हणून ठेवणं त्याला बरं वाटायचं. कमी पैशात ते खूप काम करायचे. कुरकुर न करता, जे सांगावं ते करायचे; कशालाही 'हो' म्हणायचे. त्यात आणि आदिवासी मुलींवर तर तो फारच खूश असायचा. आदिवासी पोरगी त्याला कधी 'नाही' म्हणायची नाही हे त्याला अनुभवानं ठाऊक होतं. इत्सार मुलींपेक्षा वागायला मोकळ्याढाकळ्या, पुरुषांनी सलगी केली तर एकदम झिडकारून न टाकणाऱ्या, अशा असायच्या बहुतेकजणी. रामजीबरोबर त्याचा अलिखित करारच होता की, नवी पोरगी आली की, ती पहिल्यांदा पटेलची न् मग रामजीची!

त्या रात्री रामजी न त्याचे मजूर येऊन पोहोचले, तेव्हा पटेल चिक्कार प्यालेला होता. मोहाच्या दारूच्या रोजच्या एक-दोन बाटल्या यायच्याच त्याच्याकडे. संध्याकाळी दारू ढोसायची न् एखाद्या आदिवासी मजूर पोरीबरोबर रात्र काढायची हे रोजचंच! पोरी पाठवायचं काम रामजीनं कांताकडे सोपवलं होतं आणि ते चोख पार पाडण्यात ती पटाईत झाली होती. त्या रात्री रामजीनं बरोबर आणलेल्या सगळ्या मुलींची जेवायची न् झोपायची व्यवस्था करण्याचं काम कांताकडे सोपवलं न् मग तो करसन पटेलच्या घराकडे वळला.

पटेलनं त्याला आत बोलावलं,

"ये! ये रामजी! घे एकादा प्याला, आज मस्त माल आलाय बघ, घे." रामजीनं भराभरा एक पेला रिचवून दुसरा भरला. खूप थकून आला होता; त्यामुळे दारू मिळाली तशी तो खूश झाला न् पटेलची खुशामत करायला लागला.

"खरंच हां साहेब, मस्तच आहे माल! हा माल पण मस्त न् 'तो' मालही मस्तच हाय! ही: ही: ही:!"

"अरं काय ही:ही:!" गलिच्छ हातवारे करत पटेल म्हणाला,

"तू तर कमालीचा माल घेऊन आलायस की गड्या! अरं, ती नवी, लाल साडीवाली छोकरी, ती हवी गड्या मला! आहाहा! काय भरलेली आहे अंगानं, वा! तुला हा माल मिळाला की, चैन आहे गड्या तुझी! पण पहिल्यांदा माझ्या खाटेवर पायजे हां ती; उद्याच, काय कळलं?"

उसनं, खोटं हसत रामजी म्हणाला,

"नक्की, नक्की, पटेलसायेब; पन अगदी उद्याच्यालाच म्हंजी जरा फार घाई हुतीय! अगदीच नवी हाये, जरा रुळू द्या, हितं ऱ्हायाची सवय होऊ द्या तिला. असं करा, एक-दोन दिवस दम काढा, न् मंगच्या रातीला ती आलीच तुमच्याखाली समजा! कसं म्हनता?"

मग स्वतःच्या चलाखीवर मनोमन खूश होत रामजी स्वतःशीच म्हणाला,

"साला कुणबी! फुकट्या, हरामी! म्हेनत मी करायची न् हा मजा मारनार! अरं वा! या लालीला तर मीच पयल्यांदा... कवाचा नजर ठिवून हाये तिच्यावर अन् वाट बघतोय तो काय आदी याच्याकडे पाठवायला व्हय? हात् तिच्या..."

विड्या फुंकून काळे न् पिवळे पडलेले दात दाखवत करसन पटेल म्हणाला, "बरं बरं, चालेल दोन दिवसांनी, पन आनखी उशीर न्हाई झाला पायजे; समजून अस!" आणि मग परत घाणेरडे हातवारे करत म्हणाला,

"काय माल आणलायस तू यार, कोवळा कोवळा लुसलुशीत- आहा!" आणि मग असंच अर्वाच्य बरळता बरळता तो पार झिंगून झोपून गेला.

झोकांड्या खात रामजी त्याच्या घराकडे निघाला. अजून तो स्वतःशीच बोलत होता, "ती पयल्यांदा माजी व्हनार. कुणब्या तू गाढवीच्या कोन रं पयल्यांदा मागनारा -"

अन् मग कसाबसा झोपडीत येऊन तो आडवा झाला.

त्या रात्री लालीला भोवतालचा अंधार अजगरासारखा गिळायला येतोयसं वाटत होतं. खूप थकली होती, भूक लागली होती अन् घराची खूप आठवण येत होती.

"कशाला आले मी हितं?" ती स्वतःला दोष देऊ लागली.

"आईचा सूड घ्यायचा तर असं कशापायी केलं मी? आईला असं सोडून

यायला नको होतं- अरेरे! कुदरत! म्या आत्ता हितं नसते, माज्या घरी रामवारलाच असते, तर किती ब्येस जाल असतं...!''

लालीला झोप येत नव्हती हे कांतानं बघितलं.

''लाली, झोप येईना का गं?'' ती म्हणाली.

उकडतही भयंकर होतं. उद्याचा दिवस लालीसाठी कसा उजाडणार होता या विचारानं कांताला अपराधी वाटू लागलं. या पाखरासारख्या भित्र्या लालीला मी उगीच घेऊन आले असंही वाटू लागलं; पण थोड्याच वेळात तिनं आपल्या मनातनं हे विचार काढून टाकले.

तिनं जबरदस्ती थोडंच आणलं होतं लालीला? तिला समज आलेली आहे, ती आपल्या मर्जीनं आली आहे; आता तिचं ती जाणे- मला काय त्याचं? असं तिनं स्वतःला पटवून दिलं.

थोडं उजाडताच काहीतरी खाऊन मजूर कामाला लागले. उन्हं पुरती वर चढलीही नव्हती, तरी झळा मारत होत्या. कडक उन्हाळा जाणवत होता. मुली डोक्यावरचा पदर आणखी पुढे ओढून, उन्हाच्या झळांपासून जरा बचाव करायला बघत होत्या. लाली जड घमेल्यांच्या ओझ्याखाली वाकत होती न् हेलपाटत होती. तिला वाटत होतं, जरा वेळ तरी सावलीत विसावा घेता आला तर किती बरं होईल! तिनं हे असलं इतक्या श्रमांचं काम कधी केलंच नव्हतं. तिचा पोशाख इतर आदिवासी मुलींसारखाच होता. फुलाफुलांचा घागरा, लांडी चोळी न् साडीवजा सुती ओढणी. ओढणी तिनं तोंडावर ओढून घेतली होती; पण तरीही धूळ न् ऊन यांच्यापासून तिचा बचाव होऊ शकला नाही. संध्याकाळपर्यंत तिचं डोकं खूप दुखू लागलं आणि मग सारी रात्र उलट्याच उलट्या होत राहिल्या.

आणि त्यामुळेच तेवढ्यापुरती तरी ती त्या दोन हैवानांच्या तावडीतनं वाचली. कांता रामजीला म्हणाली,

''कशापायी तिच्या मागं हात धुवून लागलायसा? जीव घेणं ऊन, नवी जागा, जरा सवय तर होऊन द्यात तिला, कुटं पळून जानार हाये?''

''वाऽ गं वा तू! मी आदीपास्नं तुला पैसं दिलंत, त्याचं काय मग?''

पण कांतानं त्याला दाद दिली नाही, रामजीला परत जावं लागलं; पण त्याला भीती होती की, करसन पटेलही तिथं गेला न् लालीला घेऊन गेला, तर? असं होणार नाही, हे पाहिलं पाहिजे. आपल्या जवळची दारूची बाटली घेऊन तो पटेलच्या घरी गेला न् गेल्या गेल्या शेपूट हलवू लागला!

''सायेऽऽब! रामराम! आजची रात आमच्या बाटलीतनं घ्यावा! फस्कल्लास माल हाये! एकदम कडक, हां!''

''पण आज जरा कमीच हां, काय? आज ती दुसरी 'चीज' पण खायची आहे

ना!'' मोडासाचा तो कॉन्ट्रॅक्टर बरळला! पण रामजीनं आणलेली बाटली खरोखरच एकदम कडक होती, दोघंही चिक्कार प्याले. पटेल तसाच बरळत आडवा झाला, रामजी झोकांड्या खात घरी गेला.

दुसऱ्या दिवशी लालीला जरा बरं वाटलं; पण ती कामाला गेली नाही. खरोखर काय झालंय ते विचारायला रामजी कांताकडे आला.

''तिची तबियत बराबर न्हाई. जंवर तिला बरं वाटत न्हाई, तंवर तुमास्नी वाट बगावी लागंल.''

कांतानं भक्कमपणानं सांगितलं.

असे थोडे दिवस तर गेले. कांताच्या मागे रामजी होता न् रामजीच्या मागे पटेल. तेवढ्यात पटेलला घरून निरोप आला की, त्याची बायको खूप आजारी आहे; त्यामुळे थोडे दिवस रजा घेऊन त्याला जावं लागलं.

रामजीला वाटलं,

'चला, बला टळली! आता हा परत येत नाही, तोवर मजा आहे!' अर्थात तेव्हा मग कांताला मैदान मोकळं मिळाल्यानं ती रामजीच्याच झोपडीत पडून राहायला लागली. अलीकडे रामजीवर तिचा वचक वाढला होता. लालीकडे आता कांताचं फारसं लक्षही नव्हतं; पण थोड्या दिवसांनी लाली बरी झाली. त्या रणरणत्या उन्हात इतकी कष्टाची मजुरी करायची तिला आता सवयही झाली. तिथं काम करणाऱ्या दुसऱ्या मुला-मुलींशी ओळखीही झाल्या होत्या. गप्पागोष्टी करायला मजा यायची.

''होळीला आमी घरी जानार,'' त्या मुली म्हणाल्या,

''तुज्या घरी येऊन आंगणात नाचू आमी.''

''पन किती दीस हायेत अजून होळीला?'' लालीनं विचारलं.

''तेवीस दिवस. म्हंजी आलीच म्हनायची की, होळी!'' कुणीतरी उत्साहानं म्हटलं; पण तेवीस दिवस लालीला मात्र खूप वाटले. आई, भावंडं, घर, शेतं, डोंगर सगळं परत बघायला ती आता खूप आतुर, खूप अधीर झाली होती. सारखी सगळ्यांची आठवण यायची तिला.

मग एका सकाळी कॉन्ट्रॅक्टर पटेल परत आला. दहा दिवस बाहेर होता, तेव्हाही लालीचा विचार त्याच्या डोक्यातून गेला नव्हताच; त्यामुळे आत्ता खरं म्हणजे या कामावर त्यानं हजर व्हायचं नव्हतं, तरीही तो आला. काम करणाऱ्या सगळ्या मुलींवर नजर फिरवता फिरवता त्याचे डोळे लालीवर येऊन थबकले. रामजी जवळच एका झाडाखाली बसून पटेलकडे बघतच होता.

'आज यो कुणबी लालीला सोडनार न्हाईसं दिसतंय' त्याला वाटलं. तसाही रामजी रागातच होता, कारण इतक्या सगळ्या मधल्या दिवसांत तो काहीच करू

शकला नव्हता. त्यानं ठरवलं की, आज सोक्षमोक्ष लावूनच टाकायचा.

संध्याकाळी त्यानं कांताला फर्मावलं की, आज रात्री तू लालीला घेऊन नदीच्या पलीकडे ये. कांतानं जरा टाळाटाळ करायचा प्रयत्न केला; पण मग रामजीचे रागानं तांबरलेले डोळे बघून ती गप्प झाली. रामजीवर तिचा थोडा वचक असला तरी त्याच्या रागाची तिला भीती होतीच. तिला हेही ठाऊक होतं की, हे दोघे सांड हातघाईवर आले तर पंचाईत होती न् तिच्या दृष्टीनं मग दोघांपैकी रामजीची मर्जी सांभाळणं तिच्या हिताचं होतं आणि लालीबद्दल मनातून तिला थोडी असूयाही वाटली.

'यवढीशी ही पोरटी, असं हाये काय तिच्यात वेगळं की, हे दोघं दोघं पुरुष तिच्यासाठी यवढी तगमग करतायत? अशानं तर लाली माज्या वरचड व्हऊन बसंल, मग माजं काय?'

त्या रात्री लाली न् कांता मजेत, पोटभर जेवल्या. झोपण्यापूर्वी दोघींनी हसून-खेळून खूप गप्पागोष्टी केल्या. मात्र, लालीला आता एवढं समजलं होतं की, तिला आधी वाटत होतं, तशी कांता साधीभोळी नव्हती आणि गावातले लोक तिच्याबद्दल जे बोलत होते, ते खरंच होतं. जो जवळ ओढेल त्याला मिठी मारेल अशी होती ती. रोज अर्ध्या रात्री उठून ती कुठंशी जायची न् पहाटेची परत यायची. लाली मनाशी ठरवायची, 'मी अशी कंदीसुद्दा वागनार न्हाई.' खरं म्हणजे बरोबर काम करणाऱ्या मुलांपैकी एकावर तिचा जीव जडला होता. खूप चांगला मुलगा होता तो; पण तिनं काही त्याला तसं दाखवलं नव्हतं. तिला वाटायचं, 'परदेशी पक्षी आपण, इथं किती दिवस राहणार? कशाला उगाच जीव अडकवायचा?'

गप्पा मारता मारता जराशानं कांता गप्प झाली. लालीला वाटलं की, तिला झोप लागली. लालीलाही झोप येतच होती. मग एकाएकी तिला कुणीसं हलवलं. कांताच होती. म्हणत होती,

"लाली, चल ना माज्याबरुबर, मला भाईरच्याला जायचंय."

पेंगुळल्या डोळ्यांनी ती एखाद्या कुत्र्याच्या पिल्लासारखी कांताच्या मागे मागे जात राहिली. जरा वेळ गेला. कांता तर अजून पुढे पुढेच चालली होती.

"अगं कांता, इतक्या दूर कशापायी जायाचं?"

"नदीच्या पलीकडे जाऊ या वाळवंटात."

"कशापायी?"

लाली पुरतं बोलणार तेवढ्यात पाठीमागून तिला कोणीतरी घट्ट पकडली अन् ती ओरडू शकायच्या आधीच त्या व्यक्तीनं तिच्या तोंडावर घट्ट हात दाबला. लालीचा श्वास कोंडला, डोळे भीतीनं बाहेर आले. तिनं सारं बळ एकवटून सुटायचा प्रयत्न केला; पण सुटू शकली नाही. पायात पाय अडकवून त्या माणसानं तिला जमिनीवर पाडली आणि मग गिधाडासारखा तो तिच्या शरीरावर तुटून पडला. तिच्या कपड्यांच्या

चिंध्या झाल्या, असह्य वेदना झाल्या; आता जीव जातोयसं वाटलं न् शेवटी ती बेशुद्धच झाली!

त्या रात्री करसन पटेल, रामजी लालीला घेऊन केव्हा येतो त्याची वाट पाहत बसला होता. रात्रीचा एक वाजायला आला, तेव्हा त्याला शंका आली की, रामजीनं त्याच्या आधी लालीचा घास घेतला असणार! रागारागानं उठून तो रामजीच्या झोपडीकडे गेला; पण झोपडीत कोणीच नव्हतं. त्याच्या सारं काही लक्षात आलं. तो मोठ्यानं ओरडला.

"साल्या! भिल्लाची औलाद! जर का तू असा दगा दिला असलास, तर आता तुझी खैर नाही!"

हे असले धंदे करायला ठेकेदार रामजी रात्री कुठे जायचा हे पटेलला ठाऊक होतं. तो घाईघाईनं नदीच्या वाळवंटाकडे निघाला; पण तिथं तर झुडपांशिवाय काही दिसेना. तेवढ्यात त्याला काहीतरी आवाज आला न् त्या अंधूक उजेडात मग त्याला दिसला रामजी न् वाळूत आडवी पडलेली मुलगी.

अर्वाच्य शिव्या हासडत त्यानं रामजीला जोरात वर खेचला. रामजी त्याच्या हातातून कसाबसा निसटला आणि धोतर तिथंच टाकून त्यानं धूम ठोकली. पटेल त्याच्यामागे पळणार तेवढ्यात त्या खाली पडलेल्या पोरीकडे त्याची नजर गेली-

'अरे! लाली! लालीच आहे! ही: ही: ही:! शेवटी माझीच झाली लाली-' म्हणत तो तिच्यावर तुटून पडला!

रात्र आणखी काळी होत गेली. सुमारे दीड तास गेला असेल. कांता त्या भयाण काळोखात लालीला शोधत शोधत तिथे येऊन पोहोचली. जमिनीवर अस्ताव्यस्त न् बेशुद्ध पडलेली लाली तिला दिसली; पण लालीच्या अंगाला हात लावताच ती किंचाळलीच! लाली गार पडली होती. खूप रक्तस्राव झाला होता.

खूप घाबरलेली, दुःखानं व्याकुळ झालेली कांता रामजीच्या घराकडे धावली; पण रामजी तिथं नव्हता. आणखी घाबरून ती पटेलच्या घराकडे धावली. तो बाहेरच अंगणात खाट टाकून त्यावर पडला होता. तिला बघितल्याबरोबर तो गुरकावला, "लांब उभी राहा तिथंच रांडे, तिच्या मायला, तुला कुणी बोलावलंय इथं?"

कांता खाटेच्या कडेला धरून, हुंदके देत सांगू लागली,

"सायेब, लाली- लाली- नदीच्या वाळवंटात अर्धी मेली पडलीय सायेब-"

"मग? मला कशाला सांगाया आलीस? जा नीघ इथून, जातेस की न्हाई?" तेवढ्यात रामजी येताना दिसला. कांतानं जाऊन त्याला मिठी मारली.

"बरं जालं तुमी आलात, लाली तं रगताच्या थारंळ्यात पडलीय, मेलीयसं वाटतंया; बाप रे बाप! माजं काय हुईल आता?"

रामजीचं डोकं भराभरा चालायला लागलं.

ही गोष्ट सगळीकडे पसरली तर उजाडायच्या आतच बाकीचे आदिवासी आपल्याला खलास करतील, उद्यापासनं कोणी कामावरही येणार नाही आणि जर का पेपरात छापून आलं–

"कंत्राटदार सायेब," तो गोडीगुलाबीनं बोलू लागला, "मी तर मरंन माज्या मरणानं, पन तुमचं मरण ओढिवलं समजा. आत्ताच्या आत्ता ह्येचा निकाल न्हाई लावला ना, तर- बगा आता तुमीच!"

मग झटपट सल्लामसलत झाली, सगळं काही कसं गुपचूप उरकायचं ते ठरलं, खर्च वाटून घ्यायचा ठरलं. कांता न् रामजी ट्रकची व्यवस्था करायला गेले. ड्रायव्हरला पाचशेच्या कोऱ्या करकरीत नोटा देऊन, लालीचं प्रेत ट्रकमध्ये ठेवलं. त्याला रामजीनं सांगितलं,

"ट्रक सरळ मोडासाला घे 'जय जलाराम क्लिनिक' कडे. तिथल्या डाक्टराला वळकतो म्या!"

मोडासाला डॉक्टरानं ट्रकमध्येच लालीला 'तपासलं'

"पार गार पडलीय." तो रामजीच्या खांद्यावर हात ठेवून म्हणाला.

"सरकारी दवाखान्यात जा आणि पोस्टमॉर्टेम सर्टिफिकेट घ्या. बुलडोझरखाली सापडल्यानं खूप रक्त गेलं होतं. इथं आणली, तेव्हाच शेवटचे श्वास घेत होती असं मी लिहून देतो, ते तिथं दाखवा; काम होऊन जाईल."

लगेचच रामजीनं जवळच्या रेक्झीनच्या पाकिटातनं शंभराच्या नोटांचं एक पुडकं डॉक्टरच्या हातात ठेवलं.

"तुमची मेहेरबानी सायेब- चल रं, सिविल इस्पितळाकडं."

सरकारी दवाखान्यात काम नाही होणार कसं? पैशाच्या पिशवीचं तोंड मोकळंच केलेलं होतं! तिथं लालीच्या देहावर सरकारी पांढरी चादर गुंडाळण्यात आली.

मग शेवटी रामजी कांताकडे वळला न् म्हणाला,

"साले, उतर आता खाली न् सरळ कामाच्या जागेवर जा. खबरदार! एक अक्षर काढलंस तोंडातून तर- परत तुलाच इथं घेऊन यायची वेळ येईल नाहीतर-"

म्हणत नोटांचं एक पुडकं त्यानं कांताच्या चोळीत हात घालत आत खुपसलं! कांता परतीच्या रस्त्याला लागली. चोळीतनं नोटा काढून मोजून बघाव्याशा वाटल्या.

'अरे बापरे! एवढे पैसे? एवढे पैसे तर तिनं आयुष्यात कधी पाहिले पण नव्हते!' पण आतून दुसराही एक आवाज आला

"थूः तुझ्यावर. लाली तुज्याचमुळं मेली!"

पहिल्यांदा असं वाटलं, तेव्हा कांता मनोमन थरथरली, पस्तावली; पण मग मन घट्ट करत तिनं असे विचार मनातनं काढून टाकले आणि ताठ्यानं मनाशीच

म्हणाली,

'माज्यामुळं? कशी? कामावर ती आपल्या मर्जीनं आलीवती. एवढा जब्बर माणूस रामजी, ती सोत्ता होऊन गेली असती त्येच्याकडं तर असं सगळं कशापायी झालं आसतं? तिचं मरण ओढवलंत तर असं जालं; त्येला मी काय करनार? स्वतःचं मन दटावून स्वतःच गप्प करत तिनं चोळीच्या आतल्या नोटांचं पुडकं हातानं दाबलं!

"प्रयत्न करून बघू या," खातराजीच्या नव्यानंच मामलेदार झालेल्या मुलानं म्हटलं. लालीचा दफनविधी होऊन गेल्यावर तो येऊन पोहोचला न् सर्व हकीकत ऐकल्यावर असं म्हणाला तर खरं; पण मग लगेच पुढे म्हणाला,

"एक तर नवी नोकरी माझी, एक करता भलतंच व्हायचं नाही तर!"

पोलीस ठाण्यावर केस नोंदवायला नकार मिळाला!

"आम्ही कुठं प्रेत बघितलंय?" सबइन्स्पेक्टरसाहेबांनी खांदे उडवत म्हटलं,

"मग आम्ही केस कशी नोंदवायची हो?"

खातराजीच्या मामलेदार लेकानं त्याला पाचशे रुपये देऊ केले, तेव्हा तो चक्क हसला! रामजीनं आधीच त्याच्या खिशात पुरे तीन हजार घातले होते!

मग ते लोक वकिलाला भेटले; वकिलांनी म्हटलं, "पोलीस रिपोर्ट, केस नंबर एवढं तरी हवं ना, नाहीतर दावा कसा करणार? आता पुरून टाकलेला मुडदा कशाला उकरताय मामलेदार? अहो, थोडक्यात काय ते समजा ना!"

कांता बाराव्याला आली. तिच्या बरोबर तवाडा गावच्या थोड्या मुलीही आल्या. गावच्या रीतीप्रमाणे वेशीपासूनच छाती पिटून आक्रोश करत! 'मोले घातले रडाया'ची रीत पाळण्यापलीकडे ती काहीच सांगत किंवा बोलत नव्हती. जीवीबेननं तिला बाजूला घेऊन सरळच विचारलं, तेव्हा ती एवढंच म्हणाली,

"मला बाई, कायबी ठावं न्हाई! ती तिच्या मर्जीनं आलीवती आणि ह्ये बुलडोझरचं झालं, त्या दिशी मी तिथं नव्हतीच!" ती असं म्हणाली हे खातराजीच्या लेकानं त्याला सांगितलं, तेव्हा तो म्हणाला,

"बाबा रं, ह्ये तर चोरून खानाऱ्या साळसूद बोक्यावाणी!"

निराश झालेल्या खातराजीच्या शेवटी लक्षात आलं की, आता आणखी काहीही करता येणं शक्य नव्हतं! दीर्घ उसासा टाकून तो म्हणाला,

"जशी कुदरतची मर्जी!"

रमीलाही समजून गेली. त्या दिवसापासून रामजी तिच्याकडे फिरकला नव्हता.

तिच्या मुलीचा खुनी तोच होता! पण काहीही पुरावा नव्हता. खातराजीनं सांगितलं तसे सगळ्यांना पैसे चारले गेले होते. कांता, पोलीस, डॉक्टर, सगळ्यांना! कुठे काही खाणाखुणा मिळण्यासारख्या नव्हत्या आणि गरीब, विधवा, अडाणी, आदिवासी बाईची पोच कुठवर असणार?

"गरीब आदिवासी आपुन, काय करनार वं?" खातराजीही म्हणाला. रमीला आपल्याशीच धुमसत होती, 'मला न्याव व्होवा! समद्यांनी पाय मागे घेतले; पन मी दाकवून दीन रामजी तुला! जाऊ द्यात थोडं दिवस, मग मीच त्याला फूस लावीन पुन्ना! आन् माजं शरीर त्येच्या हाती द्येता द्येता त्याला यवडी दारू पाजंन, यवडी दारू पाजंन- अन् मग त्याचा ××× चेचून टाकंन, पुरुषातच न्हाई ऱ्हाऊ द्येनार त्येला, जीव बी घीन त्येचा; पन दाकवूनच दीन त्येला न्याय करीन माजा मीच!'

'पण! पोरंबाळं अजून ल्हान हायेत, त्यांचं काय? त्यांना कोन बगेल?-' पण मी त्येला शांतपनं जगू तर न्हाईच द्येनार- समदं धोंडं गोळा करीन आन् दिसला की, मार धोंडा, दिसला की मार धोंडा, असं करीन! येऊ तर दे परत त्याला कामावरनं, मग दाखवते!'

पावसाळा सुरू झाला न् दुष्काळी काम संपलं.

धाड् धाड् धडाड्-रामजीच्या घरावर दगड पडत होते. रमीला तोंडानं शिव्यांची लाखोली वाहत होती आणि आभाळातनं मोठाल्या गारा पडत होत्या.

❖

ठेवलेली बाई

सकाळच्या कोवळ्या उन्हात हात डोक्यावरून उंच नेत श्वेतानं झक्कपैकी आळस दिला. कालच झालेल्या तिच्या वाढदिवसाच्या सुखद आठवणी अजून मनामध्ये तरळत होत्या. तेवढ्यात तिची नजर जवळच्या टेबलावर ठेवलेल्या वर्तमानपत्रातल्या कात्रणावर पडली–

'भारतातील प्रगत समजल्या जाणाऱ्या प्रांतांपैकी एक, अशा गुजरातमध्ये सरासरी रोज सहा हुंडाबळी जातात आणि स्त्री-मृत्यूंचा आकडाही गुजरातमध्ये सर्वांत जास्त आहे. दर तासाला येथे एक स्त्री जळून मरते आणि साबरकांठा जिल्ह्यात तर स्त्रियांची स्थिती जास्तच वाईट आहे. सर्वांत जास्त आत्महत्येच्या घटना साबरकांठा प्रदेशात होतात.'

त्या कात्रणाकडे पाहाता पाहाता श्वेता विचारात बुडाली होती; तेवढ्यात एक ओळखीचा, गोड आवाज कानावर पडला "स्वेताबेन हायती का?" (श्वेता - स्वेता)

श्वेतानं वर बघितलं, खातरीबेन उभी होती बाहेर.

"या खातरीबेन, बरं केलंत आलात ते. काल तुम्ही नव्हत्या; बरं नाही वाटलं मला!"

दोघीजणी गळा भेटल्या. एकमेकींपेक्षा जितक्या वेगळ्या असू शकतील तितक्या वेगळ्या. श्वेता तिशीला पोहोचलेली, उत्साही, तडफदार; पण समजूतदार आणि हुशार! डोक्यात असंख्य योजना, अजून प्रत्यक्षात उतरवायचे असलेले महत्त्वाकांक्षी बेत. खातरी असेल चाळीस एक वर्षांची; पण दिसायची जास्तच मोठी. साबरकांठाच्या डोंगरांमधल्या कष्टदायक आयुष्याची चिन्हं, शरीरावर झीज न् थकवा दोन्ही रूपांनी दिसत होती. तरीसुद्धा

ठेवलेली बाई । ३३

बोलायला लागली की, तिचे काळे डोळे चमकायचे. ती जरा संकोचून, थोडंसं हसून म्हणाली,

"तुमचा वाढदिवस व्हता ना काल, मला सय व्हतीना; पन मेलं भाईर पडायला जमलंच न्हाई. माझी ल्येक शांता आजारी जालीय म्हून सांगावा आला, तवा त्या काळतोंड्याच्या घरी न्हवतं जायचं तरी जावं लागलं."

"खूप आजारी आहे का?"

"न्हाई, सर्दीतापच हाये, व्हईल बरी दोन-चार दिसामंदी."

त्या प्रौढेकडे प्रेमानं बघता बघता श्वेता म्हणाली,

"खातरी, खूप दिवसांनी भेटलो आपण, नाही? किती दिवस झाले? दोन महिने? चला या, त्या तिकडं ओसरीवर बसून चहा पिऊ या."

लांब ओसरीच्या, गारवा होता त्या कोपऱ्यात दोघी निवांत बसल्या. जराशानं श्वेता आत जाऊन चहा न् भजी घेऊन आली.

"घ्या, खाऊ या मजेत." अन् मग हसून तिनं विचारलंन,

"हं, सांगा आता, कशा आहात? तुमचा नवरा काय म्हणतोय? नेमा नाव नं?"

कसनुसं हसून खाली बघत खातरी म्हणाली, "नेमा न्हवं, कावा."

"होय की, कावाजी. कसे आहेत?"

बोलता बोलता श्वेताच्या लक्षात आलं की, खातरीच्या चेहऱ्यावर जणू सावट आलं होतं. तिच्या उरातून एक दीर्घ निःश्वास बाहेर पडला. चहाचा कप बाजूला ठेवून श्वेता गप्प बसून तिच्याकडे बघत राहिली. मग तिनं हळू आवाजात विचारलं,

"काय झालं काय खातरी?"

खातरीनं सावकाश नजर वर केली. तिचे डोळे इतके निस्तेज झालेले श्वेतानं कधीच पाहिले नव्हते! तिनं परत विचारलं,

"काय झालं खातरी?"

आणखी एक दीर्घ निःश्वास न् मग हळूहळू हुंदक्यांनी तिचा ऊर धपापू लागला.

"स्वेताबेन, तुमास्नी काय सांगू? ह्ये समदे मरद जनू डुकरं हायती! माज्या कर्मा!" आता ती हमसून हुमसून रडत होती. श्वेता तिच्याजवळ सरकली आणि तिचे हात हातात घेऊन कुरवाळत म्हणाली,

"खातरीबेन, झालं काय ते सांगा तर खरं."

हुंदके दाबत खातरी कशीबशी सांगू लागली,

"कावा... कावा आता त्याची ती ठिवलेली बाई हाये ना, धावरी, तिला माज्या घरात आनून घालाया बगतुया स्वेताबेन, खरं न्हाई वाटत ना तुमास्नी? माज्या उरावर त्या बयेला आनून ठिवनार! आता माज्या नजरंसमूर तो तिला घिऊन झोपंल, आन् त्ये मी कसं वं बगू? कसं करावं म्या, सांगा?" पुन्हा डोळ्यांतनं टपटप अश्रू वाहू लागले.

"बेन, ह्येच्यापेक्षा जर माज्या नेमाजीबरुबर म्या जळून म्येली असते ना, तरच बरं हुतं, ह्ये दिवस बगायची येळ नस्ती ना आली, कर्मा माज्या!"

श्वेता न् खातरी एकमेकींचे हात धरून, गप्प बसल्या होत्या. बाहेर भगभगीत प्रकाश- साबरकांठाचा रणरणता उन्हाळा! पण खातरीच्या मनात जणू काळाकुट्ट अंधार होता, खातरीच्या कापऱ्या आवाजातले बोल जणू आजूबाजूच्या डोंगरांवर आपटून प्रतिध्वनी होत, परत येत होते-

सरखी लिमडी नावाच्या गावात आदिवासी स्त्रियांची एक सभा बोलावली होती. तिथं हाच विषय निघाला होता. रूपली नेहमीच कुणाचं तरी - काहीतरी खुसपट काढायची, तसं त्याही दिवशी ती म्हणाली,

"स्वेताबेन, या खातरीचा आता दुसरा मरद हाये, बरं का! ठावं हाये का न्हाई तुमास्नी?"

श्वेता नवलानं म्हणाली,

"काय सांगतेयस? खरंच?"

"हां बेन! खरंच न्हाई तर काय मंग?" रूपली आणखी रंगात आली

"आन् खातरीची समजूत घालून पाट लावून देनारी पन मीच ना!"

"अगं, तू तुज सांग ना!" रेवा मध्येच बोलली.

"तुजी गोस्ट कुटं येगळी हाये खातरीपेक्षा? कशाला उगाच जास्त बोलतीयास ती?"

आता सगळ्याच बोलू लागल्या, गोंगाट सुरू झाला. कोणाच्या सवतीचा विषय निघाला की, गप्प कोण राहणार? श्वेता सगळं ऐकत राहायची. सुरुवातीला कुतूहलानं; मग अस्वस्थपणानं. सरखी लिमडी गावच्या डॉक्टरी देखरेखीचं काम तिच्याकडे होतं आणि मेडिकल कार्यकर्ता म्हणून ती या गावात काही महिने राहिलीही होती. सुरुवातीला नेहमीसारख्याच अडचणी आल्या होत्या. काहीही बदल घडवून आणायचे तर दारिद्र्य, अज्ञान आणि निरक्षरता ही मोठी विघ्नं होती; पण मग थोड्या दिवसांनी तिच्या लक्षात येऊ लागलं की, ज्या ज्या स्त्रियांना ती भेटायची, त्यांच्याशी बोलायची, त्यांच्यामध्ये नवे विचार समजण्याची आणि आत्मसात करण्याचीही पात्रता आणि तत्परता होती. हे लक्षात आलं तशी तिची हिंमत वाढली. थोड्या महिन्यांतच सरखी लिमडीमध्ये तिनं स्त्रियांची एक संघटना उभी केली. संघटना म्हणजे काय की, एक स्त्री-मंडळ स्थापन केलं, जिथं बायका दर आठवड्यातनं एकदा एकत्र भेटायच्या आणि आरोग्य, स्वच्छता यांबद्दल आणि त्या अनुषंगानं इतर अनेक गोष्टींबद्दल बोलायच्या; कधीकधी तर नुसत्या गप्पा मारायलाही गोळा व्हायच्या; पण असं होत होत मुख्य हेतू साध्य होत होता. रूपली, रेवा, गोरी न् फुलकी या मंडळातल्या वडील

स्त्रिया होत्या; त्यांची मतं त्यामुळे घडून गेलेली, ठाम होती. श्वेता शिकलेली म्हणून तिच्याबद्दल त्यांनाही आदर होता. श्वेतालाही या सर्व बायकांशी चर्चा, गप्पागोष्टी करायला खूप मजा यायची.

"या रूपलीचीपण खातरीसारखीच गत आहे श्वेताबेन," मोठमोठ्यानं बोलणं चालू असतानाच श्वेताच्या कानाशी खुसपुसत गोरीनं सांगितलं.

"तिच्या बापानं- रामजीनं- तिची आई जिवंत असतानाच घरात त्या मंगूला रखेल म्हणून आनून ठिवली ना, तवापास्नं भांडान सुरू झालं-"

"अवं खातरी काय न् फातरी काय, मंगुडी काय न् चंगुडी काय, समद्या बाया हितून तिथून सारक्याच, विधवा काय न् या काय, समद्यांची कथा तीच! नवऱ्याशिवाय तर चालत न्हाय- हां, आता खोटं कशाला बोलावं- आपल्याला समद्यांना धन्याबिगर चालत न्हाई ह्ये तर खरंच हाये ना? म्हनून मंग घरातल्या लग्नाच्या बायकूला अशांबरुबर लडाई करायची येळ येतीया, न्हवं? दुसऱ्या बायकांची घरं या बायकाच मोडतात हरामजाद्या, मंग काय करावं?"

"खरं हाये"- "बरुबर हाये," दोघी-तिघींनी दुजोरा दिला.

"जरा - थांबा जरा; माझं ऐका तरी जरा -" श्वेतानं घसा साफ करत मोठ्यानं म्हटलं,

"मला नाही वाटत की, अशा वेळी चूक फक्त बाईचीच असते!"

"म्हंजी? कसं म्हनतायसा तुमी?" रुपली न् रेवा एकदमच म्हणाल्या.

"मी असं म्हणतेय की, अशा गोष्टींमध्ये फक्त मंगूची किंवा जी कोण बाई असेल, तिचीच फक्त चूक, असं मला वाटत नाही. बाईच तुमच्या नवऱ्याला किंवा कुठल्याही पुरुषाला फूस लावते आणि त्या पुरुषाचा काहीही दोष, काहीही जबाबदारी नाहीच, असं कसं म्हणता येईल? हां, एवढं खरं की, सगळे पुरुष आपल्याला तसं पटवून द्यायला बघत असतात! अरण्यांतल्या सगळ्या ऋषी, तपस्वींना मोहात पाडणाऱ्या अप्सरा या स्त्रियाच होत्या आणि ख्रिस्ती धर्मातल्या बाबा आदमला पाप करायला लावणारीही स्त्रीच! खरोखर हे सगळं धादांत खोटंच आहे. सारा वेळ ऐकून कंटाळलेय मी आता!"

"खोटं?" रेवा आश्चर्यानं उद्गारली,

"ह्ये कसं वो खोटं? ह्येच खरं न्हाई?"

"नाही. हे अर्ध खरं, अर्ध खोटं आहे! पुरुषांच्या मनात स्त्रीजातीबद्दल मानाची भावना नसते. स्त्री ही त्यांच्या दृष्टीनं जणू काही रस्त्याच्या कडेला उमललेलं, कुणाचीही मालकी नसलेलं एखादं फुललेलं फूल- ज्याला वाटेल त्यानं तोडावं, वास घ्यायचा तर घ्यावा! संधी मिळाली तर स्त्रीचा उपयोग करून घ्यावा, दुरुपयोगही करावा, शिवीगाळी करावी- अगदी काय हवं ते करावं! तुम्हाला सगळ्यांना ठाऊक

आहे की, सल्याजी मुखीनं, अजून वयातही न आलेल्या लक्ष्मीबरोबर काय धंदे केले- सगळं माहीत आहे ना तुम्हाला? आणि मंगू, खातरी अशा बिचाऱ्या विधवा झालेल्या स्त्रिया; त्यांना तर कसल्या कसल्या संकटांचा सामना करावा लागतो, हेही तुम्ही जाणून आहातच ना?''

''आता रांडली बाई, तर तिचं नशीब! पन तिचं तिनं सांबाळाया हवं का नको?'' रूपली म्हणू लागली,

''आपल्या शेताचं कुंपण आपुन न्हाई सांबाळलं तर लोक घुसनारच ना त्याच्यामंदी-''

''खरं गं बया, नवऱ्याबरुबर जळून मरंल तर त्येच बरं बाईच्या जातीला! जिवंत ऱ्हाइली मंजी तिला बी तरास आन् दुसऱ्या बायान्लाबी तरास!'' फुलकी हताशपणानं उद्गारली.

''अगं बायांनो, तुम्ही बायकाच असं बोलताय? काय म्हणावं तुम्हाला?'' श्वेता अस्वस्थ झाली.

''स्वेताबेन, तुमच्या शहराच्या मुलकातली गोस्ट येगळी,'' रेवा जोरात म्हणाली,

''आमच्या या खेड्यामंदी तुमचा यो विचार न्हाई चालनार! आता बगा ना, तुमी किती येगळ्या आहात आमच्यापेक्षा! आनि इथं अशा खेड्यामदी, बाईचा जल्म दे, म्हनून आमी द्येवाकडनं मागून का घितलंवता? पन बाई म्हनून जल्माला आलो आणि आमचं आयुख थोडं पन आमच्या हातात राहिलं न्हाई! जे काय बी कुदरतच्या मनात असंल त्येच बाईला भोगावं लागनार! तिच्या हातात हायेच काय?''

श्वेता त्या सगळ्या बायकांकडे बघत राहिली. तिला त्यांच्या चुका दाखवून, त्यांना दुःखी करायचं नव्हतं. खूप आवडायला लागल्या होत्या तिला या सगळ्या. त्यांनाही आपलेपणा वाटत होता तिच्याबद्दल आणि म्हणून तर मोकळेपणानं बोलू लागल्या होत्या त्या तिच्याशी. सर्वसाधारणपणे पाहिलं तर त्यांच्या समजशक्तीचा आवाका इतका संकुचित झालेला होता की, एरवी त्या तिच्याशी मोकळेपणानं बोलल्याच नसत्या; पण तिनं त्यांना आपलंसं केलं होतं आणि त्यांच्यावर सडेतोड टीका करून तिला त्यांना दूर ढकलायचं नव्हतं. ही एवढी चर्चा जिच्यामुळं झाली, ती खातरी त्यांच्या मंडळाची सभासद होती. बरीच वर्षं तिनं मेडिकल स्वयंसेवक म्हणून श्वेताबरोबर सुईणीचं कामही केलं होतं. अलीकडे काही महिने मात्र ती जरा दूरदूर राहत होती. श्वेताला वाटलं होतं की, अकाली वैधव्य आलं, नवऱ्याच्या मृत्यूचं तिला खूप दुःख झालं होतं, तेव्हा असेल त्यामुळे...

''या डोंगरांमंदी ऱ्हायची सवई पडाया मला खूप येळ लागलावता,'' एक दिवस हेल्थव्हिजिटला जात असताना खातरी श्वेताला सांगत होती.

''अन् माजा नवरा नेमा, त्येच्याबरुबर नीट जम बसाया बी जड ग्येलंवतं, पन्

लय चांगला माणूस, नेमा. त्यानं दमानं घेतलंन. मंग हळूहळू आमची मनं जुळली बगा. खूप सुखानं संसार क्येला आमी. चार पोरं झाली, न् तरी बी–" लाजून ती गप्प झाली. मग एकाएकी तिनं विचारलंन,

"स्वेताबेन, तुमचा मरद न्हाई कोनी?"

त्या प्रौढ, पण अडाणी, निष्पाप बाईच्या सरळसाध्या प्रश्नानं अवाक होऊन श्वेता तिच्याकडे बघतच राहिली!

"आहे ना!" ती म्हणाली.

"हाये?" खातरीला खरं वाटत नव्हतं.

"पन आमी तर त्येला कदी पाह्यला पन न्हाई?"

"तो तिकडे दूर- शहरात आहे."

"पन तुमी तं दोन वर्सं झाली, आमच्या बरुबर हितंच आहात आनि तो तुमास्नी भेटाया पन येत न्हाई?"

"नाही..." श्वेताचा आवाज उतरला होता.

खातरीनं श्वेताचे हात हातात घेऊन कळवळून म्हटलं,

"मला समजतंया बेन समदं. असंच असतं या मर्दांचं- बाईला अशी एकटी टाकून इतकं समदं दिवस ऱ्हातात! पन... मी काय सांगत हुते ते तुमाला समजंल का न्हाई, म्हून ह्ये इच्चारलं म्या... माजा नेमा असा न्हाई बरं, लई पिरेम करायचा, लई जीव लावायचा मला."

श्वेताला हा प्रसंग नेहमी आठवायचा. तिच्या न् खातरीच्या मैत्रीमध्ये ही असूयेची एक नवीच बोच आली होती! तिला वाटायचं की, या गरीब न् अडाणी बाईला जे मिळालं होतं, ते तिला स्वतःला मिळालं नव्हतं, कारण श्वेताला नवरा तर नव्हताच; पण कित्येक वर्षांत तिला कुठल्याही पुरुषाचा 'तसा' सहवासही घडला नव्हता. मेडिकलला असताना तिला अशा सहवासाची गरजच भासली नव्हती आणि नंतर तिचं आयुष्य, नवी क्षितिजं, नव्या आकांक्षा यांनी इतकं भरून गेलं होतं की, घरसंसार, मुलंबाळं असं आयुष्य जगण्यात तिला रस वाटला नव्हता आणि आज-आज आता तिला असं वाटत होतं की, खातरीनं जसा नेमाला जीव लावला होता, जसा आपल्या प्रेमात वेढला होता, तसं प्रेम तिनं कोणावर तरी केलं असतं तर तेच बरं झालं असतं!...

रूपलीच्या बोलण्यानं ती पुन्हा भानावर आली. ती म्हणत होती,

"रेवा बेन, तुमी म्हनता त्येच खरं; म्हनून तं खातरीला पटवून दिलं की, परत लग्न कर. येकटीनं जगायचं बाईच्या जल्माला न्हाई जमायसारकं, ह्ये तर समजतंय ना आपल्याला समद्यांना?"

श्वेताकडे अर्थपूर्ण नजरेनं बघत सगळ्या हसल्या! त्यांना जणू म्हणायचं होतं

की, रूपली जे म्हणतेय ते तुमच्या बाबतीतही खरंय नाही का श्वेताबेन? तुम्ही आम्हाला कितीकदा कायकाय शिकवता; पण हे तर तुम्हीही शिकायला हवं होतं ना?

श्वेता न् खातरी त्या दिवशी एकमेकीजवळ ओसरीवर बसल्या होत्या, तेव्हा श्वेताला हे सारं आठवलं.

"हे बघ खातरी, मी जळून मेले असते तर बरं झालं असतं, असं वेड्यासारखं नको बोलू, मनातही आणू नको; अगं जगणं, जिवंत राहून धडपड करत राहणं हे मरून जाण्यापेक्षा केव्हाही चांगलंच, हो की नाही?"

म्लानसं हसून खातरी म्हणाली,

"आलं लक्षात तुमी काय म्हनताय ते, पन तुमचं आयुख अन् आमचं, ह्येच्यामदी फरक हाये."

श्वेताच्या लगेच लक्षात आलं, तिला काय सुचवायचं होतं ते- की, श्वेताला पुरुषाचा सहवास कधी लाभलाच नव्हता आणि खातरी एक विधवा होती!

"त्येला खोकल्याचा आजार झालावता, ठावं हाये ना तुमाला? अन् मग येक दिवस जात ऱ्हाइला आमाला समद्यांना टाकून-"

श्वेताला तिनं एक दिवशी विहिरीवर तिला घालण्यात आलेली गार पाण्याची अंघोळ, फोडून टाकण्यात आलेल्या तिच्या काचेच्या बांगड्या सारं सांगितलं होतं. ती विधवा झाली म्हणून हे सारं! खातरीनं मग पुढे सांगितलं होतं की, विधवा झाल्यावर तिच्या माहेरची माणसं येऊन तिला घेऊन गेली होती. तिची जात गरासिया आदिवासींची. त्यांच्या रिवाजाप्रमाणे तिच्या चारी मुलांना सासरीच ठेवून तिला एकटीला माहेरी परत नेलं. ही पद्धत अशासाठी की, विधवा झालेल्या बाईला दुसरा घरोबा करायचा असेल तर ते शक्य व्हावं. या सगळ्या रिवाजांमुळे विधवा झालेल्या स्त्रीचं समाजातलं स्थान आपोआपच बदलून जातं.

"स्वेताबेन, तुमास्नी काय सांगू माझं मन कसं कसं होत होतं. जबरदस्ती माज्यावर येगळंच आयुष लादलं गेलं. मनानं मी अजून नेमामध्येच गुंतलेली होते. त्याचा चेहरा, त्याचा आवाज, त्याच्या पावलांची चाहूलपन इसरू शकत न्हवते. या लोकांनी जनू माजं जगच माज्याकडून घिऊन टाकलंवतं. माजी मोटी ल्येक, अजून माजा घागरा धरून माज्यामागं हिंडनारी मदली दोगं अन् अंगावर पिनारं धाकटं- समद्यांना सासरी ठिवून मला माहेरी जावं लागलं!

"अन् अजून तितं जाऊन पंदरा दीस बी नसतील झालं, न् हिंमतनगरच्या लालजी कंपाउंडरकडून मागणी आली. माजा बाप माज्या आईशी बोलत व्हता, त्ये म्या ऐकलं.

'त्येला काय जालं? तरणीबांड हाये ती अज्जून, हितं कशी सांबाळायची अन्

कवा पोत्तर आपुन तिला खायला घालायचं? लालजीकडं काय बी कमी पडनार न्हाई तिला' – माज्या मनाला खूप लागलं बापाचं बोलनं. आई कायबी बोलली न्हाई, एक उसासा टाकून गप ऱ्हाईली. मी पळत भाईर शेतात ग्येले आन् महुड्याच्या झाडाखाली बसून गुडघ्यात मान घालून खूप रडले. माज्या बापाच्या असं मनात तरी कसं आलं? बाईमान्साला काय मनच नसतं?''

''मग? मग काय झालं?'' श्वेतानं विचारलं.

''मी तर जोर देऊन 'न्हाई' म्हनून सांगितलं. पन बाप त्याचं म्हननं सोडंना. मंग येक दिवस माज्या वैनीनं मला सांगितलं की, 'लालजीची बायकू आलीवती भेटाया, ती वांझ हाये, म्हून लालजीला माज्याशी दुसरं लगीन लावायचं हुतं.' त्याच्या बायकूलाच त्यानं पाठिवलीवती मला समजावायला.'' म्हनाला,

'तिला सांग, मी तिला तरास न्हाई करनार.'

ती म्हणाली,

'पोर जल्माला घालून पुरुषाला खूश न्हाई क्येलं तर बाईला किती सहन करावं लागतं त्ये माजं मला ठावं. खातरीला सांगा, 'हो म्हन' म्हनावं.'

''पन माजं मन तयार हुईना.'' वैनीला सांगितलं.

''मी दुसऱ्या कुन्याबी पुरुषाबरुबर न्हाई झोपू शकनार, न्हाई व्हनार माज्याच्यानं!''

''स्वेताबेन, मला माज्या पोरांना भेटायचं व्हतं, बगायचं व्हतं. कोन सांबाळत असंल त्येंना, कशी आसतील, माज्या लेकीची येणी कोन घालून देत आसंल, थंडीवाऱ्याचं गोधडी कोन घालत असंल त्येंच्या अंगावर- असं सारकं मनात यायचं न् जीव थोडाथोडा व्हायचा!''

''वैनीला समजलं व्हतं माजं मन. येक दिवस सांजच्या येळंला शेतातनं परत फिरताना तिनं मला सरळच इच्चारलं,

'तुमास्नी परत जावं वाटतं का, तुमच्या लेकरांकडं?'

माजं डोळं भरून आलं, म्या निस्त डोकं हलवलं न् मंग इच्चारलं,

'तुमास्नी कसं कळालं?'

ती यवडंच बोलली, 'तुमाला जायचं असंल त्येंच्यापाशी, तर म्या मदत करीन तुमास्नी.'

''दुसऱ्या दिशी अजून फटफटलं पन न्हवतं, तवाच वैनीनं मला उठवलं न् शेताच्या शेवटच्या कडंपर्यंत माज्या सांगाती आली. मग आमच्या रिवाजापरमानं चारदा मला जवळ घिऊन भेटली, माज्या हातात येक गाठुडं ठिवलंन न् निरूप दिला. मी भराभरा पावलं उचलत निगाले. चार पोरांची आई असले तरी जोम व्हता अंगात!''

''मग तुम्ही सासरी गेलात परत? तुम्हाला बघून बरं वाटलं का सासरच्यांना?'' श्वेतानं विचारलं.

“त्येना खरंच वाटंना की, मी परतून सासरी आले म्हून! मी काईबी बोलायच्या आदीच माज्या सासऱ्यानं माजं खांदं पकडलं न् म्हनाले,

“ये बाळ, ये. घर तुजंच हाये ह्ये!”

“आनि माजी लेकरं तं मला धावत येऊन जी बिलगली ना! म्हनाया लागली, की, ‘आय् गं, आता तू नगं जाऊ, आमी न्हाई जाऊ देनार तुला आता कंदी बी!’

माझी धाकली जाऊ चुलीपास्नं उठून धावत आली न् मला धरून भेटली. म्हनाली, ‘बरं क्येलंत परत आलात ते- आमाला समद्यास्नी रडू येत व्हतं!”

श्वेताकडे निश्चल नजरेनं बघत खातरी म्हणाली,

“ह्ये पयलं पाऊल टाकलं ना, त्ये लय अवगाड व्हतं, त्ये म्या केलं; पन तेवढ्यानं संपलं न्हाई. ठावं हाये ना तुमास्नी, आमच्यात काय म्हन्त्यात, ‘आदमी वगरनी स्त्री तो वाड वगरना खेतर जेवी छे!’ नवरा नसलेली बाई म्हंजी कुंपण नसलेलं शेत!” आणि ती खिन्नशी हसली.

त्या दोघी गावातल्या बोळासारख्या रस्त्यानं एका खोलीत थाटलेल्या दवाखान्याकडे चालल्या होत्या. श्वेता इथंच रोग्यांना तपासायची. गावातले हेल्थ कार्यकर्ते रोज संध्याकाळी तिथं जमा व्हायचे. औषधासाठी आलेले स्त्री-पुरुष श्वेताला हसून, हात जोडून नमस्कार करायचे. खातरीलाही त्यातले पुष्कळजण ओळखत होते.

वाटेत गावाची चावडी आली. चावडीची इमारत जुनी असावी. दगडी खांबांवर शिलालेख कोरलेले होते; पण ते काय आहे हे कोणालाच ठाऊक नव्हतं. आसपास दोन पिंपळाचे वृक्ष आणि एक तलाव. बाजूला एक दुकान. चावडीवर पान खात बसलेल्या काही पुरुषांनी टक लावून त्या दोघींकडे बघून घेतलं. दोघी दवाखान्यापाशी पोहोचल्या, तेव्हा खातरी म्हणाली,

“आमच्यामदी विधवा बाईकडं बघायची नजर येगळी असतीया लोकांची!”

“कशी?”

“सांगत्ये तुमास्नी. म्या परत सासरी आले, मंग येगळी झोपडी बांधली न् माज्या पोरांना घिऊन तिथं ऱ्हायला लागले. नेमाजीच्या नावानं जी दोन शेतं व्हती, ती माज्या सासऱ्यांना इचारून मी पिकवाया घेतली. पन काम लई अवघड व्हतं. माझी पोरं मला मदत करायची म्हना. पन दुपारची मोहाच्या झाडाखाली बसून मी जरा आराम करायची ना, तवा जानारी-येनारी पुरुष मानसं माझ्याकडं वाईट, वाकड्या नजरेनं बगायची! एकदा बरीशभाई वाणी येऊन म्हनाला, ‘जास्तीचं तेल, पीठ लागलं कधीमधी तर घिऊन जात जावा.’ मला वाटलं, माजी कच्चीबच्ची हायेत, तर मदत करायला म्हनून सांगत असंल; पन थोडे दिवस गेले न् आला की, दुपारचा

झाडाखाली 'किंमत' मागाया!''

दोघी जरा वेळ गप्प होत्या. मग श्वेता म्हणाली,

''मीपण ऐकलं होतं एकदा- की, नवरा गेलेली बाई न् झिजलेलं भांडं, दोन्ही पुरुषांच्या लेखी सारखंच! तूप भरायचं तूप भरावं, तेल भरायचं- तेल भरावं- हवं तसं वापरावं, हवं ते करावं!''

''व्हय स्वेताबेन, खरं हाये ते! तीन वर्सांखाली दुस्काळ न्हवता का पडला? तवा पुष्कळ बायका दुस्काळी कामावर जात होत्या. मीपन गेलेवते. व्हिरी कोरड्या पडलेल्या, रोजची भाकरी मिळायचं अवगड झालंवतं, मग काय करावं? पन स्वेताबेन, तिथं गेले कामावर तशी तिथल्या मुकादमाची वाईट नजर वळलीच माज्याकडं. म्हनतो कसा, तुला सोपं काम हवंय का गं?''

मी 'हो' म्हटलं असतं, शेटला पन खूश केलं असतं, तर सारी ददात मिटली असती! काय करावं बेन? एकटीच्यानं लेकरांची पोटं भरता येत न्हवती न् त्यांची खपाटीला गेलेली पोटं बगवत बी न्हवती!

मग येक दिवस माजा सासरा म्हनाला की,

''बेटा, तू एकटी ऱ्हातेस त्ये बरं न्हाई. तुज्या शेतावर आत्ता पोतर म्या काम केलं; पन आता वय झालं, माज्यानं आता होत न्हाई. नेमा जाऊन आता थोडी वर्षं झाली, तू दुसरा मरद बग, त्येच बरं! आपल्याच जातीतला येकजन मला इच्चारायला आलावता-''

माझं त्वांड बघून ते गप झाले. मग मीच म्हटलं, ''बापू, मी जरा इचार करून सांगते-''

श्वेता न् खातरी एव्हाना दवाखान्यात पोहोचल्या होत्या. त्यांनी येणाऱ्या रोग्यांना बसायला बाकं मांडली, टेबल ठेवलं न् वाट बघता बघता परत बोलू लागल्या.

''पन माज्या मनात मी समजून गेलेवते की, आता फार दिवस, कायमचं, मला असंच ऱ्हाता येनार न्हाई. मुलांना सांबाळून मोटं करायचं काम पन एका हाती करणं अवघड होतं आनि खरं सांगू स्वेताबेन, अजूनही रात्रीचं मला खूप एकटं वाटायचं. असं वाटायचं की, 'आपला' असा एक पुरुष असावा, त्याला जीव लावावा, जीव लावून घ्यावा अन् निर्धास्त जगावं...

''आनि मग एका रात्री माझी धाकटी जाऊ माहेरी गेलीवती न् मी भाईर ओसरीवर खाट टाकून झोपलेवते, तवा अंधारातनं, हळूच, भिंतीला कान असलं तरी ऐकू न्हाई जानार, इतक्या हळू आवाज आला,

'वैनी, एऽवयनी, मी हाये–' मी दचकून जागी झाले न् उठून बसत इचारलं, 'पन मी म्हंजी कोन?'

'म्या मंगळ' हळूच आवाज आला.

'तुमी मला लई आवडतायसा वैनी, म्हनून इचारायला आलो की, तुमाला बी मी आवडत असंन, तर...'

"तो फुडं पुरतं बोलायच्या आदीच मी जोरात त्येच्या गालफाडात ठेवून दिली तशी कुत्र्यावाणी पळाला इथून! माजाच दीर- मंगळ!"

खातरीनं पुन्हा एक दीर्घ उसासा टाकला.

"मंगळ, बरीश, पटेल, खेमजी, रामजी- अहो स्वेताबेन, मोजाया बसले तर हाताची बोटं कमी पडतील! मेल्यांची वाईट नजर माझ्या अंगावर फिरत ऱ्हायची, मला भाजून काढत ऱ्हायची! हं:! माज्या नवऱ्याच्या चितेतनं निघालेला जाळ व्हता का तो? ह्ये सगळे मिळून मला जळून मरू देत न्हवते आनि निव्वळ मानूस म्हनून जगूपन देत न्हवते! हे समदे पुरुष, बाईला निस्तं बाईमानूस म्हनून जगू न्हाईच देत! एक बाई म्हनून मला काईबी अधिकार न्हाई का? मला जे करायचं असंल ते कोनी करू पन देत न्हाई!"

"खरंय तुमचं! त्यांच्या दृष्टीनं बाईनं लग्न करणं हेच एक त्याला उत्तर!" श्वेता म्हणाली.

"अन् म्हनून शेवटी मंग मी माजे सासरे म्हनत हुते त्याला क़बूल झाले! म्हनाले, 'बापू, तुमी सांगाल त्ये करायला मी कबूल हाये.' तुमी पसंत कराल त्याच्याशी पाट लावीन मी!"

बुधवार होता. संध्याकाळ झाली की, स्त्रीमंडळाची सभा भरायची. श्वेता रूपलीच्या ओसरीवर पोहोचली, बघते तर एकही बाई आलेली नाही! तिला धक्काच बसला.

"कुठे गेल्या सगळ्या?" तिनं विचारलं.

"तुमास्नी कोनी सांगितलंच न्हाई, व्हय? सगळ्या जनी लिमडीच्या मेळ्याला गेल्याती. दोन दिसांचा मेळा हाये आन् सांजच्याला मुखी शिणिमा दाखिवनार हाये, म्हनून मग आज सभा न्हाई ठिवायची असं ठरलं." रुपली म्हणाली.

"आणि तुम्ही? तुम्ही नाही गेलात?" श्वेतानं जरा नवल वाटून विचारलं.

"माजा धाकला हाये ना, मनीष, त्याच्या पोटात दुकत व्हतं, तवा मी म्हटलं उंद्याच्याला जाईन."

श्वेता परत जायला निघाली न् एकदम तिला आठवलं,

"तुम्ही खातरीला बघितलं अलीकडे? थोड्या दिवसांपूर्वी आली होती माझ्याकडे, तेव्हा जरा काळजीत होती."

तिच्या खांद्यावर हात ठेवत रूपलीनं आपलं मत सांगून टाकलं;

"खातरी ना, उग्गाच सारकी काळजी करत ऱ्हाते बगा. आता जिन्दगी हाये, ती हाये; पन म्हंजी जे हाये त्येच्यापेक्षा जास्त सुख, जास्त आनंद शोधत ऱ्हाती ती, न् मग-"

श्वेताला हसू आलं, "मग? त्यात वाईट काय आहे?"

रूपली उत्तरली,

"ऱ्हाई, वाईट तं काईबी ऱ्हाई, पन जे होन्यासारकं असंल, त्याचीच विच्छा करावी का ऱ्हाई?"

"का बरं?"

रूपलीनं परत तिच्या खांद्यावर हात ठेवले न् म्हणाली,

"या ना आत न् बसा जरा. दूध हाये का बगते, असलं तर जरा च्या बनवते; मग बोलू जरा बसून."

पाच मिनिटांनंतर दोघीजणी ओसरीच्या कोपऱ्यात जमिनीवर आरामात बसल्या आणि गरम गरम चहाचे घोट घेऊ लागल्या. मग रूपली सांगू लागली,

"तुम्हास्नी आठवतंय ना, थोडेच दिवस आधी मीच खातरीला सांगत हुते की, नव्यानं संसार मांड म्हनून?"

"हो आठवतंय ना, त्यामुळेच तर सगळ्याजणी- रेवाबेन तर खूपच- तुमच्यावर रागावल्या होत्या."

"व्हय आनि अजून बी मी म्हनते की, माजंच बरुबर हाये. अजून तरणीबांड, तापल्या रक्ताची बाई हाये ती, पुरुषाबरोबर इतकी वर्षं ऱ्हाईलेली, त्ये सुख म्हाईत असलेली: नवरा गेला या वयात, तर कसं काडावं उरलेलं आयुख तिनं? आमच्यामंदी अशा बाईला शांतपणानं ऱ्हाई जगू देत माणसं. माजी भईन रंडली व्हती ना, तवाचं ठावं हाये मला. हिच्या गळ्यात पोरं हायेत आनि, म्हनून आनखीच बगा तरास. म्हनून मी खातरीला समजावलं की, नुस्ती नेमाची याद करत जगू नको. आज, आजच्या घडीमंदी जग, पुरुषांच्या जाळ्यात सापडलेल्या मासोळीसारकी गत नको होऊ दे." मंग हळूच श्वेताच्या आणखी जवळ सरकून तिच्या कानात सांगितलंन,

"अवो स्वेताबेन, तिचा स्वताचा दीर, माजा मंगळ- त्येच्यावरबी मी ताबा ऱ्हाई ठिवू शकत! अशा घरच्याच मानसांपासून पन तिला तरास व्हतोय, काय सांगावं?"

इतक्या प्रामाणिकपणानं असलं सत्य तिला सरळसरळ सांगणाऱ्या त्या बाईकडे श्वेता बघतच राहिली आणि विचारात पडली. जीवन हे असं आहे! प्रत्येक माणूस आपापल्या वेगळ्या जगात जगतो, प्रत्येकाचा पिंड वेगळा! रूपली न् खातरी जावा जावा होत्या; पण किती वेगळ्या दोघी! तरी, दोघी आपापल्या रीतीनं आपले आपले

प्रश्न सोडवतील, मार्ग काढतील! किती सच्चाईनं, इमानदारीनं, प्रामाणिकपणानं प्रश्न सोडवला जातो, यावरून त्या त्या माणसात किती माणुसकी न् किती खंबीरपणा आहे, हे लक्षात येतं. ती रुपलीला म्हणाली,

"तुम्हाला ठाऊक आहे का? की, कावाजीनं दुसरी एक बाई ठेवलेली आहे अन् म्हणूनच खातरी त्रासलेली आहे?"

रुपलीनं होकारार्थी मान हलवली.

"व्हय, हाये ठावं मला. पन स्वेताबेन, मी म्हनत्ये की, जे बदलायचं आपल्या हातात न्हाई, ते सहन कराया होवं ना?"

श्वेता आश्चर्यानं म्हणाली, "म्हणजे काहीच नको करायला, असं म्हणताय तुम्ही?"

रूपली खिन्नपणं हसली,

"बेन, मी म्हंजी तुमी न्हाई, अन् तुमी आमच्यासारक्या न्हाई. मी इचारलं का कदी पन तुमाला की, पोराबाळांशिवाय कसं जगता तुमी? की, तुमी का न्हाई व्हात कुना पुरुषासंगती? ती तर तुमच्या मर्जीची गोस्ट हाये ना? स्वेताबेन, तुमी आमच्यातल्या एक असाल तसं व्हाताय हे खरं, पन आमच्यापेक्षा येगळ्या तर आहातच तुमी! मी आमच्या लोकांच्या पद्धतीपेक्षा येगळी व्हाईले, तर आमचं लोक मला शिक्षा करतील- तुमाला न्हाई करनार!"

"म्हणजे मी जास्त नशीबवान आहे असं म्हणायचंय का तुम्हाला?"

"तुमची कुदरत आणि आमची कुदरत येगळी हाये बेन, यवडंच!"

"पण तुम्ही यावर विचार नाही केलात, जर तुम्ही जे आहे ते बदलायला काही केलं नाहीत, जे जास्त चांगलं वाटतंय त्याप्रमाणे बदलला नाहीत, तर उद्या तुमची मुलंबाळं तरी जास्त सुखी कशी होणार? कोण करणार हे बदल?"

पण रूपली तिच्या मताशी ठाम होती. म्हणाली, "बदल पुरुष करतील. परंपरा सांभाळायची, हे काम आमचं– बायकांचं; पण आता बगा, तुमाला ह्ये ठावं व्हतं का की, खातरीशी लगीन केलंन, त्येच्या आदीपास्नंच, कावाजी त्याच्यापेक्षा वयानं कितीतरी मोटी असलेल्या थावरी नावाच्या बाईबरोबर डोंगरापलीकडच्या धोळका गावात राहत होता?"

"हो, खातरीनं सांगितलं होतं मला अन् आता कावाजी त्या थावरीला घरी घेऊन यायचं म्हणतोय!"

रुपली म्हणाली, "मी ल्हान व्हते ना, तवा माज्या आईचं पन असंच झालंवतं, म्हनून तर म्हनते ना की, खातरीनं बी ह्ये चालवून घेतलं..."

"कदीपन न्हाई! जी गोस्ट बरुबर न्हाई, ती मी न्हाई चालवून घेनार!" रूपली न् श्वेतानं चमकून माना फिरवल्या. पाठीमागून येत असलेली खातरी

त्यांना एवढा वेळ दिसलीच नव्हती; पण रूपलीचं शेवटचं बोलणं तिनं ऐकलं होतं न् आवेशात येऊन, चमकत्या डोळ्यांनी त्यांच्याकडे बघत ती हे वाक्य बोलली होती.

"मी कदी हार मानायचीच न्हाई! मला मानानं वागवलीच पायजे– आत्ता न् नेहमीच!"

बोलत बोलत खातरी येऊन त्यांच्यासमोर बसली. तिच्या या बोलण्यावर काय म्हणावं दोघींनाही समजत नव्हतं. दोघींनाही तिच्याबद्दल आपुलकी होती; पण तिचा या वेळचा आवेश न् आवेग काही वेगळाच होता.

श्वेतानं तिचा हात हातात घेऊन म्हटलं,

"खातरी, काय म्हणायचंय तुम्हाला?"

"इचारा ना हिला." रूपलीकडे बोट दाखवत तिनं म्हटलं,

"हिला ठावं हाये. मी आज सक्काळीच गेलेवते धोळकाला"

"तुम्ही तिथं गेलात?"

"व्हयं. तुम्हाला सांगितलं व्हतं ना रूपली मी की, कावाजीला न् त्याच्या रखेलीला शोधाया जातेय म्हनून? गेलेवते ना मी!"

"खरंच ग्येलात?"

"व्हय. मी धोळक्याला पोहोचले. वाण्याच्या दुकानात इचारलं की, कावाजी न् थावरी कुटंशी ऱ्हातात म्हनून, अन् पोहोचले त्यांच्या झोपडीवर जाऊन! भाईरून हाळी दिली,

"आत हाये का कुनी?"

जरा येळ काय बी झालं न्हाई. मंग आतून येक म्हातारीशी बाई आली भायेर. मला बगून परथम तर जरा धसकलीच, मंग म्हनाली, "कुनाचं काम हाये?"

तं म्या जोरात म्हटलं, "कुनाचं म्हंजी? माज्या घरवाल्याचं– कावाजीचं."

"असं हाये, तर मंग आतमंदी या." मी आत ग्येले, खाटल्यावर कावाजी बसलेला. मला बगितलंन तसं यवडं तोंड पडलं त्याचं की, घडीभर मला तर कणवच आली त्येची! मंग पुन्ना राग बी आला. म्हटलं,

"अरं, माज्याकडं बग वर नजर करून! बायल्या! काळतोंड्या, निलाजऱ्या! अरं आजवर डोळ्यांत धूळ फेकलीस माज्या? ह्ये बग पोट माजं, तुझ्या पोराचा भार वाहतेय मी. येवडे दिवस मला फसवत आलास तू? आण चाकू, दोन तुकडे करते तुझ्या पोराचे न् टाकते तुझ्या पायापाशी- नग मला पोर तुझं!"

बेन, असं बोलले तं खरी, पन मंग बोलता बोलता मला रडू आलं. थावरीला का कावाजीला, काय बोलावं ते सुचत नव्हतं. लई येळ तशीच सगळी गप्प बसली, मग कावाजी खाटल्यावरून उठून हळूच म्हनाला,

"चल, परत जाऊ या सरखी लिमडीला."

आश्चर्यानं रूपली न श्वेता तिच्याकडे बघतच राहिल्या. श्वेताला वाटलं ही पूर्वीची खातरी नव्हेच! आपला नवरा रखेलीला घरात आणून ठेवणार आहे हे कळल्यावर अनावर पण असाहाय्य रागानं रडणारी खातरी ही नव्हेच!

रूपलीनं प्रेमानं म्हटलं,

"खातरी, तुमी जे केलंत त्याचं कवतिक वाटतंय; पन काय उपेग त्याचा? कावाजी काय खरंच सोडंल थावरीला कायमचा?"

खातरी ताड्कन म्हणाली,

"त्याला मूल हवंय. तवा त्याचं भलं कशात हाये हे लक्षात घील, तर सोडंल तिला."

श्वेतानं विचारलं, "पण तुमच्या रिवाजाप्रमाणं, आता थावरीला त्यानं नाही सांभाळली न् काढून लावली तर तिचे भाऊ पैसे मागतील ना? का नाही मागणार?"

रूपली म्हणाली, "व्हय. मागत्याल बी खरं. तिची आबरू घेतली म्हनून कावाजीला दहा हज्जार रोकड मोजावी लागंल- तिच्या कुटुंबाच्या इज्जतीचा बदला म्हणून!"

कडक आवाजात खातरी म्हणाली, "त्येला काय हवं ते करू दे. मी तर आता पक्कं ठरवलंय माज्या मनाशी की, माज्या घरात दुसऱ्या बाईचा भाग मी नाय पडू द्येनार!"

बराच वेळ शांततेत गेला. मग खातरी परत म्हणाली, "आता द्येवाला ठावं ऱ्हाइल माजा नवरा माज्या कयात का न्हाई- समदे मेले तसेच डुकरावानी- घरामंदी लाडू, पेढं न् पक्वान खायाला घाला तरी बी कुठंतरी उकिरडा फुंकायला जातील! मी न्हाय सांगितलं तुमास्नी एकदा स्वेताबेन की, याच्यापेक्षा नेमाजीच्या चितेमंदी जळून म्येले असते तरी चाललं असतं!"

"आता पुन्हा असं नको बोलू" श्वेता म्हणाली,

"गुजरातेत अशीही दर तासाला एक बाई जळून मरते, जास्त करून हुंड्या पायीच, त्यात-"

"मंग त्यांच्यापेक्षा माझी दशा कुटं चांगली हाये? खरं सांगू येकदा मरून जावं ते सोपं, असं जगन्यापेक्षा! जिथं आपल्या पुरुषाचा इश्वास न्हाई धरता येत! लाकडासारक्या जळत असतो आमी बायका न् तरी राख पन व्हऊन जात न्हाई- कितींदातरी वाटतं, याच्यापेक्षा मेलेलंच बरं!"

श्वेतानं मुकाट्यानं खातरीचा हात हातात घेऊन दाबला. हळूहळू संतप्त झालेली खातरी शांत होत गेली तसे तिच्या डोळ्यांतून अश्रू वाहू लागले, मग शरीर हुंदक्यांनी गदगदू लागलं. रूपलीपण तिच्याजवळ आली न् तिला जवळ घेत

म्हणाली, "खातरी, रडू नगा, खूप खंबीर आहात तुमी, तुमी जे केलंत ते ब्येस केलंत, नगा रडू."

संध्याकाळ होत आली. खातरी उठून जायला निघाली. डोंगराची चढण ती ताठ मानेनं चढत होती आणि वाऱ्यानं तिचा पदर हवेत विजय पताकेसारखा उडत होता. श्वेता कौतुकानं त्या स्वाभिमानी बाईकडे बघत राहिली. रूपलीच्या न् तिच्या, दोघींच्याही मनात एकच विचार होता की, एक व्यक्ती म्हणून स्वाभिमानानं जगणं, स्वतःच्या आयुष्यावर स्वतःचा ताबा ठेवणं किती कठीण काम आहे! - श्वेता होती तशी? अन् रुपली? – पण या लांबच लांब न् अवघड रस्त्यावर त्या सर्वजणींना एकमेकींचा आधार तरी नक्कीच होता आणि मशालीसारख्या जळताना खालच्या अनोळखी रस्त्यावर त्या प्रकाश पसरवत होत्या.

अंधार होता. कोणाच्या तरी रडण्याचा आवाज येतो आहे, असं वाटलं आणि गोपी अर्धवट झोपेतनं दचकून जागी झाली. उशाशी ठेवलेला लहान टॉर्च शोधायला चाचपडू लागली. आता तिची खात्रीच झाली होती. हुंदके चांगले स्पष्टच ऐकू येत होते.

मंद प्रकाशात तिच्या खोलीच्या दाराशी हुंदके देत जमिनीवर अंगाचं मुटकुळं करून पडलेली सविता तिला दिसली.

"सविता? काय झालं गं?"

सविता कशीबशी तिच्या जवळ आली न् गोपीच्या गळ्यात पडून खूप रडायला लागली. गोपी तिचे केस सारखे करत, पाठीवरून हात फिरवत, शांत, मृदू आवाजात तिला गप्प करू बघत होती. तरी सविताला बराच वेळ रडू आवरलं नाही.

गोपीला वाटलं, काहीतरी वाईट स्वप्न पडलं असेल. गेली काही वर्षं ती मुलींच्या होस्टेलची प्रमुख म्हणून काम करत होती; त्यामुळे तरुण मुलींच्या अशा अचानक होणाऱ्या भावनोद्रेकांची तिला सवय होती. लहान लहान मुली तर पुष्कळदा ढग गडगडले किंवा विजा चमकू लागल्या तरी घाबरायच्या न् तिच्या खोलीकडे धाव घ्यायच्या. तर कधी कुणाला घराची खूप आठवण यायची. आज आता या सविताला काय झालं होतं कोण जाणे!

सविता होती दहा-बारा वर्षांचीच; पण वयाच्या मानानं मोठी दिसायची. तिचे केस काळेभोर, मऊशार होते न् चेहरा सावळा पण रेखीव होता. अतिशय भावनाप्रधान आणि प्रेमळ स्वभावाची. गोपी तिच्या थरथर कापणाऱ्या देहावरून हात फिरवत ती शांत व्हायची वाट पाहत राहिली. तेवढ्यात शेजारच्या खोलीतला

माजी भईण

दिवा लागला न् बाहेर ओसरीवर वालीची पावलं वाजली. त्याच गावातली वाली नावाची तरुण स्त्री होस्टेलमधल्या मुलींवर देखरेख ठेवण्याचं काम करत असे. वाली गोपीच्या खोलीत डोकावली आणि म्हणाली, "इथं आहे होय ही?" अर्धवट अंधारातच गोपीनं वर बघून म्हटलं, "हं, सविता इथं आलीय, झालंय काय हिला?"

"मला वाटतं, माझ्या आलंय लक्षात काय झालंय ते," आत येऊन गोपीजवळ बसत वाली म्हणाली.

"सवितु, काय झालंय तरी काय, सांग बरं आम्हाला?" गोपी परत म्हणाली. सवितानं एक उष्ण निःश्वास टाकला; पण काहीच न बोलता कुठेतरी नजर लावून बघत राहिली. वाली गोपीकडे बघून म्हणाली,

"तिला विचारा की, सुरता कुठे आहे?"

"सवितु, सुरता कुठंय गं?" परत एक सुस्कारा न् मौन.

"असं काय बरं? सांग ना आम्हाला, कुठाय ती?" शेवटी एकदाचे तुटक तुटक शब्द आले-

"मला... मला ठाऊकच नाही..." अन् पुन्हा ती रडू लागली.

त्या अंधाऱ्या खोलीत त्या फिकट उजेडात दोघी प्रौढ स्त्रियांनी अर्थपूर्ण नजरेनं एकमेकींकडे पाहिलं!

छात्रालयातल्या मुली त्या दोघींना बहिणीच म्हणायच्या. दोघी कायम एकमेकींबरोबरच असायच्या. दिसायला मात्र दोघी कमालीच्या वेगळ्या होत्या. सविता उंच न् अवखळ होती. सावळी पण नितळ त्वचा. डोळे प्रेमळ, खूप आकर्षक. तिची जिवाभावाची मैत्रीण सुरता गोरी, पिंगट केसांची, छोटीशी, सुंदर! दोघी एकाच वर्गात होत्या आणि झोपायच्यासुद्धा एकमेकींच्या जवळ, गुजगोष्टी करत करत.

दोघींच्या घरची परिस्थितीही अगदी भिन्न होती. सविता भावंडांमध्ये पाचव्या नंबरची, सर्वांत धाकटी. सविताच्या वेळेला भोगीबेनला दिवस राहिले, तेव्हा तिच्या नवऱ्याला सोमाभाईला वाटलं की, आणखी एक मूल पोसणं आपल्याला जड जाईल, म्हणून त्याच्या मनात बायकोचा गर्भपात करून घ्यायचा होता; पण भोगीबेनला ते मंजूर नव्हतं, त्यामुळे सविताचा जन्म झाला; पण जन्मापासूनच घरात ती जराशी नको असलेलीच!

सोमाभाई मजुरीचं काम करायचा; पण ठरावीक मोसमातच त्याला काम मिळायचं, वर्षभर कमाई अशी व्हायचीच नाही; त्यामुळे घरी नेहमी पैशाची चणचण असायची. सविता मोठी झाली तशी ती छान उंचनिंच झाली. निरोगी, सुरेख बांध्याची, चटपटीत, हुशार अशी ती मुलगी बघून बऱ्याच शेजाऱ्यापाजाऱ्यांनी सुचवलं की, 'हिला बोर्डिंग

स्कूलमध्ये ठेवा; छान शिकेल!'

"बोर्डिंग स्कूलमध्ये ठेवायला पैसे कुठून आणायचे? आणि शेवटी पोरीची जात, करायचंय काय एवढं शिकवून?" सोमाभाईंनी उडवाउडवी केली.

"सरखी वाडा गावात मुलींसाठी चांगलं बोर्डिंग निघालंय म्हणतात आणि खर्चही फार येत नाही म्हणे." कोणीतरी सांगितलं.

सविताच्या आई-वडिलांना पहिल्यांदा खरंच नाही वाटलं; पण मग चार ठिकाणी आईनं चौकशी केली आणि नवऱ्याचं मन वळवलं.

"पण- तिथं राहायचं तिनं?" सोमाभाई परत विचारात पडला.

"आपल्या आसपासच्या गावांतल्या पुष्कळ मुली आहेत तिथं म्हणतात. आठवडाभर तिथं राहायचं न् शनिवार-रविवार घरी पाठवतात."

शेवटी पावसाळ्यानंतर सविताला सरखी वाड्याच्या ज्योती छात्रालयात पाठवायचं ठरलं. तरी भोगीबेनच्या मनात धाकधूक होतीच.

"घरात मला कामात तिची मदत नसंल म्हंजी जडच जाईल न् शिवाय काळजी वाटत राहील-"

मग सोमाभाईनं उलट तिची समजूत घातली!

"तिथं सांभाळणाऱ्या, देखरेख करणाऱ्या बायका चांगल्या आहेत असं म्हणतात न् शिस्तही कडक आहे." सोमाभाई म्हणाला, "आणि शिवाय आपली सविता तशी लहान आहे ना अजून; ती जर जाणत्या वयाची असती, तर मलाही काळजी वाटली असती!"

दोघांच्या मनात एकच चिंता होती; पण दोघंही बोलून दाखवत नव्हती. इकडच्या रिवाजाप्रमाणं मुलगी वयात आली की, लगेच तिचं लग्न करून टाकतात, कारण काहीतरी भानगड झाली, मुलीला दिवस राहिले, तर कुटुंबाची बेअब्रू होईल ही भीती. त्याहूनही वाईट म्हणजे जर मुलगीच एखाद्या मुलाबरोबर पळून गेली तर– ही भीती. वास्तविक मुला-मुलीने पळून जाऊन लग्न करणे ही लग्नाची रीतही या समाजात स्वीकारली तर जाते; परंतु आदिवासी आई-वडिलांचा असाही हिशोब असतो की, मुलीनं असं लग्न केलं तर तिचे पैसे (दापु) कमी मिळतील. या लोकांमध्ये मुलीचे पैसे मिळतात.

सुरता लिंबडी गावची. हे गाव हाय-वेवरच आहे. तिची आई रसीबेन सुरताला बोर्डिंगमध्ये घेऊन आली, त्याच्या दोन वर्षं आधीच सुरतानं घर सोडलं होतं. तिच्या आई-वडिलांनी तिला सरहद्दीपलीकडच्या राजस्थानमध्ये ठाकुरडा जातीच्या एका मालदार खेडूताकडे दोन वर्षांच्या बोलीनं नोकरीवर ठेवलं होतं.

"आमी उपाशी मरत होतो." दीर्घ सुस्कारा टाकत एकदा सुरताच्या आईनं गोपीला सांगितलं होतं, "तवा मग काम मिळालं तर न्हाई कसं म्हणायचं? दुसरं

करणार तरी काय? सुरताचा बापू तर रात न् दिवस दारू पिऊन पडलेला असतो.''
बहुतेक सर्व आदिवासी बायका कडवट हसून, हा एक नशिबाचा भाग म्हणूनच
स्वीकारतात! गोपीनं रसीबेनचा नवरा बघितला होता. अशक्त, रोगट, छातीचं खोकं
झालेला. मग गोपीला कळून चुकलं होतं की, घरी अन्नाची ददात असल्यानं तरुण
आणि आकर्षक दिसणारी रसी लिंबडीच्या रेल्वे फाटकाच्या बाजूला रात्री थांबणाऱ्या
ट्रकड्रायव्हरांची 'सेवा' करत होती! हे ऐकून मात्र रसीबेनऐवजी गोपीनंच सुस्कारा
टाकला होता! गरीब असलं म्हणजे कुठलंही काम मनासारखं किंवा मनाविरुद्ध असा
विचार करायला फारशी संधी नसतेच!

सुरतासाठी ठाकुरड्याकडचं काम एका दृष्टीनं अवघड होतं. ठाकुरडा राजस्थानचा
होता. त्याच्या बकऱ्या सांभाळायचं काम त्यानं सुरताला दिलं होतं. पोटभर जेवणाच्या
बदल्यात डोंगरदऱ्यांतून हरवलेल्या बकऱ्या जीव मुठीत धरून, कुठे कुठे चढून-
उतरून शोधून काढाव्या लागत असत आणि बकरी नाही मिळाली तर सुरतालाच
गुरासारखा मार खावा लागत असे. ठाकुरडा जातीचे लोक आदिवासींना फार हीन
दर्जाचे मानतात; त्यामुळे प्रेमाचे दोन शब्द मिळणं अशक्यच होतं, त्यांच्याकडून
फक्त मजुरीकाम करून घेण्यापलीकडे ठाकुरडा स्वतः सोडून घरचं दुसरं कोणी
त्यांच्याकडे बघतसुद्धा नसे. ठाकुरड्याची दुष्ट नजर मात्र सुरता मोठी होऊ लागली
तशी तिच्यावर पडलीच होती आणि मग एक दिवस त्यानं सुरताच्या कोवळ्या देहाचा
घास घेतलाच! बिचाऱ्या एवढ्याशा सुरताला वेदना झाल्या; पण त्यानं काय केलं हे
तिला धड कळलंही नाही! एवढं समजण्याइतकंही तिचं वय नव्हतं! आणि दुखणं-
खुपणं सहन करायची तिला सवय होती. तरी पण हे जे काही झालं, ते काही वेगळं
आहे असं वाटून तिनं आपल्या आईला मात्र झाला प्रकार सांगितला होता. हे ऐकून
रसीबेन कावरीबावरी झाली होती आणि तिनं आपल्याकडून आपल्या मुलीला धीर
द्यायचा खूप प्रयत्न केला होता.

थोड्या दिवसांनी माय-लेकी ज्योतिघरच्या बोर्डिंग स्कूलमध्ये आल्या. रसीबेननं
गोपीच्या विनवण्या केल्या की, माझ्या मुलीला इथं ठेवून घ्या. आजही गोपीला,
सुरताला प्रथम बघितलं ती वेळ आठवत होती. तिनं एका झटक्यात, घर, कोंबड्या
ठेवलेली जागा, बागेत काम करणाऱ्या मुली सगळ्यावर नजर फिरवून सगळं लक्षात
घेतलं न मग गोपीला म्हणाली,

"मी इथंपण बकऱ्या राखायच्या का?''

"नाही बाळ! आमच्याकडे बकऱ्या नाहीत, खूप सगळी खोडकर माकडं आहेत
मात्र- त्यांच्यातलीच तू एक!''

गोपीनं सुरताला वालीच्या स्वाधीन केली. वालीनं नव्या आलेल्या दुसऱ्या
मुलींबरोबर तिची व्यवस्था केली. सुरतानंही सगळ्यांशी पटापट ओळखी करून

घेतल्या न् पहिल्या दिवसापासूनच सविता तिची मैत्रीण होऊन गेली. जवळजवळ एकाच वयाच्या त्या दोघींचं छानच सूत जमलं.

शेवटी हळूहळू सविता शांत झाली न् हातपाय गळाल्यासारखी गोपीच्या मांडीवर डोकं ठेवून पडून राहिली. रात्रीचा दीड वाजला होता. गोपी वालीला म्हणाली,

"वाली, तुम्ही जा आता, जरा आराम करा."

अशा प्रसंगांची गोपीला सवय होती. मुलींच्या छात्रालयाची प्रमुख संचालिका म्हणून काम करणं हे चोवीस तासांचं काम आहे, हे ती जाणून होती. पहाटेपासून रात्रीपर्यंत, कधीकधी रात्रभरही तिला सजग न् तत्पर राहावं लागायचं; पण इतकं श्रमांचं काम असूनही गोपीला ते करण्यात खूप आनंद मिळत होता. लहान लहान मुलींना नीट सांभाळायचं, त्यांच्या सुख-दुःखात सहभागी व्हायचं हे करताना रोज नवा उत्साह तिच्या मनात निर्माण व्हायचा. अडचणी तर अपरंपार आल्या होत्या; पण या बारा वर्षांच्या अनुभवांच्या श्रीमंतीच्या बदल्यात कुणी काहीही देऊ केलं असतं तरी तिनं ते स्वीकारलं नसतं!

वाली हळू आवाजात म्हणाली, "सविताला काऽऽही झालं नाही, जे झालंय ते सुरताला झालंय!"

सविता जागीच होती, आता थोडी सावरली होती. ती म्हणाली,

"होय बेनजी, ती पळून गेली! निघून गेली ती. मी तिला खूप विनवलं नको जाऊ म्हणून; पण तरी निघून गेली ती. मी तिला सांगत होते की, तू त्या रमेशबरोबर नको पळून जाऊ..."

"रमेश? रमेशभाई?" गोपीनं विचारलं.

"हां." एक दीर्घ श्वास घेत सविता म्हणाली,

"रोज रात्री सुरताला रमेश भेटत होता. सुरतानं कुणाला काही सांगितलं नाही. मला ठाऊक होतं, कितींदा मी तिला म्हटलं की, तू त्याला भेटायला अशी नको जात जाऊ; पण ती ऐकायचीच नाही. वर मलाच म्हणायची की, तू वालीबेनला सांगितलंस तर तुझी माझी मैत्री संपली! अन् आज ती म्हणाली की, आज ती दोघं पळून जाणार आहेत न् ती कधी परत येणार नव्हती!"

बोलता बोलता पुन्हा रडू फुटलं न् तिनं गोपीच्या कुशीत तोंड लपवलं.

"गेल्या काही दिवसांपासून मला हे ठाऊक झालं होतं," वाली म्हणाली.

"पण मला असं कधी वाटलंच नाही की, त्या तिच्याच वयाच्या, तिच्याच गावच्या मुलाबरोबर ती पळून जाईल."

हा रमेश सरखी वाडा गावचाच. आनंदी न् कामसू मुलगा. पंधरा-सोळा वर्षांचा.

तो ज्योतिघर चालवणाऱ्या स्त्रियांची लहानसहान कामं करून द्यायचा, कधी मुलींची थट्टामस्करीही करायचा.

गोपी म्हणाली, "कदाचित सविताला वाटतंय तसं नसेल, ती दोघं पळून नसतील गेली..."

"नाही. नाही बेनजी. सुरता म्हणालीसुद्धा की, ती पळून जाणार होती, कारण-कारण की–"

"कारण? काय झालं सविता?"

"कारण- सुरताला बाळ होणार आहे- मी वालीबेनना सांगणार होते," गोपीकडे बघत सविता म्हणाली, "पण सुरता म्हणाली की, तू सांगितलंस तर मी कायमची-निघून जाईन!"

सविता न् सुरतांचे स्वभाव अत्यंत भिन्न असूनही त्यांची गाढ मैत्री होती. बरेचदा भिन्न प्रकृतीच्या लोकांचीच मैत्री होते, तसंच! एकमेकींकडे लक्ष द्यायचं, एकमेकींना अडचणीला मदत करायची अशा त्या सदोदित एकत्र असायच्या. झोपायच्याही एकमेकींच्या जवळ.

सविताचं तिच्या कुटुंबातल्या इतरांशी खूप प्रेम, खूप सख्य होतं; तिला बोर्डिंगमध्ये घरची खूप आठवण यायची. मोकळी शेतं, गाई-म्हशी, असं सगळं आठवत राहायचं. सुरताला मात्र घराची ओढ अशी मुळी नव्हतीच. अर्थात तिच्या घरी तिला मिळालंच काय होतं आठवण येण्यासारखं? सवितापेक्षा ती दांडगी, इतरांच्या खोड्या काढण्यात मजा येणारी अशी होती. कधीकधी तास न् तास ती एकटीच एखाद्या झाडाखाली बसायची, तर कधी बोरं, कैऱ्या तोडून आणायची, कधी पक्ष्यांच्या मागे लागायची. लहानपणी ठाकुरडा शेतकऱ्याच्या बकऱ्या सांभाळायचं काम तिनं केलं होतंच. आता इथं ती स्वतंत्र होती, तिला 'नाही' म्हणणारं, रागावणारं, धमकावणारं, शिक्षा करणारं असं कोणी नव्हतं. वालीबेन देखरेख ठेवायची; पण कजागपणा करत नसे, मायेनं वागवायची. गोपी तर खूपच मायाळू, मुलींची जणू आजीच! पिकू लागलेले पण नीटनेटके ठेवलेले केस, व्यवस्थित नेसलेली सुती साडी आणि कितीही कामात असली तरी वाढत्या वयाच्या मुलींशी समजूतदारपणानं, हसतमुख वागणं.

शाळेत जाऊन अभ्यास करणं तर सोडाच; पण इतका वेळ वर्गात मुकाट्यानं बसून लक्ष देणंही या दोघींना जड जायचं. बोर्डिंगमध्ये राहणाऱ्या तीस एक मुली मिशनतर्फे चालवण्यात येणाऱ्या गावातल्या शाळेत जायच्या. सविता न् सुरता दोघींना पहिलीत घातलं गेलं. त्या बाराखडी शिकल्या, मग लिहायला-वाचायला

शिकल्या, गाणी म्हणायला शिकल्या आणि पाढे, तोंडी हिशोबही शिकल्या. त्यांचं गाव, जवळचं शहर, त्यांचा देश सगळ्याबद्दल त्यांना थोडी माहिती सांगितली गेली. पहिल्या पहिल्यांदा सविताला कंटाळा यायचा; पण मग तिला अभ्यास करणं आवडायला लागलं. सुरताला मात्र अजूनही कंटाळा यायचा. तिचं खेळात जास्त लक्ष असायचं, अभ्यासात मन लागत नसे.

दोघी आतुरतेनं वाट बघायच्या शुक्रवार संध्याकाळची– घरी जायची संध्याकाळ!

"सविता, मी सोमवारी परत नाही येणार."

"का गं?"

"मला शाळा नाही आवडत. मास्तर बोलत राहतात अन् आपण ऐकत राहायचं– किती दिवस अभ्यास करायचा– कंटाळा येतो अगदी!"

"पण आपलं ज्योतिघर? तेसुद्धा नाही आवडत तुला? वाली किती चांगली आहे!"

"ती तर तुझ्याशी चांगली वागते. मला काल उगीचच रागावली–"

"हे बघ सुरता, चूक तुझीच आहे; तूच उशिरा आलीस की नाही? मग?"

तेवढ्यात पाठीमागून सायकलच्या घंटेचा आवाज आला, तशी दोघी रस्त्याच्या कडेला सरकल्या; तेवढ्यात आवाज आला, "अरे! सविता! सुरता! कुठे चाललाय तुम्ही?"

तो रमेश होता. जवळ येऊन सायकलवरून उतरत त्यानं हसतमुखानं विचारलंन, "बसायचंय सायकलवर?"

"पण तुला आमची नावं कशी ठाऊक?"

दोघींनी एकदम विचारलं अन् सुरता पुढे म्हणाली, "बसायचंय सायकलवर, बसव आम्हाला."

रमेश हसत हसत म्हणाला, "मला ठाऊक आहेत तुमची नावं, ठाऊक नसायला काय झालं? चला, बसा उडी मारून." मग त्यानं सुरताला समोर बसवली, सविताला पाठीमागे आणि तिघंजण मजेत होस्टेलवर आली.

रमेशशी ती पहिली भेट. त्याचा हसतमुख स्वभाव दोघींनाही आवडला. मग त्याची न् त्यांची बरेचदा भेट होऊ लागली. सुरताला त्याच्याबद्दल जास्त आकर्षण वाटू लागलं. ती बरेचदा एकटीच शेतात फिरायला जायची न् तिथं झाडाखाली आराम करत असलेला रमेश भेटायचा. दोघं गप्पा मारायची. एकमेकांची संगत दोघांनाही आवडायची.

थोड्याच दिवसांत होस्टेलच्या कुंपणावरून उडी मारून, रात्री रमेशला भेटायला जाण्यापर्यंत सुरताची मजल गेली! सविता तिला सावध करू बघायची. वाली बघेल, गोपीला समजेल, असं सांगायची.

"अंहं! त्यांना कसं कळेल? तू नाही सांगितलंस तर कुणाला कळणार नाही अन्

जर तूच सांगितलंस तर तू माझी मैत्रीणच नाहीस म्हणावं लागेल!'' यावर मग सविता गप्प राहायची.

दोघींमधली मैत्री अतूट राहिली. सुरताच्या सगळ्या कारस्थानांमध्ये सविता साथ द्यायची. सविताचा आजपर्यंत कुणा पुरुषाशी तसा संबंध आला नव्हता. सुरता तिला पुरुषाचा स्पर्श कसा वाटतो, त्यानं जवळ घेतलं, चुंबन घेतलं म्हणजे कसं वाटतं असं सारं खुदुखुदु हसत सांगायची. सविता अवाक होऊन ऐकायची. आपल्या मैत्रिणीचा तिला हेवा वाटायचा; पण स्वतः असे अनुभव घ्यायचा धोका पत्करायला मात्र ती तयार नव्हती! सुरताला तिच्यापेक्षा रमेश जास्त आवडत असेल का असंही पुष्कळदा तिच्या मनात यायचं; पण तसं तिला विचारायचं धाडस मात्र तिनं कधी केलं नाही– सुरता 'हो' म्हणाली असती, तर जे दुःख झालं असतं ते सहन करायची तिच्या मनाची तयारी नव्हती! तिला वाटायचं, संपेल हे वेड सुरताचं थोड्या दिवसांत!

एका रात्री तिच्या शेजारी चटईवर पडल्या पडल्या सुरता तिच्या कानात कुजबुजली, ''ओळख पाहू काल रात्री आम्ही काय केलं असेल?''

पहिल्यांदा तर सविताला ती काय सांगत होती ते समजलंच नाही; पण जेव्हा तिच्या लक्षात आलं, तेव्हा ती अतिशय अस्वस्थ झाली, तरीही यावर काय म्हणावं हे न समजून गप्प राहिली.

''तो खूप चांगला आहे गं!'' सुरता सविताला सांगत होता; पण कदाचित ती स्वतःलाच दिलासा देत होती!

''खरं सांगू मला मुळीच त्रास नाही झाला, खूप बरं वाटलं!'' हे सांगता सांगता लहानपणी ठाकुरडा शेतकऱ्यानं जे केलं होतं, ते तिला आठवलं! तेव्हा किती विचित्र, कसंतरीच वाटलं होतं! हे किती वेगळं होतं, किती छान होतं!

असंच कितीतरी दिवस चाललं. दोघी एकमेकींचा बचाव करत असायच्या विशेषतः सविता सुरताचा– गप्प राहून. अन् मग एक दिवस घाबऱ्याघुबऱ्या झालेल्या सुरतानं रात्री सविताला काही सांगण्याचा प्रयत्न केला; पण ती काही सांगू शकली नाही. सकाळी तिला बरं वाटत नाहीसं झालं आणि नाश्ता केल्या केल्या उलटी झाली. भेदरलेल्या आवाजात ती म्हणाली, ''काहीतरी झालंय!''

''काय? काय म्हणतेस ते धड सांग ना!'' ही रोजची सुरता नव्हती.

''पोटात कसंतरीच होतंय.''

''वालीबेनकडून औषध घेऊन येऊ?''

''नको नको! होईल बरं. खाण्यात आलं असेल काहीतरी.''

पण कसंतरी व्हायचं काही थांबेना. सुरताला आता खूप भीती वाटू लागली. या महिन्याला तिची पाळीही चुकली होती; पण तरीही झाल्या गोष्टीचं गांभीर्य तिच्या लक्षात आलं नाही किंवा लक्षात येऊनही सत्याला सामोरं जाण्याचं ती टाळत होती.

शेवटी एका रात्री ती सविताला म्हणाली, ''मला... मला वाटतंय की, मला बाळ होणार आहे!''

सविता पार घाबरली. तिच्या मैत्रिणीवर तिचा खूप जीव होता; पण या बाबतीत ती तिच्या मैत्रिणीला काहीच मदत करू शकेल असं नव्हतं. तिच्या मते कुणातरी मोठ्या माणसाला हे सांगणं जरूर होतं; पण सुरतानं तसं करण्यास साफ नकार दिला. प्रथमच दोघी मैत्रिणींचं भांडण झालं.

''जर का तू कुणाजवळ या बाबतीत बोललीस तर माझं तोंड बघणार नाहीस पुन्हा कधी!'' मग जराशानं म्हणाली,

''मला वाटतं, मी रमेशकडेच जाईन. त्याला ठाऊक असेल काय करायचं ते.''

''नको सुरता.'' सवितानं विनवलं, ''आता पुन्हा त्याच्याबरोबर नको जाऊ. असं कर, पुढच्या आठवड्यात घरी जाशील, तेव्हा तुझ्या आईलाच सांग ना.''

''माझ्या आईला?'' पुढे ती काही बोलली नाही; पण लहानपणची एक आठवण एकाएकी तरंगत वर आली. अंधाऱ्या खोलीत ती सगळी झोपली होती. ती गाढ झोपेतनं एकाएकी जागी झाली. कुणातरी पुरुषाचा आवाज ऐकू आला; पण तो तिच्या वडिलांचा नव्हता. तो पुरुष तिच्या आईला हळूच हाका मारत होता. तिला परत झोपून जावंसं वाटलं; पण कुतूहल न् भीती, दोन्हीमुळे लगेच झोपही लागेना. तेवढ्यात तिची आई हळूच म्हणाली,

''शू:! हळू बोल. पोरं झोपलीत, ती उठतील!''

हे सारं आत्ता आठवता आठवता सुरताला वाटलं, ''नकोच! रमेशकडेच परत जावं हेच बरं!''

अशाच काही रात्री गेल्या आणि एका रात्री सुरता सविताला काही न सांगता हळूच उठून निघून गेली. बरोबर एक लहानसं बोचकं घेतलं होतं. ती परत न यायचं ठरवूनच चालली होती. सविता जागीच होती, तिनं सुरताला जाताना बघितलं. तिचे डोळे भरून आले आणि शेवटी ती हुंदके देऊन रडत गोपीच्या खोलीशी गेली.

उजाडलं होतं. चहाच्या कपातली साखर यांत्रिकपणे ढवळता ढवळता गोपी विचार करत होती. पलीकडे बसलेली वाली बसल्या बसल्या पोळीचे तुकडे मोडून खात होती. दोघी विमनस्क मनःस्थितीत होत्या. शेवटी वाली म्हणाली,

''मी सांगून आले मुखीला; पण ती दोघं तर एव्हाना राजस्थानच्या हद्दीत पोहोचली असतील.''

''का वागतात मुली असं?'' गोपी स्वतःशीच बोलावं तसं बोलत होती.

"कदाचित घरची आठवण येऊन एकटं वाटत असेल, म्हणून... नाहीतर कदाचित..."

"ती चंचल, अधीर स्वभावाची मुलगी आहे. पहिल्यांदा तिला पाहिली ना मी, तेव्हा मी तिला माकड म्हटलं होतं! मोठी उच्छृंखल, धडपडी मुलगी."

दरवाजात सावली पडली. सविता उभी होती. बाहेर जायचे कपडे घातले होते तिनं.

"बेनजी, मीपण जाते."

"तू? तू कुठे चाललीस आता? तू इथंच राहा, शाळेत जा."

"नको– शाळेत– नाही जायचं मला, मी घरीच जाते."

सविता आता हट्टाला आली होती.

"तुला सुरताशिवाय चुकल्याचुकल्यासारखं होत असेल, होय ना? ठाऊक आहे मला; पण इथं दुसऱ्या मुलीही आहेत ना, अगदी एकटी नाही पडणार तू." गोपीनं समजावलं.

सविताचे डोळे परत भरून आले. "मला घरी जायचंय" ती म्हणत राहिली.

गोपी उठली. तिनं सविताचे हात हातात घेतले न् प्रेमानं हसून, गोड बोलत तिला म्हणाली, "ऐक सवितु, सुरता तर रमेशबरोबर घर मांडायला गेली; पण तू जास्त नशीबवान म्हणायची, तुला तर घर आहेच! हे आहे ना, हे तुझं घरच आहे, हो की नाही?"

शांत आवाजात असं बोलत तिनं सविताला आपल्या जवळ बसवून घेतलं, तिचे डोळे पुसले. मग वालीला खूण करून, कपाटातनं लाडूची ताटली आणायला सांगितली आणि सविताच्या पाठीवर हात फिरवत, तिचं सांत्वन करता करता म्हणाली, "हे बघ सवितु, तुला तुझं घर मिळालंय, असं समज. खरं म्हणजे सुरताचं पण हेच घर आहे, तीही परत येईल इथं; घाबरू नको तू!"

❖

दुभती गाय

टेकड्यांवर मावळतीला सूर्य टेकला होता. रावतवाडा गावाच्या टेकड्यांवर, ठिकठिकाणी सुट्या सुट्या असलेल्या झोपड्यांच्या कौलांवर आणि उतारांवरील हिरव्या शेतांवर मावळतीची कोवळी उन्हं पसरली होती.

मीरा घरातून बाहेर आली. ओसरीवर म्हाताऱ्या गंगाबेन जुनी फाटकी साडी शिवत बसल्या होत्या. ते वृद्ध हात शिवणकलेत कसलेले आहेत, हे ज्या गतीनं आणि सफाईनं त्या शिवत होत्या, त्यावरून उघडच दिसत होतं. मीरा हळू पावलांनी येऊन गंगाबेनच्या जवळ उभी राहिली. खाली बघून शिवता शिवताच गंगाबेन म्हणाल्या,

"बेटी, उगीचच काळजी करतेस तू. या बायकांना आपला आपण मार्ग कसा काढावा हे बरोबर समजतं. बघून घेतील त्यांच्या त्या."

शेणानं सारवलेल्या जमिनीवर मीरा गंगाबेनजवळ बसली. दोघींची खूप गाढ मैत्री होती. तसं पाहिलं तर त्यांच्या वयात तीस वर्षांचं अंतर होतं. मीरा अजून तरुण होती, तर गंगाबेनचं आता वय झालं होतं. खूप वर्षांपूर्वी, स्वातंत्र्य मिळालं, त्या सुमाराला सुरत जिल्ह्यातली चांगली नोकरी सोडून गंगाबेन सर्वोदय कार्यकर्ती म्हणून इकडे आल्या होत्या. साबरकांठा जिल्ह्यात शांतपणे काम करत राहून कित्येक वर्षं त्यांनी अनेक अडचणींना तोंड दिलं होतं, खूप कष्ट केले होते. हा डोंगराळ, अगदी एका बाजूला असणारा प्रदेश हीच त्यांनी आपली कर्मभूमी मानली होती. अहमदाबादला एकदा एका सभेत त्यांना मीरा भेटली. मुंबईच्या टाटा इन्स्टिट्यूट ऑफ सोशल सायन्सेसची पदवी मिळवून आता खूप छान करिअर घडवण्याची स्वप्नं मीरा बघत होती;

पण गंगाबेन भेटल्या, त्यांच्याशी ती बोलली आणि तिच्या संपूर्ण आयुष्याची दिशाच पार बदलून गेली. तीही गंगाबेनच्या कामात येऊन सामील झाली. या गोष्टीला आता सहा वर्षं झाली होती. दोघी एकमेकींना पूरक ठरल्या होत्या...

"मी त्यांना असंच आपलं वाऱ्यावर नाही सोडू शकणार" मीरा जरा चिडून म्हणाली, "खूप सावध राहिलं पाहिजे या कामात."

गंगाबेन शांतपणे शिवणकाम करत होत्या.

"कारण," मीरा उत्तेजित होऊन बोलत होती, "जोपर्यंत बायका आर्थिक दृष्टीनं स्वतंत्र होत नाहीत, तोपर्यंत नारीमुक्तीबद्दल नुसतं बोलण्यात काहीही अर्थ नाही! तेव्हा बायकांची ही सहकारी दूधमंडळी जर आपल्याला नाही उभी करता आली, तर आपलंच नाक कापल्यासारखा कमीपणा येणार आहे आपल्याला. तो हरामखोर जाड्या खेमाजी मुखी आपल्या कामात विघ्नं आणल्याशिवाय राहणार नाही हे तर आहेच, त्यात आणखी भर म्हणजे या आपल्या सगळ्या बायका आपापसांतल्या भांडणांमधनंच वर नाही निघत!"

आता मात्र गंगाबेननं शिवण बाजूला ठेवलं न् मीराच्या नजरेला नजर मिळवत त्या हसून म्हणाल्या,

"मीरा, किती अधीर होतेस तू! तुला सगळं रातोरात बदलायला हवंय!" मग एक दीर्घ सुस्कारा टाकत, दूरवर नजर लावत त्या म्हणाल्या,

"किती भित्र्या आहेत या बायका, किती असुरक्षित वाटतं त्यांना! अशा स्थितीत भांडणं नाही होणार तर काय होईल? नवऱ्यासाठी, मुलांसाठी, जमिनीसाठी, प्रत्येक गोष्टीसाठी भांडणं! पण तू असा विचार केलास कधी की, हे असं का होतं? कारण जिवंत राहण्यासाठी, या वातावरणात टिकून राहण्यासाठी, त्यांना या प्रत्येक गोष्टीसाठी लढा द्यावा लागतो! जिवंत राहण्याचाच सवाल आहे इथं. आजपर्यंत तू त्यांना खूप काय काय शिकवलंस; पण आता तू त्यांच्याकडून थोडं शीक. तू इथं आल्यावर या बायका एक स्त्री म्हणून जास्त जागरूक झाल्या, लिहायला-वाचायला शिकल्या. वर्षानुवर्षं अंगठा उठवणाऱ्या बायका आता सही करणार म्हणून हट्ट धरतात. सरकारी योजना, सहकारी चळवळी यांची त्यांनी नीट माहिती करून घेतली आणि आता तर या सहकारी दूध मंडळीसाठी उघडउघड मोर्चाच उघडलाय त्यांनी..." ('मंडळी' हा शब्द- संघटना, सोसायटी अशा अर्थी वापरतात.)

"हो ना, पण म्हणूनच त्यांनी यात यशस्वी व्हावं, असं फार वाटतं मला; पण त्या एकोप्यानं राहिल्या, एकमेकींना त्यांनी साथ दिली, एकत्र चर्चा-मसलत करून निर्णय घेतले, तर ही सहकारी मंडळी उभी राहील, यशस्वी होईल. ते सोडून या एकमेकींशी भांडत राहिल्या, एकमेकींनाच फाडून खायला निघाल्या, तर कसं गप्प बसून ऐकून घ्यायचं मी?"

"जरा धीर धर मीरा, काही एकमेकींना फाडून खाणार नाहीत. अगं, शतकानुशतकं त्या अशा भांडत-तंडत आल्याहेत; पण तरी टिकून आहेतच ना? आणि तू एक मोठा मोलाचा विचार रुजवलास त्यांच्या मनात, जे मलाही नव्हतं जमलं- तू एक स्त्री म्हणून त्यांचा आत्मसन्मान, आत्मविश्वास जागा केलास आणि म्हणूनच माझी खात्री आहे की, आता तू काळजी करायची जरूर नाही, त्या काढतील मार्ग त्यांच्या प्रश्नांमधून!"

मीरा त्या वृद्ध स्त्रीकडे आनंदाश्चर्यानं बघत राहिली. मग म्हणाली,

"तुमचं म्हणणं खोटं नाही, निदान अर्धं तरी खरं आहेच; पण मलाही तुमच्याइतका विश्वास वाटत असता तर!"

बोलता बोलता उठून उभी होत, तिनं दोन्ही हात वर उंच करत पसरले. पस्तिशीच्या मीराच्या देहावर थकवा आणि शरीराची झालेली झीज जाणवत होती. अपुरा, अर्धाकच्चा आहार, रणरणत्या उन्हात, त्या डोंगर-दऱ्यांतून सतत पार करावे लागणारे चढउतार, घरी आणि घराबाहेर घाम गाळत करावं लागणारं श्रमाचं काम! शिवाय त्यात 'करायला जावं एक नि व्हावं भलतंच' अशा घटना घडणं आणि त्यामुळे मनावर सतत राहणारा दबाव, या सगळ्यामुळे मीरा अकाली प्रौढ दिसू लागली होती. तिला आवडणाऱ्या इथल्या बायकांबरोबर त्यांच्याचसारखं राहून, त्यांच्यासाठी काम करण्यासाठी या तरुण मुलीनं आपलं आयुष्य पणाला लावलं होतं. मूळ गोरा असलेला तिचा वर्ण आता उन्हात रापून तांबूस-काळा झाला होता; अन् त्वचा कोरडी, निबर दिसू लागली होती. चालताना आता तिच्या पाठीला जरा पोकपण यायचं. कधीकधी ती स्वतःलाच सांगायची,

'रे जीवा! खूप कष्ट केलेस, आता विश्रांती घे अंमळ!' पण मग नंतर थोड्याच दिवसांत भिलोडा गावच्या पश्चिमेला असलेल्या पंधरा खेड्यांमधल्या स्त्रियांचं संघटन करण्याचा विचार पुढे आला आणि मीरानं हे नवं आव्हान स्वीकारलं. खूप वेळखाऊ आणि श्रमाचं काम होणार होतं. नाहीतरी गेल्या काही वर्षांपासून तिनं आठवड्याची एक सुट्टी घ्यायचंही बंदच केलं होतं!

विचारात गढलेली मीरा उठून आत घरात गेली. स्वयंपाकघरातून ती म्हणाली, "गंगाबेन, चुलीवर भाजी आहे थोडी. मी कालीबेनच्या घरी जातेय. सरकारी अधिकारी येऊन पोहोचण्यापूर्वी मला बायकांशी जरा भेटायचंय-बोलायचंय. तो यायचा होता दुपारी; पण तो कसला वेळेवर येतोय? आणि त्याचा लुच्चेपणा ठाऊकच आहे आपल्याला!"

गंगाबेन म्हणाल्या, "फार उशीर नको करू गं, खरं म्हणजे फार थकलीस तू आधीच."

मीरा मागच्या परसातनं बाहेर पडली आणि लहान ओढा ओलांडून कालीबेनची

टेकडी चढू लागली.

'आले असते इन्स्पेक्टर एव्हाना, तर मला निरोप आला असता. येतोय तरी का पुन्हा आम्हाला बनवतोय कोण जाणे!'

ती मनाशी विचार करत होती. तेवढ्यात जीपचा आवाज आला न् तिकडे बघता बघता खचदिशी तिच्या पायात काटा मोडला. खाली वाकून, काटा काढून टाकत भराभरा ती निघाली. रावतवाड्याच्या सीमेपाशी सरकारी जीप पोहोचलेली तिनं बघितली होती.

मीरा कालीबेनच्या ओसरीवर पोहोचली, तेव्हा तिथं पन्नास एक बायका जमल्या होत्या. कुणी उंबऱ्याशीच बसलेल्या, तर कुणी दाराच्या चौकटीला टेकून उभ्या. सगळ्यांच्या मधोमध ओसरीच्या मुख्य खांबाशी खुर्ची टेकवून गावचा मुखी खेमाजी वडीलधाऱ्या पुढाऱ्याच्या ऐटीत बसला होता. मीरानं कल्पना केली होती, तसंच होतं सारं दृश्य. कालीबेन आणि मणीबेनमध्ये जोरात भांडण जुंपलं होतं आणि जोरजोरात वाद चालू होता.

"अगं येऽऽ बये, माजं तुकडं करून टाकलंस ना त्या जमिनीवर, तरी ताबा सोडणार न्हाई मी त्या जमिनीचा!"

"तुला मेलीला माज्या पोरांची कशाला दयामाया असनार हाये, पन मी न्हाईच हटनार तिथनं, काय करायचं ते कर न् जा!"

"बगा तं खरं! चोर तो चोर न् वर शिरजोर! आमी ती जमीन इकत घेतलीय पैसं टाकून- तू साली चोर, खोटारडी, हरामजादी, रामलाची रखेल-" एवढं मणी बोलतेय तेवढ्यात एकदम उसळून काली पुढे आली न् तिनं ताडकन मणीच्या तोंडावर एक ठोसा मारला. दोघी एकमेकींना ओरबाडू लागल्या, केस ओढू लागल्या. शेजारी असलेल्या डाहीबेननं न् देवीबेननं मग कालीला मागे खेचली. तरी कालीची शिव्यांची लाखोली सुरूच होती.

"तूच असशील खोटारडी! तूच आहेस चोरटी! अगं, तुझ्या आयला–"

"आता गप बसता की नाही?" अंगणात पाय टाकता टाकता हे सारं ऐकून रागानं लाल झालेली मीरा ओरडली अन् मारामारीवर आलेल्या त्या दोघींच्या मध्ये जाऊन तिनं दोघींना दोन बाजूना ढकललं.

"काली! मणी! अगं, लाजा नाही वाटत तुम्हा दोघींना? चूप बसा एकदम!"

खुर्चीवर बसलेला खेमाजी साळसूदपणे म्हणाला, "बेन, अवं, मी कवाचा सांगतुया दोगींना बी, पन बायकांची जातच ही अशी! अरं मांजरं बरी ह्यंच्यापेक्षा! आमचं पुरुषाचं ऐकत असती तर काय पायजे व्हतं दुसरं?"

"मुखी, तुम्ही बसा स्वस्थ," मीरानं शांतपणानं म्हटलं, "आमचं आम्ही बघून घेऊ."

"अरं घ्येतलं बघून!" तिला वेडावल्यासारखं करत मुखी म्हणाला, "बाईमान्सांचं चाललंय का पुरुषांवाचून कंदीबी, त्ये आता चालनार हाये? अवंऽ, सैपाकपानी करा अन् पोरं जल्माला घाला, यवडं येकच ठावं तुमास्नी, दुसरं-तिसरं काय येनार तुमाला? आनि हे तर आता 'सिसोटी'चं काम!" मग घसा साफ करत आणखी साळसूदपणानं पुढे म्हणतो, "म्हून तर माजं काम बाजूला ठिवून, इथपर्यंत हेलपाटा घातला म्या!"

डाहीबेननं एक जुना कागदाचा तुकडा उंच धरून दाखवत म्हटलं, "हा तलाटीचा नकाशाचा कागुद."

मग मणीबेन आत्मविश्वासानं म्हणाली, "आनि मी सर्वेयरचा कागद आनलाय. आमच्या घरनं थेट भिलोडाला जाऊन घिऊन आलं." मणीबेन न् तिचा नवरा त्या गावातली सगळ्यात जास्त 'शिकलेली' माणसं होती, हे सर्वांना जाणवून देण्यासाठी मणीनं खुलासाही केला!

"बरं, तर चला मग, नकाशा बघून आपण नक्की करून टाकू." सगळ्या बायका जरा बाजूला सरकल्या न् मध्ये जमिनीवर नकाशा पसरला. मीरा नकाशाजवळ बसली, मग मुखीकडे बघत जरा आडवळणानं तिनं त्याला सुचवलं, "मुखी, सगळी माहिती वगैरे आहे आमच्याजवळ आणि तुम्ही आलात इथपर्यंत त्याबद्दल तुमचे आभार!"

खेमाजीनं डोकं हलवलं; पण तिथून हलला मात्र नाही! मग मीरा बायकांशी बोलू लागली, "हे बघा, आपण काही इथं या काली न् मणीचा जमिनीचा तंटा मिटवायला आलो नाही. आपण आपली सहकारी दूधमंडळी उभी करायला जमलोय, तेव्हा मेहेरबानी करून हे भांडणबिंडण आत्ता डोक्यातून काढून टाका."

खेमाजीनं हरकत घेतली, "आता तुमाला दूधमंडळी कशाला म्हून काढायचीय येगळी? गावात एक दूधमंडळी हाये तर खरी!"

मणीनं ताड्दिशी उत्तर दिलं, "घ्या! बोलले! ती मंडळीतं कवाधरनं बंद पडलेली हाये! तीन वर्सं जाली!"

मग जवळ बसलेल्या शकरीनं जोर दिला. "व्हय तं काय? आनि म्हनून तर आमास्नी नवी मंडळी बनवायची हाये!"

"आन् ती बी आमची- बायकांची- येगळी मंडळी!" मणी ठसक्यात म्हणाली न् सगळ्या बायकांनी तिला पाठबळ दाखवायला माना डोलवल्या.

"त्ये तर न्हाई हुनार!" खुर्चीवरून उठत, हातांनी हवेत फुली मारत खेमाजी म्हणाला, "तुमी? तुमी बायका दूधमंडळी उभी करनार? मंडळी म्हंजे काय ह्ये तरी ठावं हाये का तुमास्नी? अवं, ही कामं तर पुरुषांची, तुमाला यवडं तरी ठावं हाये का, किती विसांचे शंबर हुत्यात? बसा ना गप् आपल्या जागी, काय?"

आता मात्र मीरानं त्याला जरा भक्कम आवाजात सरळच सांगितलं, "आता जा ना मुखी, तुम्ही भलेपणानं इथून परत जा, नाहीतर आम्हाला धक्के मारून काढावं लागेल तुम्हाला इथून! मेहेरबानी करून आम्हाला आमचं काम करू द्या!"

आता खेमाजी रागावला. तो कडवटपणानं म्हणाला, "काय म्हणालात तुमी? मला– मुखीला जायला सांगताय? अवं, मी हतलाच, या गावचाच हाये. तुमी मुंबईवाल्या हतं येऊन आमच्या या भोळ्या बायाबापड्यांना बहकावताय कशापाई?"

पाच-सात बायका एकदम चुकचुकत उभ्या राहिल्या आणि त्यांच्यातली एकजण कडक आवाजात म्हणाली, "मुखी, सांबाळून बोला. मीराबेन आमच्या हैती, आमच्या हतल्याच हैती, त्या ऱ्हानारच आमच्या बरुबर! त्येंच्यामुळं तर आजपोतर आमास्नी जे न्हवतं समजत ते आता समजाया लागलंय!"

सगळ्याच बायका कलकलाट करू लागल्या, तशी मुखीला वाटलं की, आता इथून पोबारा केलेलाच बरा! मग स्वतःशीच तोंडातल्या तोंडात त्यांना शिव्या घालत, मोठाल्या ढांगा टाकत, मागे वळून न बघता तो तिघून निघून गेला!

एकदाचा मुखी गेल्यावर मीरा बायकांकडे वळली आणि कालीला म्हणाली, "तुमच्या अंगणात आजची सभा बोलावलीय, तेव्हा आजच्या सभेच्या प्रमुख तुम्ही. तुम्ही चालवा सभा."

तशी कालीही एखाद्या जबाबदार व्यक्तीसारखी गंभीर आवाजात म्हणाली, "सर्व बायकांनू शांत बसा, आता मीराबेन काय सांगतात ते आपुन ऐकू या."

मग मीरा सांगू लागली, "आपण हे लक्षात ठेवून वागलं पाहिजे की, आपण सगळ्या एका स्त्री संघटनेच्या सदस्य आहोत. कालीबेन आणि मणीबेनमध्ये कौटुंबिक भांडण उभं झालेलं बघून मला खरोखर वाईट वाटलं. आपण एकजुटीनं राहणं फार अगत्याचं आहे आणि मुखी खेमाजींना इथं बोलावलं गेलेलं बघून मी बेचैन झाले. त्यांना का बोलावलं हे मला समजतच नाही, कारण ते तर नेहमीच आपल्या कुठल्याही कामाला हरकतच घेत असतात आणि अडचणी उभ्या करत असतात!"

"व्हय् व्हय. खरं हाये तुमचं!"

"म्हणून आपली कोणतीही अडचण दूर करायला, मार्ग काढायला आपलं आपण शिकलं पाहिजे. शेकडो वर्षांपासून आपल्या पुरुषांना आपल्यावर हुकुमत गाजवायची सवय लागलीय, त्यातून सुटका करून घ्यायची असेल, तर त्यांना आपल्या कामात ढवळाढवळ न करू देणं, हे बरं! पटतंय का तुम्हाला?"

"व्हय, खरंच हाये तुमचं म्हननं, पटतंय आमाला." असे सूर निघाले.

"पण बेन, या कालीचीच चूक हाये, तिनंच-" मणीनं परत मध्येच सुरुवात केली, तशी मीरानं तिला दटावलं, "मणीबेन, बस करा आता, पुष्कळ झालं. तुमच्या या घरगुती भांडणामुळे आपला खूप वेळ वाया गेलाय. मुख्य काम राहतं बाजूला,

हे कसं लक्षात येत नाही तुमच्या? चला बरं, आता कामाला लागू या. आपली दूधमंडळी रजिस्टर कशी करायची, ते आज बघू या, त्यासाठीच आज जमलोय आपण इथं.''

''व्हय बराबर हाये, त्येचंच बगू या.'' मग कालीकडे वळून मीरा म्हणाली,

''कालीबेन, काम सुरू करा.''

घसा साफ करत काली सांगू लागली, ''ग्येली येक-दोन वर्सं आपन बायकांची दूधमंडळी काडायची म्हून बोलत आलोय; पन अजून काईबी पक्कं केलं न्हाई. मीराबेननं आपल्याला मदत केली, शिकवलं; म्हून आपलं गाडं फुडं चाललंय.

''डाहीबेन, शकरीबेन, मंगूबेन आनि मी- आमी चौगीजनी- तिकडं बनासकाठ्याला म्हशींचं काम शिकाया गेलो, तवा परथमच आमी बगितलं की, एक गाय एका टायमाला वीस लिटर दूध देते आन् हततर आपल्या म्हशी येका टायमाला दोन न्हाईतर तीन शेर दूध देतात- अन् तिथं टायमाला मणभर दूध! ह्या मीराबेन सांगत हुत्या की, त्येंच्या देशामंदी आपल्या देशाबद्दल लोक खूप काय काय बोलत्यात. तिथं लोकांना वाटतं की, आपल्या देशात दुधाच्या न् मधाच्या जनू नद्या व्हातात, अन् काय न् काय! तं काय सांगत हुते की, आमी पाह्यलं की, दूधमंडळी म्हंजी जनू दुभती गाय- समद्यांसाठी मिळून जनू एक दुभती गाय. म्हून असं नक्की केलं की, रावतवाडा मंदी दूधमंडळी काढायचीच!''

सगळ्या बायका लक्ष देऊन ऐकताहेत हे बघून कालीबेनला खूप हुरूप आला. सगळ्या बायकांचेही चेहरे उमलले होते. काली पुढे बोलू लागली, ''मग धुळीबेन, फूलीबेन आनि जीवीबेन अशा तिगीजनी सरकारी कर्ज न् मदत मिळायसाटी म्हनून शिबिर ठिवलंवतं, तिथं गेल्या. तिथं काय सांगितलं की, हे सगळं मिळवायचं असंल, म्हंजी सरकारचं कर्ज न् मदत हवी असेल, तर अंगठा उठवणाऱ्या बायका असून न्हाई चालायचं. म्हनून मग मणीबेनच्या घरी लिहायला-वाचायला शिकायचा वर्ग सुरू केला आनि समद्याजनी आपापलं नाव लिवायला शिकल्या, सही करायला शिकल्या, वाचायलापण शिकल्या आणि आता तर चौघी-पाचजनी आपली रावतवाडा, लींडा कुंडला आनि नानी कोटली या गावांची दूधमंडळी रजिस्टर करायला मोडासालासुद्धा गेल्यात! हाये ना झक्कास काम मीराबेन?''

मीरा काही उत्तर देणार तेवढ्यात बाहेरच्या अरुंद रस्त्यावर जीपचा घरघराट ऐकू आला आणि ओसरीच्या बाहेर जीप येऊन थडकलीच. त्या कच्च्या रस्त्यावर जीपच्या येण्यानं धुळीचे लोट उडाले; त्या धुळीपासून तोंड वाचवायला बायकांनी डोक्यावरून पदर घेऊन ते पुढे तोंडावर घेतले. धूळ खाली बसली; पण सगळ्या बायका मात्र एकमेकींच्या जवळ सरकून, संकोचून बसून राहिल्या. बोलण्याचे आवाजही कमी कमी होत हवेत विरून गेले. जरा बावरलेल्या बायका आपापसांत कुजबुजू लागल्या

– “बाबू साह्येब हायेत- सरकारी साह्येब”

डाही मीराच्या कानांशी कुजबुजली, “ह्यो तर रगताची चटक लागलेला वाघ हाये!”

सरकारी अंमलदार एक प्रौढ धट्टाकट्टा माणूस होता. लांब बायांचा रंगीत बुशशर्ट आणि रंगीत पँट घालून आला होता. त्यानं ड्रायव्हरला खूण करून तिथंच थांबायला सांगितलं आणि मग बायकांवर एक नजर फिरवली. नजर स्वच्छ नव्हतीच! हातात एक काळी बॅग होती. अंमलदाराच्या तोऱ्यात, हुकमी आवाजात त्यानं विचारलं, “काली जिवाजी पारधी कुठे आहे?”

“ही इथं हाये मी,” हात उंच करत काली म्हणाली. अंमलदार पुढे सरकत म्हणाला, “मी मोडासाच्या रजिस्ट्रेशन ऑफिसमधून (रजिस्ट्रार कचेरी) आलोय. तुमच्या दूधमंडळीच्या बाबतीत-” बोलता बोलता त्यानं बॅगमधून कागदांची एक चवड काढली.

“डाहीबेन फूलजी असारी आहे?”

“जी साहेब, इथं आहे मी,” डाही संकोचत म्हणाली.

“मणीबेन कानजी कटारा?”

“हाये इथं साहेब.”

“ठीक!” ज्या बायका तावडीत सापडायला हव्या होत्या, त्या सगळ्या तिथं होत्या म्हटल्यावर समाधानानं तो मुखीच्या रिकाम्या झालेल्या खुर्चीत स्थानापन्न झाला. त्याची लोलुप नजर बायकांवर फिरत होतीच. मग टर उडवण्याच्या आवाजात त्यानं विचारलंन, “हं! तुम्हाला काय बायकांची दूधमंडळी उभी करायचीय काय?”

“जी साह्येब” सर्वांच्या वतीनं कालीनं उत्तर दिलं.

“असं का?” कालीकडे बघून डोळे मिचकावत तो म्हणाला, “आणि कारभार सांभाळणार कोण? तुम्हीच? सगळ्या तर अडाणी आहात आणि हॅ:! लिहायला वाचायला पण येत नाही, अन् हॅ:! हे काम म्हणजे काय पोरांना अंगावर पाजण्यासारखं सोपं काम वाटलं काय तुम्हाला? केलात याचा विचार?”

दादागिरी करण्याची अन् डावपेच खेळत बोलण्याची सवय त्याच्या शब्दाशब्दांतून जाणवत होती! सगळ्यांच्या वतीनं मग मणीबेन बोलू लागली. “आमी सोत्ताच समदं सांबाळू. मी मणीबेन कटारा. मी एकटी पन मंडळीच समदं काम बगू शकीन. मी जुनी व्ह. फा. पास आहे; पुरती शिकलेली आहे मी.” खणखणीत आवाजात मणीनं सांगितलं.

“ओहोऽऽ!” आश्चर्य वाटल्याचा अभिनय करत तो म्हणाला, “तुम्ही पहिल्या यत्तेला शिकवतात त्या मास्तरांची बायको का?”

“हो” एकाच अक्षरात मणीनं उत्तर दिलं. सगळ्या बायका कौतुकानं तिच्याकडे

बघत होत्या. तिचा कालीवरचा वरचढपणा सिद्ध झाल्याचं समाधानही मणीच्या चेहऱ्यावर होतंच!

"त्याचं काय आहे," अंमलदार पुढे बोलू लागला, "आम्हाला सरकार चालवायचंय, धर्मादाय दान वाटायला नाही निघालेलो आम्ही आणि या गावाचा आमचा जुना अनुभव चांगला नाही." चश्म्याच्या घरातून चश्मा काढून ऐट दाखवायला त्यानं तो चश्म्याची काडी हातात पकडून गोल गोल फिरवला!

"या गावात पूर्वीही एक दूध सोसायटी होती, रजिस्टर झालेली होती, पुरुषांनी उभी केली होती आणि ती आज बंद पडलेली आहे! बंदच पडणार ना, दुसरं काय होणार? सगळे एकमेकांचे पाय ओढत राहिले, तर आणखी वेगळं काय होईल? आणि वर आता तुम्हा बायकांना दूधमंडळी काढायची हौस आलीय! वा:!"

सगळ्या बायका गप्प झाल्या. थोडा वेळ अंमलदारही गप्प बसला. मग त्यानं पुढचा पेच टाकला. "तरीही, तुमच्यावर विशेष मेहेरबानी करू. कधीकधी अपवादही करावा लागतो ना? तुमच्यासारख्या उत्साही बायकांवर मेहेरबानी नाही करायची, तर कुणावर? काय, खरं ना?"

अगदी पाठीमागे उभी असलेली मीरा आता पुढे सरसावली आणि म्हणाली, "हे बघा भाईसाहेब, तुम्ही जे काही करणार आहात, ते तुमच्या नोकरीचा भाग म्हणून करणार आहात, त्यात तुम्ही काहीही मेहेरबानी करण्याचा प्रश्नच येत नाही!"

एकाएकी झालेल्या या हल्ल्यानं अधिकारी प्रथम जरा वरमला; पण लगेच रागावून - धुसफुसत म्हणाला, "हं? असं का? कोण तुम्ही? आणि इथं या आदिवासींमध्ये काय करताय?"

"माझं नाव मीरा. मी सोशल ॲक्टिव्हिस्ट आहे."

"सोशल ॲक्टिव्हिस्ट हं?" वेडावून दाखवावं तसा तो म्हणाला, "बोलल्या! या सोशल ॲक्टिव्हिस्ट! बायांनो, ही बाहेरची बाई कोण आहे आणि ही इथं कशाला ठाण मांडून बसलीय? ठाऊक आहे तुम्हाला? ही काही तुमचं भलं करायला नाही आलेली! सावध राहा, सांगून ठेवतोय! तुमच्या नवऱ्यांना तरी ठाऊक आहे का, ही बाई कोण आहे ते? हिच्या सांगण्यावर जाऊन, उगाच डोक्यात काहीतरी भरवून घेत बसू नका." मग रुमाल काढून नाक शिंकरत तो पुढे म्हणाला, "ही बाई तरी इथून जाईल, नाहीतर मग मीच जाईन!" आणि त्यानं खाली ठेवलेली काळी बॅग उचलली.

बायकांना वाटलं की, आता सगळंच मुसळ केरात जाणार की काय! कालीनं गोड बोलत म्हटलं, "सायेब, उशीर व्हतोय तुमास्नी. त्यांच्या बोलन्यावर नगा जाऊ. मेहेरबानी करून काम उरकून टाका ना. म्हंजी आमी पन आमचं काम सुरू करू."

बाकीच्या बायकाही काकुळतीला येऊन विनवणी करू लागल्या. "साह्येब, दया करा. घरी जाऊन अजून सैपाकपानी करायचं हाये. मीराबेन तर आमच्या मंडळीच्या

मेंबरही न्हाईत!" मणीनं आता त्याची समजूत घालायला म्हटलं.

अधिकाऱ्यानं मग नमतं घेतल्याचं नाटक केलं, तोंडातल्या तोंडात एक शिवी पुटपुटत, परत कागद हातात घेऊन चाळत तो म्हणाला, "ओके, ओके! पण लक्षात ठेवा. सरकारी कामात दखल दिलेली कुठल्याही सरकारी माणसाला चालणार नाही. मोठी आलीय सोशल अ‍ॅक्टिव्हिस्ट!" मग आटोपतं घ्यायला पुढे, "हं, तर पहिल्यांदा आपण गुरांची मोजणी करू या. चला, सांगा प्रत्येकीकडे किती गाई-म्हशी आहेत ते. बाई काली- प्रथम तुम्ही, किती गुरं आहेत तुमची?" अशा तऱ्हेनं मग प्रत्येकीचं नाव घेत, गुरांची संख्या विचारत, लिहून घेत गेला. संध्याकाळ उलटून जाईपर्यंत हे काम तो लांबवत राहिला आणि शेवटी रात्र पडली. एकजण उठून कंदील घेऊन आली, त्याच्या अंधूक उजेडामध्ये हे काम चालू राहिलं. खूप उशीर होत गेला तशी जिचं जिचं लिहून होईल ती ती बाई उठून घरी जाऊ लागली. शेवटी काली, देवली, डाही न् मणी एवढ्याच राहिल्या. मग त्या चौघी एका बाजूला जाऊन कुजबुजू लागल्या. मग देवली तिथून गेली आणि जरा वेळानं एक कोंबडी न् एक दारूची बाटली घेऊन आली.

सरतेशेवटी अधिकारी एकदाचं आपलं काम आटोपून तिथं गादी पसरून खाट ठेवली होती त्यावर बसला. त्यानं ड्रायव्हरला खूण केली, तशी तो जीपमधून उतरून आत आला. काली न् डाही स्वयंपाकाला लागल्या. जराशानं काली दोघांना एक दारूची बाटली देऊन गेली. ग्लासावर ग्लास रिकामे होत राहिले. स्वयंपाक झाला तशी काली न् डाही भात न् कोंबडीचा रस्सा घेऊन आल्या न् त्यांच्यासमोर ठेवला. थोड्या वेळापूर्वीच मणी न् देवली आपापल्या टेकडीकडे गेल्या होत्या. काली घरातून दारूची आणखी एक बाटली घेऊन आली.

जेवण झालं. अंमलदार आता पूर्ण नशेत होता. जवळ उभ्या असलेल्या कालीची साडी खेचत तो म्हणाला, "तू माझ्याबरोबर, समजलं? अन् ती त्याच्याबरोबर-"

काली अनुभवी बाई होती. काय झालं म्हणजे काय करावं लागतं हे ती चांगलं जाणून होती. मुकाट्यानं तिनं कपडे काढले आणि एखाद्या जनावरासारखा तो माणूस तिला खाटेवर ढकलून तिच्यावर तुटून पडला! आदिवासी स्त्रीच्या जीवनातलं हे एक अत्यंत कटु सत्य होतं आणि कालीला याचा पुरता अनुभव होता.

दुःखी झालेली ती रात्र टेकड्यांवर काळ्याकुट्ट अंधाराची बरसात करत राहिली.

मीरा रात्री उशिरापर्यंत गादीवर कूस बदलत तळमळत होती. तिचं अंग कसकसत होतं. एकदा वाटलं की, गंगाबेनना उठवावं, जरा अंग चेपून घ्यावं; पण मग वाटलं की नकोच. फार थकवा आलाय म्हणून कणकण असेल झालं. शरीर म्हणजे काय

मशीन थोडंच आहे? थोडे दिवस भिलोड्याला डॉक्टर परमारांकडे जाऊन यावं. तिच्या मनात त्यांच्याबद्दल भावासारखी माया होती. त्यांच्या घरच्या सगळ्यांशी तिचे खूप चांगले संबंध होते. तिथे तिला विश्रांती मिळाली असती आणि मग बरं वाटलं असतं. छोटी सुनीता आता शाळेत जायला लागली असेल– सासरी असलेली आशा मजेत असेल ना?

पण अंग कसकसायचं कमी होईना. मग तिला वाटलं की, पाय लांब करून जरा वेळ बसलं तर बरं वाटेल. ती नेहमी उशाशी ठेवायची तो छोटा टॉर्च घ्यायला चाचपडत होती, तेव्हा जरा आवाज झाला, त्यानं गंगाबेन जाग्या झाल्या. "झोप येत नाही का तुला?" त्यांनी विचारलं.

"पाठ खूप दुखतेय गंगाबेन" डोळ्यांत जमा होणारे अश्रू कसेबसे थोपवत ती म्हणाली.

"अगं वेडाबाई, मग मला उठवायचं नाही का? थांब हं, तुला जरा तेल लावून, पाठ चेपून देते."

गंगाबेन हलक्या हातानं, प्रेमानं मालिश करू लागल्या. त्या इतकं छान चेपायला कुठे शिकल्या असतील? हळूहळू मीराला बरं वाटू लागलं. एक खोल श्वास घेत ती म्हणाली, "खूप बरं वाटतंय आता, खूपच!"

"एक सांगू मीरा?" गंगाबेन म्हणाल्या, "खूप ताण आहे तुझ्या मनावर. अजून त्या बायकांचीच काळजी करतेस का तू?"

"तुम्हाला कसं ठाऊक?" नवल वाटून मीरानं विचारलं.

"तुझ्या शरीरावरून कळतंय गं!" त्या हसून म्हणाल्या.

"माझं ऐक बाळ, तू मनावर फार ओझं घेतेस आणि फार श्रम करतेस." तिची पाठ परत चेपता चेपता त्या म्हणाल्या, "हे सगळे स्नायू बघ ना कसे टणक झालेत!"

मीरा गप्प राहिली. गंगाबेनचं म्हणणं चूक थोडंच होतं? गेलं सबंध वर्ष मन आणि शरीर दोन्ही अपार झिजवून तिनं मेहनत केली होती. तिला एकच तळमळ होती की, रावतवाड्याच्या बायकांनी संघटित व्हावं आणि वेगवेगळ्या सरकारी योजनांचा फायदा करून घ्यावा आणि गंगाबेनपेक्षाही तिला या गोष्टीची जास्त चांगली जाणीव होती की, या कामात पुरुषच सर्वांत जास्त अडथळे आणत असतात. मीरानं केलेल्या सगळ्या कामावर पाणी फिरवायला ते आपल्याकडून शक्य ते सगळं करत होते. त्यांच्या बायका त्यांना बाजूला ठेवून आपापल्या अशी सगळी कामं करायला लागणार, हे त्यांना सहन होणं शक्यच नव्हतं.

आणि शिवाय मीराला हेही ठाऊक होतं की, सगळ्यात वाईट गोष्ट या बायकांचा आपसात भांडत राहायचा स्वभाव ही होती. सारख्या कटकटी, भांडाभांडी, शिवीगाळी,

बोलाचाली! त्यांना गप्प करता करता नाकी नऊ यायचे.

"चहा पिऊ या थोडा थोडा?" गंगाबेन म्हणाल्या. मीरानं भिंतीवरच्या घड्याळातल्या चकाकणाऱ्या काट्यांकडे पाहिलं- रात्रीचे अडीच वाजले होते!

"या वेळी?"

"छानसा चहा घ्यायला कुठलाही वेळ चांगला!" गंगाबेन हसत म्हणाल्या अन् उठून चहा करायला गेल्या!

गरम चहाचे घोट घेत, मग दोघी बाहेर ओसरीवर बसल्या. आपापल्या आयुष्याची सर्वोत्तम वर्षं या आदिवासी बायकांसाठी खर्ची घातल्याचा संतोष प्रत्येक घोटाबरोबर मनात उतरत होता.

आकाशातल्या मखमली अंधारात हिरकण्यांसारख्या चांदण्या चमचमत होत्या. चारी बाजूला गप्प उभ्या असलेल्या टेकड्या, जन्मोजन्मीच्या साथीदारांसारख्या शेजारी शेजारी खांद्याला खांदा लावून उभ्या होत्या. अधूनमधून येणाऱ्या वाऱ्याच्या झुळकांनी झाडांच्या पानांमधून संगीतलहरी वाहत जात होत्या.

शांत, निःशब्द वातावरणात त्या दोघी कितीतरी वेळ बसून होत्या.

'कुकूऽऽच कूऽऽ' रात्र संपल्याचं कोंबड्यानं जाहीर केलं, तशी सूर्य टेकड्यांच्या मागून वर आला आणि त्याचे कोवळे किरण छपराच्या कौलांवर, झाडांच्या पानांवर आणि डोंगरउतरणीवरच्या हिरव्या शेतांवर सोनेरी रंग पसरत राहिले. रात्रीचं धुकं वितळत गेलं आणि मग सकाळचं प्रसन्न वातावरण सगळीकडे पसरलं.

काली लगबगीनं घरातनं बाहेर पडली न् देवली आणि डाहीच्या टेकडीवरच्या घराकडे निघाली. तिला येताना बघून त्या दोघी आपापल्या अंगणात आल्या आणि 'काय गं? काय झालं?' म्हणून विचारू लागल्या.

काली त्यांच्याजवळ पोहोचली आणि सरळ मुद्द्यावरच आली. "आज आपल्याला मेटिंग भरवलीच पायजे, तुमी दोगी जाऊन मीराबेनला बलावून घिऊन या. बाकी समद्यांना मी निरुप पोहोचवते. मी थाळी पिटली की, यायचं समद्यांनी"

"काय झालं पन?"

"त्येच्याशी काय करायचंय तुमाला? मी सांगतेय तसं करा दोगी!" काली तोऱ्यात म्हणाली आणि त्या दोघींनी मुकाट्यानं माना हलवल्या.

जरा वेळानं कालीनं थाळी बडवायला सुरुवात केली. तिच्या त्या वाजवण्यातही एक प्रकारचा अधिकार जाणवत होता. सुमारे तासाभरात पन्नास एक बायका आल्या; संध्याकाळसारख्याच तिच्या ओसरीवर जमल्या. मणीसुद्धा होतीच. "तुमी बोलावलंत म्हणून आलेय." मीराला उद्देशून ती म्हणाली.

कालीनं बोलायला सुरुवात केली. "बायानु, ऐका, काल आपुन सरकारी बाबूबरोबर मेटिंग ठेवलीवती. तुमी समद्या गेल्यावर चांगलंचुंगलं खायापिया घालून म्या बाबूजींना खूश केलंय. बस! आता फक्त सोसायटीची नोंदणी करून घ्यायची बाकी हाये. काल बाबूजींनी सांगितले तसे तुमी समद्यांनी फीचे पंदरा पंदरा रुपये आनलेत का?" कालीनं अधिकारी स्वरात विचारलं.

लगेच मणीनं हरकत घेतली. "म्या तं ऐकलं की, फीचे तर अकरा रुपये हायेत, मंग तू पंदरा कशाचे मागतेस गं?"

कालीनं मणीचं बोलणं ऐकून न ऐकल्यासारखं केलं आणि तुसड्यासारखं म्हणाली, "आपल्याला सायेबांनी सांगितलंय तसं आपुन करायचं! मंडळी रजिस्टर करायची असली तर तसं केलंच पायजे, हां!"

जमलेल्या बायकांमध्ये कुजबुज सुरू झाली आणि वाढत चालली.

मीरा म्हणाली, "बायांनो, मणीचं म्हणणं बरोबर आहे. फी अकरा रुपयेच आहे." मग मीरानं कालीच्या डोळ्याला डोळा भिडवण्याचा प्रयत्न केला; पण कालीनं तिची नजर चुकवली!

मीरा म्हणाली, "आपण आत्ताच हे ठरवलं पाहिजे की, आपल्याला काय करायचंय. लाच देऊन काम करून घ्यायचं की आपला स्वाभिमान राखून वागायचं."

काली पुन्हा तोऱ्यातच म्हणाली, "सायबांनी मला सांगितलंय की, तुमी बायका मुळीच चिन्त्या करू नका, तुम्हास्नी आफिसात हेलपाटे पन घालावे न्हाई लागनार अन् कायबी न्हाय, फायली सुध्धीक ते हतं घिऊनशान येतील आन् रजिस्टर करून देतील आपली मंडळी. मग बोला आता, आपल्याला चांगलंच हाये की न्हाई?"

मणी तितक्याच जोरात म्हणाली, "न्हाई, न्हाई, न्हाई! फुकाटचं दोनशे रुपये का म्हणून द्यावं जास्तीचं? पैसे काय झाडाला लागत्यात? अवं दोन पैसं असलं आपल्याजवळ तं घरामंदी जरा तेल-मीठ आनाया जमंल का न्हाई?"

बायकांचा गोंगाट परत वाढला. सगळ्याजणी आपापली मतं एकाच वेळी, मोठमोठ्यानं सांगू लागल्या!

"मणीचं म्हननं बरुबर हाये. दोनशे रुपये म्हंजी फार जास्त झालं, अवं चार रुपये द्यावं लागतात शेरभर साकर आणाया." थावरी म्हणाली.

"व्हय् व्हय् बरुबर हाये. आपल्यासारक्या गरिबान्ला असं तर न्हाई परवडायचं." असं म्हणणाऱ्यांचा जोर वाढला.

"तं मंग व्हऊन ऱ्हाइली रजिष्टर तुमची मंडळी!" देवली वरच्या पट्टीत ओरडली.

"मी पन हायेच ना गरीब? पन येवढ्या मोट्या कामासाठी चार रुपये द्यायाचे जास्तीचे म्हंजी काय जास्त न्हाई म्हन्ता येत. आन् न्हाई म्हंजी मंग तोंडं वासून ऐकून घ्या मुकाट्यानं आपापल्या दादल्यांचं बोलनं की, या साल्या बायका समद्या बिनअक्कल-

कळत न्हाई त्यात नाकं खुपसाया जातात-''

"बरुबर हाये!'' काली समाधानानं म्हणाली, "सायेब जर आपलं समदं काम करून देत आसतील, तर चार रुपये म्हंजी काई बी जास्त न्हाई हाये!''

अन् मग मणीकडे वळून ती खोचकपणे म्हणाली, "अगं, तुझ्या पोटात काय दुकतंय् ते ठावं हाये मला! हां, वाचव, वाचव तुजं चार रुपये अन् दुसऱ्याची जमीन लुबाडून बनव मोटं घर!''

"अगं, मर म्येले रांडे! ही माजी जमीन हाये! अगं, कशाला मला तोंड उघडाया लावतीस? अर्धी रात हुईस्तवर त्या सायबाच्या खाटंवर पडून व्हतीस ना?''

"तुज्या आयच्या!'' गलिच्छ शिव्या देत काली मणीच्या अंगावर धावून गेली अन् मग एकमेकींच्या झिंज्या उपटत आणि अर्वाच्य शिवीगाळी करत दोघींची चांगलीच मारामारी सुरू झाली. कपड्यांचीही शुद्ध राहिली नाही दोघींना. सगळ्या बायका थोडा वेळ तर हतबुद्ध होऊन बघतच राहिल्या; पण मग मीरा एकदम उठून उभी राहिली न् जोरात ओरडली, "काली! मणी! बस् करा! आत्ताच्या आत्ता, बस् करा!'' मग दोघींच्या मैत्रिणींनी दोघींना पकडून बाजूला केलं; पण तरी दोघी एकमेकींवर गुरगुरत होत्याच.

मग मीरा म्हणाली, "हे पाहा, हे असं बरोबर नाही. आपल्याला बायकांना अनेक गोष्टींसाठी झगडायचं आहे; त्यात आपण असं आपसातच मारामाऱ्या न् भांडणं करत बसलो तर काय होणार? तुम्ही दोघी आता शांत व्हा न् देवली, तोपर्यंत तू सभेचं काम पुढे चालू कर.''

देवली बोलू लागली, "समद्या बायांनु, ऐका, आपुन असं करू या की, कालीला परमुख बनवू या न् मणीला मंत्री-''

मणी लगेच फूत्कारली, "आन् त्ये काय म्हनून? तू काय म्हनून मला काडून टाकनार?''

"तुला काडतंय कोन पन? पन मंत्री कोन असंल, तिच्यावर कुनाचा तरी दाब होवा की न्हाई? म्हंजी तू कायबी एकटी बदलू न्हाई शकनार.''

"दूध कुनाच्या घरी गोळा करायचं ती जागा तू कुनाला इच्यारून बदललीस मंग?'' डाही आता मध्ये पडली. "कालीच्या घरी समद्यांनी दूध आनायचं असं आपुन ठरिवलं व्हतं, ते तू कसं बदललंस?''

"मी मंत्री हाये ना?'' छाती ठोकून मणी म्हणाली, "दूध गोळा कुठे करायचं ते मीच ठरिवनार'' आणि मग स्वतःचा निर्णय तिनं सर्वांना सांगितला, "दूध समद्यांनी माज्या घरी आनायचं!''

देवलीनं विरोध केला, "दूधमंडळी सुरू केली कालीनं, मंडळीसाठी यवडी खपतीय काली, मंडळीची प्रमुख काली, तवा मंग समद्यांनी ऐका की, दूध पन

कालीच्याच घरी गोळा व्हईल!"

मग मीरा म्हणाली, "अगं बायांनो! हे तर म्हैस रानात, ताक बादलीत अन् हाणामारी घरात, असं चाललंय! अजून मंडळी रजिस्टर तर होऊ द्यात? तुम्ही हे असं करता, मग मुखी म्हणतो ते बरोबरच म्हणायचं ना की, बायका एका जागी जमल्या की, काम करण्याऐवजी भांडणंच करायला लागतात!"

थावरी लगेच शहाण्यासारखं म्हणाली, "मीराबेन म्हनत्यात ते बरीक खरंच हाये. काली न् मणी दोगी भेटल्या की, भांडानच करत बसत्यात, या दोगींचं भांडान म्हंजी आमाला समद्यांना डोकंदुखी झालीया!"

मग डाहीलाही शहाणपण सुचलं, "आपुन अगुदर मंडळी रजिस्टर करून घिऊया, मंग आपसातली सगळी भांडनं सोडवू!"

"व्हय् व्हय्! तसंच करू या. पयल्यांदा रजिस्तान करू या!" बऱ्याचजणी म्हणाल्या!

"अगं बायांनु! रजिस्तान न्हाई, रजिस्तरेशन." देवलीनं सांगितलं, "आणि फी पंदरा रुपये!" पण फीचे पंधरा रुपये असं देवली म्हणाली, तशी पुन्हा वाद सुरू झाला! बऱ्याच बायका सायबाला चार-चार रुपये लाच द्यायला कबूल नव्हत्या.

कालीला वाटलं की, आता आपल्या हातातून सगळं निसटणार की काय! बाजी उलटतेय असं बघून मग ती म्हणाली, "पन मंग सायबांनी न्हाई केलं आपलं काम, तर? कोन जाईल तिथवर हेलपाटे घालाया, तुमचा बा?"

"लागलं घालाया हेलपाटं, तर म्या घालंन," मणी ठासून म्हणाली. कालीला हरवायची ही तिला चांगली संधी मिळाली होती!

"तुमच्याबरोबर मीही येईन." मीरा मणीला म्हणाली, तशी थावरी न् डाही 'आमी पन येऊ' म्हणाल्या, मग मात्र आणखी बऱ्याच बायका जायला तयार झाल्या.

"बरं तर मंग, तुमी समद्या म्हनाल तसं," देवलीनं शहाणपणानं माघार घेत म्हटलं, "मंग काडा तर अकरा अकरा रुपये समद्यांनी; आजच्या आज कागद घ्याया ग्येलं पायजे!"

मग कालीकडे बघून गालातल्या गालात हसत देवली पुढे म्हणाली, "मंत्री न् मीराबेनच्या बरुबर परमुखबाई पन येतील की न्हाय?"

तशी रागानं काली उत्तरली, "म्यातर यीनच ना! मी आल्याबिगर काम व्हनारच न्हाई, काय समजलीस?"

"व्हय ना! मी पन त्येच तर म्हन्तीय! चला, तर मंग बायांनु, समद्यांनी अकरा अकरा रुपये मणीबेनला द्या, त्या वहीमंदी लिवतील तुमचं नाव न् पैसं. सही करायला न्हाईतर अंगठा उठवायला मातर इसरू नगा."

बायकांनी डोकी हलवली. कुणी पैसे आणले होते, कुणी नव्हते आणले; त्यांना

घरी जाऊन आणावे लागणार होते. मीरानं कालीला विचारलं, ''किती वाजता जायचंय?''

''दुपारच्या बसमदी,'' तुटकपणानं कालीनं उत्तर दिलं. तिचा सगळा बेत मीरानं हाणून पाडला होता. मीराच्या सगळं लक्षात आलं होतं; पण तीही गप्प बसली. तिला ठाऊक होतं की, चार रुपयांपैकी निम्मे त्या अधिकाऱ्याच्या खिशात गेले असते आणि निम्मे कालीच्या! गावातले लोक तिच्याबद्दल जे कुजबुजत असत ते खरंच होतं. तिचं वागणं कधी सरळ नसायचंच; पण जिवंत राहणं हेच ज्यांच्यापुढे मोठं आव्हान असेल, त्यांच्यापुढे प्रामाणिकपणा, इमानदारी वगैरेंबद्दल बोलणं आणि त्यांना ते पटवून देणं अगदीच निरर्थक होतं! विचार करत करत ती घरी गेली.

''कशी झाली मीटिंग?'' तिला लिंबूपाणी देत गंगाबेननी विचारलं.

''या बाया अशा का वागतात?'' कडवट झालेल्या तोंडानं सरबताचे घोट घेत मीरा म्हणाली, ''या मणी न् काली का अशा सारख्या भांडत असतात?''

''मी तुला सांगितलं होतं ना मीरा? या बायकांना कसंही करून टिकून राहायचं, जिवंत राहायचं हाच मूलभूत प्रश्न आहे. ही भांडणंही त्यातून निर्माण होणारी एक अभिव्यक्ती आहे. या भांडणात या दोघी तशा बरोबरीच्या आहेत; कारण मणी शिकलेली आहे, हुशार आहे आणि कालीमध्ये काहीही करून हाती घेतलेलं काम पार पाडायची हुशारी आहे. अत्यंत कठीण परिस्थितीत कित्येक वर्षं काढल्यानं काली जणू काही दगडासारखी कठीण झालीय- खूप खूप सहन केलंय तिनं- अजूनही करतेच आहे...''

''कालीला खूप वर्षांपासून ओळखता ना तुम्ही?''

''मी या भागात प्रथम आले ना, तेव्हा काली मला इथं रावतवाड्यात नाही; पण फूलेरा गावी भेटली होती. मोडासाच्या पलीकडे आहे ते गाव. पाच मुलांची आई होती ती तेव्हाच. तिचा नवरा रामजी. खेडूत होता. दोघंजणं शेतमजुरी करायची. काय पण जोडपं होतं तुला सांगू! कावळ्याच्या चोचीत दयाचं मडकं म्हणतात ना, तसं! रामजी कुरूप, काळाकुट्ट, तिरळा आणि हिचं नाव काली; पण बघतेसच तू ती किती गोरी, सुरेख न् बांधेसूद आहे ते! एवढं कमी होतं, ते रामजीला टी.बी. झाला न् तो अकाली मरण पावला. अठ्ठाविसाव्या वर्षी पदरी पाच मुलं असलेली काली विधवा झाली! इतकी मुलं होती, म्हणून माहेरी जावं न लागता तिला सासरीच राहू दिलं आणि लहानसं शेत होतं, ते तिच्याकडे राहिलं. त्याखेरीज ती मजुरीही करायची; सगळं मिळून कसंबसं करून स्वतःचं आणि कच्च्या-बच्च्यांचं पोट भरायची.

''पण मग लागोपाठ दोन वर्षं दुष्काळ पडला. शेतांवर मजुरीकाम मिळेनासं

झालं, तेव्हा ती रस्ते बांधायच्या कामावर जाऊ लागली आणि तिथे पैसे मिळवायची नवी 'विद्या' ती शिकली. 'भांडवल' जवळ असताना लाचारीनं उपाशीतापाशी जिणं कशाला जगायचं, हा साधा, सरळ, व्यवहारी हिशोब! मुकादमाला 'खूश' ठेवून स्वतःचा फायदा करून घेणं तिला जमू लागलं. रात्र त्याच्याबरोबर काढून, दिवसा कमी काम करून ती जास्त मजुरी मिळवू लागली! अन् मग तिनं इतर पुरुषांबरोबरही स्वतःच्या फायद्यासाठी हाच व्यवहार सुरू केला. अशा लोकांत तो लफंगा, दारुडा, लंपट माणूस कानू देवासुद्धा होता. तो आठवतो का तुला? आपल्याला या स्त्री-संघटनेच्या बाबतीत किती त्रास दिला होता त्यानं, तो?''

''हां, हां, तो बुटका, लठ्ठ, काळासा होता, हातावर चट्टे पडलेला, तो?''

''हां, तोच. स्वतःची कामं करवून घेण्यासाठी या कालीनं कसल्या कसल्या माणसांच्या स्वाधीन केलंय स्वतःचं शरीर! अगं, स्वतः तर खरीच, प्रत्यक्ष पोटच्या पोरीलाही त्याच कानूकडे पाठवायलाही या कालीनं मागेपुढे पाहिलं नाही! मग ती इतकी निर्ढावली की, मला तुम्ही लुटा न् मी तुम्हाला लुटते, हाच तिचा विचार झालाय जणू!''

''हं, ठाऊक आहे मला, इतर बायका खूपदा बोलत असतात तिच्याबद्दल.''

''तिच्याकडे चार पैसे साठले ते या अशा वागणुकीनंच आणि आता तर ती कोणाचीच पत्रास ठेवत नाही!''

''तुमचीपण?''

''अं हं! तसं नाही. माझं ती अजूनही जरा ऐकते; पण त्याचं कारण वेगळं आहे. तिचे मुलगे मोठे झाले, तेव्हा ते कालीला घरातून हाकलून द्यायला निघाले होते. मग मी त्यांना समजावलं की, कशीही असली, तरी ती तुमची आई आहे. इथून बाहेर काढून तिला काय कुंटणखान्यात का ढकलायचीय? तिनं जे काय केलं असेल ते तुमची पोटं भरायलाच केलं. आता तुम्हाला नसेल तिच्याबरोबर राहायचं तर सोडा तिचं घर तुम्हीच जा निघून कुठे ते!''

''मग? गेली मुलं निघून?''

''दोघंही मुलगे निघून गेले. मुली राहिल्या. त्यातली एक लग्न होऊन सासरी गेली.''

''हं!'' मीरा म्हणाली, ''अन् आता तर ती एकटी पडलीय, कुणी असं नाही असं, म्हणणारं नाहीच. कधी मुखी, कधी आणखी कोणी, तर कधी असा एखादा सरकारी साहेब- आणि म्हणून तिची कामं पटापट पार पडतात, मग असूयेनं काही बायका तिच्याबद्दल कुजबुजत असतात; तशाच काही तिचा सगळीकडे असलेला वरचश्मा बघून, तिला दबूनही असतात! तिनं स्त्रीसंघटनेचं पुष्कळ काम करून दिलं आहे. ती कोणापुढे नमतं घेत नाही की, हाती घेतलेलं काम कधी अपुरं टाकत नाही.

आणि पुरुषांबद्दल तर तिच्या मनात आता इतका तिटकारा आहे की, चींऽचीं करणाऱ्या उंदरांसारखे तुच्छ मानते ती त्यांना! त्यांच्या सगळ्या गमजा तिच्यापुढे बंद होतात! एकीकडे हे पुरुष घरी आपापल्या बायकांना दरडावत असतात की, कालीच्या नादी लागू नका, ती वाईट चालीची आहे वगैरे– आणि एकीकडे काली त्यांनाच आपल्या तालावर नाचवून, आपली कामं करून घेत असते!'' मीराच हे सगळं बोलू लागली तशी गंगाबेनना हसू आलं- ''अगं! तू तर कालीची स्तुती करायला लागलीस की!''

''अं हं! मी स्तुती नाही करत तिची; पण तिला समजून घेण्याचा प्रयत्न करतेय; मी तिच्या जागी असते, तर? दुसरी कोणी बाई तिच्या जागी असती, तर? जिथं जिवंत राहण्याचाच प्रश्न भेडसावत असेल, तिथं एक निराधार स्त्री आपलं स्त्रीत्व किती जपू शकत असेल? आणि नाहीतरी समाजात स्त्रीला पसंती-नापसंती दाखवायचं किती स्वातंत्र्य मिळतं? काली एवढंच जाणून आहे की, जिवंत राहायचं असेल, तर जी काही युक्ती, जो काही छळ, जो काही सौदा करावा लागेल तो करावा आणि जिवंत राहावं! केवळ जगणं हेच जिथं अवघड असेल, तिथं धर्म, नीति, शील, चारित्र्य हे सर्व शब्द पोकळ, अर्थहीन होतात!''

मीरासारख्या वयानं फार मोठ्या नसलेल्या स्त्रीला आलेली ही समज बघून गंगाबेनना थोडं हसू आलं. ''तू म्हणतेस ते बरोबर आहे मीरा. बघ ना कसं आहे या आदिवासी स्त्रियांचं आयुष्य– किती कटु, किती निर्दय! त्यामुळेच कितीदा तरी मला अतिशय नवल वाटतं की, असं कडू जहर आयुष्य कंठत असतानाही, या बायका किती सोशीक, समजूतदार अन् मायाळू असतात! अशक्य वाटतं, पण हे असं आहे, हे खरं आहे!''

खडखडत, धडधडत टेकड्यांमधून जाणाऱ्या कच्च्या रस्त्यावर धुळीचे लोट उडवत ती बस मोडासाला चालली होती. त्यात बसलेल्या रावतवाड्याच्या बायकांचा उत्साह बघण्यासारखा होता. सरकारी कचेरीत त्यांची स्वतःची दूध मंडळी रजिस्टर करायला त्या चालल्या होत्या.

डाही न् शकूच्या गप्पांमध्ये भाग घेत मीरा त्यांच्याजवळ बसली होती. डाही सांगत होती- ''कालीकडे मी येते म्हंजे काय, आपल्या मंडळीची सभा तिथं भरते म्हनून. आपली मंडळी लवकर उबी झाली पायजे ना, दुसरं काय हवं मला तरी? आपली सोत्ताची दूध सोसाटी असंल, तर गावात समद्यांकडं चार पैसं होतील; या इचारानंच मी कालीचे पुरुषमानसांबरुबर चालनारे धंदे खपवून घेते. न्हाईतर मी तिच्या घरी जावं ह्ये माज्या घरधन्याला बिलकूल पसंत न्हाई. मला रागावतात त्ये; पन मग

मी म्हनते की, आमच्या मंडळीच्या कामानं घरात पैकं येतात की न्हाई? आनि मग गावात आपला जरा रुबाब व्हातो की न्हाई? अवं मी काय त्या कालीसारकी का हाये? जरा तरी लाज ठिवा काय बोलतायसा त्येची- मंग त्ये गप्प हुतात.''

''तुमास्नी असं शाणपणानं बोलायचं सोपं हाये वो डाही,'' शकू म्हणाली, ''तुमी व्हानार गावाच्या त्या पलीकडच्या बाजूला, तवा तुमाला बगावं लागत न्हाई आनि त्याची झळ पन लागत न्हाई, तवां रातचं हतं तिच्या घरात काय काय चालतं तुमास्नी काय ठावं? आमाला दिसतंय न्हवं समदं? अवंऽ येवडी ही अशी वागते, घरात तरण्याताठ्या पोरी हायेत पोटच्या, त्येंचा पन इचार न्हाई! मी म्हनत्ये; पन आमचं म्हाताऱ्यांचं ऐकतंय कोन? माजं घरधनी तर कामाशिवाय तिच्या घराच्या बाजूला जाऊ पन द्येत न्हाईत मला!''

पलीकडे बसलेली वाली हे ऐकतच होती. मग तिनंही म्हटलं, ''व्हय, माजं पन असंच! पैशांची गडबड करते ती करते न् वर ह्ये पुरुषांबरुबर नाही ते धंदे! येक गोस्ट मातर हाये, बाई हाये जबरी, तिच्यामुळंच तर आपल्या मंडळीला समदी मदत मिळतीया!''

आता हे कालीपुराण बंद करण्यासाठी मीरा म्हणाली, ''तुम्हाला दोघींना कालीचं वागणं आवडत नाही, तरीसुद्धा तिच्याबरोबर माझ्या घरी शिकायला येताच ना दोघी? म्हणजे मंडळी उभी करायला तुम्ही हे करता, खरं ना?''

''व्हय्, व्हय्! ''

डाहीचा मोर्चा मग मणीकडे वळला. ''आन् ही मणी! तीपन दिवसेंदिवस फारच मिजास कराया लागलीय!''

''का असं वाटतंय तुम्हाला?'' मीरानं विचारलं,

''अवं मीराबेन, ती पंदरा वर्सांची व्हती ना, तवा ती गावातल्या कानजीभाई मास्तराबरुबर पळून गेली. अवं मास्तर आनि इद्यार्थी यांच्या नात्याचा मान ठिवाया हवा का नको? कानजीभाई मास्तरानं मणीच्या बापाला मोटी रक्कम दिली म्हन्त्यात! तवा तर मणी सातवीपर्यंत शिकून उठून गेली शाळंतनं, न्हाईतर मेट्रिक झाली असती, मेट्रिक! आज आता बालवाडी सांबाळतीया; पन तिला अजून बी वरती यायची, काईतरी करायची हौस हाये हां!''

''म्हणजे?''

मग शकू सांगू लागली, ''मणीला यवडी न्हाई; पन तिच्या धन्याला पैशाची लई हाव. किती मिळालं तरी पुरं न्हाई वाटत त्याला! यो जमिनीचा तंटा त्यानंच उबा केलाय. त्येच्यापायी तर काली न् मणीच्या मदी इतकं वैर झालंया.''

''ती जमीन खरी आहे कोणाची?'' मीरानं विचारलं.

''मला वाटतं की, कानजीभाईनं तलाठ्याला पैसं देऊन ती जमीन आपल्या

नावानं करून घेतलीय. जमीन परथम व्हती कालीच्या पहिल्या नवऱ्याच्या - रामजीच्या - नावावर, यवडं तर मला ठावं हाये,'' शकूनं माहिती पुरवली.

''मणीला बरंच येतंय, शिकलेली आहे, ती मंत्री झाली तर तुमच्या मंडळीसाठी चांगलंच आहे; पण तुम्हाला पटत नाही!'' विषय बदलत मीरानं स्पष्टपणे सांगितलं.

''असं का करा ना मीराबेन,'' डाहीनं सगळ्यांना ऐकू जाईल एवढ्या मोठ्यानं म्हटलं, ''तुमी पेरसिडेन्ट व्हऊन जा ना मंडळीच्या, म्हंजी भांडनतंटा हुनारच न्हाई.''

''हां, हां, असंच करा मीराबेन.'' बऱ्याच बायका एकदम बोलू लागल्या.

''हे पाहा, ही मंडळी तुमची आहे, माझी नाही!'' मीरानं भक्कमपणानं सांगितलं.

''व्हय, पन तुमी आमच्यातल्याच येक. खराय की न्हाई?''

''मंडळी तुम्ही स्वतः आपापली चालवावी, अशी माझी इच्छा आहे.'' मीरानं म्हटलं.

ऊन वाढलं होतं. खडबडीत रस्त्यावरनं बस धडधडत चालली होती. आत बसलेल्या बायका आता पेंगत होत्या. आजूबाजूच्या वैराण जमिनीवर आणि टेकड्यांवर नजर फिरवत मीरा बसून होती. तिचं मन विषादानं भरून आलं. सुसंस्कृत म्हणवणाऱ्या मनुष्यजातीनं निसर्गाची ही काय दशा करून टाकली होती! एकेकाळी हिरव्यागार असलेल्या या प्रदेशाकडे आज बघवत नव्हतं; पण अजूनही थोडी आशा होती. या पंधरा लाजऱ्याबुजऱ्या आणि अशिक्षित बायका काहीतरी बदल घडवून आणायचं मनात नक्की करून घराबाहेर पडल्या होत्या. त्यांचा आत्मविश्वास जसजसा वाढत जाईल तसतसं सगळं बदलत जाईल!

धुळीचे लोट आता कमी झाले होते, कारण डांबरी रस्ता लागला होता. 'अजून अर्ध्या तासात आपण सरकारी कचेरीवर पोहोचू' मीराच्या मनात आलं; मग ती मनाशीच म्हणाली, ''परमेश्वरा! आज आमचं काम यशस्वी होऊ दे आणि या बायकांचं जग उजळू दे!''

सोमवार होता. अधिकाऱ्यांना प्रत्यक्ष भेटू शकण्याचा ठरलेला दिवस; पण या बायका पोहोचल्या, तेव्हा तो तिथं नव्हताच. सगळ्या टोळकं करून ऑफिससमोर बसल्या. त्यांचा निर्धार त्यांच्या चेहऱ्यांवर स्पष्ट दिसत होता.

मीरा, काली, मणी व्हाइस टीडीओच्या ऑफिसमध्ये जाऊन त्याला सगळं सांगू लागल्या. समोरच्या टेबलावर एक स्त्री अधिकारी होती; तीही आदिवासीच होती. या बायकांना बघून तिचे डोळे चमकले. म्हणाली, ''लाच नकाच देऊ. चालेल वाट बघावी लागली तरी; पण तुम्ही हाती घेतलेलं काम सोडू नका. सांगा की, आज हे काम पुरं करूनच जाणार आहोत म्हणून!''

दोन तास वाट बघितल्यावर अंमलदारसाहेब आले. या तिघींना बघितल्याबरोबर त्याचं पित्त खवळलं आणि तो मोठमोठ्यानं ओरडायला लागला, "कशाला आलात इथं? मी सांगितलं नव्हतं का की, उद्या मी स्वतःच येणार आहे रावतवाड्याला, म्हणून? सगळी मी केलेली व्यवस्था बिघडवलीत तुम्ही!" मग कालीकडे वळून तो निर्लज्ज म्हणतो, "काय गं, नव्हतं का सांगितलं तुला मी उद्या येणार आहे असं?"

काली थंडपणानं म्हणाली, "हे पाहा साहेब, उगाच मध्ये अडचण नका आणू. आमास्नी उद्यापोतर तर ह्ये काम उरकूनच टाकायचंय. जास्त उशीर मुळीच करायचा न्हाई."

"हं? उशीर, अं?" तोंडात असलेला पानाचा तोबरा खिडकीबाहेर थुंकून टाकत तो म्हणाला. "वा:! बोलल्या! आम्ही सरकारी अंमलदार आहोत; दहा दिवस असे का तसे आम्हाला काऽही फरक पडत नाही, समजलं? जणू काही तुमचं काम, एवढं एकच काम करायचंय आम्हाला! आणि वर सगळ्या एकजात अडाणी न् मूर्ख!" मग टेबलावरचे कागद खालीवर करत त्यानं एक कागद उचलला, "बघा आता, ही इथं चूक आहे, इथं खोडाखोड केलीय, इथं सहीच नाही– उगाच त्रास द्यायला बसतात येऊन, झालं-"

सगळ्या बायकांवर नजर फिरवता फिरवता त्याची नजर मीराकडे गेली. त्यानं तिला ओळखली न् मग त्याचं डोकं आणखी पिसाळलं– "या बाहेरच्या बाईला पण घेऊन आलात का बरोबर वर आणखी?"

मीरा फटदिशी काही बोलणार होती; पण मणीनं तिचा हात दाबत हळूच म्हटलं, "नगा बोलू काहीपन."

एव्हाना बाहेर बसलेल्या बायकाही आत आल्या होत्या. परत अंमलदार म्हणाला, "या इथं वालीनं न् शारदानं सही केली नाही, त्यांच्या सया कोण-"

"माफ करा" तेवढ्यात झटकन पुढे होत डाही म्हणाली, "उशीर होत होता ना, म्हणून मी इसरलेवते सही करायची," आणि तिनं वालीची सही करून टाकली!

"आणि शारदाची सही तर आहे ना या हतं, ही काय! चला, आता काही शिल्लक नाही राहिलं."

बायकाही आता काही चुकीचं, भलतंच लिहिलं जात नाही ना हे नीट लक्ष देऊन बघू लागल्या. काहीतरी लहानसहान चुकीचं निमित्त करून, त्यांना परत त्या माणसाला लाच खायचा मोका मिळवून द्यायचा नव्हता! अंमलदार पुन्हा कागद उलटेसुलटे करत म्हणाला, "सहा महिने लागतील हे काम पुरं व्हायला. तुमचं काय जातं बोलायला की, आत्ताच्या आत्ता करून द्या म्हणून! अरे! तासाभरात कसं करेल कोणी झालं तरी हे काम? माझा बाप आला वरून तरी नाही होणार! हे तर वरून सांगून आलंय, म्हणून करतोय तरी, नाहीतर–"

तो ब्राह्मण होता आणि त्याचा अहंकार दुखावला होता! हे तर तो सारखा म्हणतच होता, ‘‘सरकारनं या लोकांना डोक्यावर चढवून ठेवलंय, गुरा-ढोरांएवढी अक्कल असलेले हे आदिवासी लोक– मी तर असा वैतागलोय– सालं सरकार इथून बदलीही नाही करून देत– हे लोक म्हणजे थोड्या सवलती दिल्या की, डोक्यावरच बसायला बघतात!’’

बायका गप्प बसून त्याची वटवट ऐकून घेत होत्या. त्यांना ठाऊक होतं की, त्यांच्या तोंडून अधिक-उणा एक शब्द जरी निघाला, तरी सगळ्या कामाचा सत्यनाश होईल! आणि त्यांना तर आजच्या आज हे करून घ्यायचंच होतं.

एकाएकी अंमलदार म्हणाला, ‘‘तुम्ही स्वतःच जाणार आहात अर्ज द्यायला का मी पोस्टानं पाठवू?’’

‘‘आमी सोत्ताच देऊ.’’

‘‘अरेच्या! कशाला पण? बायामाणसं तुम्ही, कशाला एवढा त्रास घेताय? आणि उगाच बसचं भाडं खर्चायचं, एक दिवस खर्ची घालायचा.’’ त्याला बायकांचा उत्साह खच्ची करायचा होता; पण बायकांनी त्याच्याकडे लक्ष दिलं नाही, तेव्हा मग एकाएकी त्यानं टेबलावरचे सगळे कागद गोळा केले, फाइलमध्ये ठेवले आणि फाइल बगलेत मारून बाहेर पडता पडता म्हणाला, ‘‘इथंच बसून वाट बघा, दहा मिनिटांत येतोच मी परत.’’

समोरच्या टेबलावर बसलेली ती आदिवासी अधिकारी स्त्री हा सगळा प्रकार बघत होती, तिनं लगेच मीराला म्हटलं, ‘‘लवकर जा त्याच्या मागे आणि कागद हातात पडेपर्यंत त्याचा पिच्छा पुरवा! तुम्ही पैसे दिले नाहीत ना म्हणून कागद अडकवून ठेवायचं कारस्थान रचू बघतोय तो.’’

सगळ्या बायका लगेचच त्याच्या मागे धावल्या आणि व्हाइस टी.डी.ओच्या ऑफिसच्या बाहेरच त्याला गाठलं. मग तर बायकांनी त्याला घेरावच घातला आणि सगळ्या गलका करत बोलू लागल्या. ‘‘परत द्या अर्ज आमचा, कागुद परत द्या!’’ हा ओरडाओरडा ऐकून व्हाइस टी.डी.ओ बाहेर आले आणि त्यांनी मीराला विचारलं, ‘‘काय काम आहे? काय गडबड न् आरडाओरडा चाललाय?’’

मीरा जरा रागानंच म्हणाली, ‘‘साहेब, तुमच्या या माणसाला सांगा जरा, आमचा अर्ज आम्हाला परत देत नाही, अडकवून ठेवू बघताहेत’’ मग व्हाइस टी.डी.ओनं त्याला एकट्यालाच आत बोलावलं आणि थोडा वेळ दोघांची आत कुजबुज झाली. जराशानं मग तो अंमलदार ते कागद घेऊन बाहेर आला आणि वाईट तोंड करून ते कागद कालीच्या हातात देत म्हणाला, ‘‘घ्या आणि टळा इथून!’’ मग आणखी रागानं मीराकडे बघून, ‘‘या बाईचं तर तोंडही बघायचं नाही मला परत! हीच तुम्हा सगळ्यांना फूस लावतेय! बाहेरून येऊन शिरजोर होऊन बसलीय! पुन्हा मला

ही इथं दिसली नाही पाहिजे, कळलं ना?''

तशी काली न् मणी त्याच्यावर तुटून पडल्या, ''तुमीच असाल बाहेरचे. आमची जमीन, आमचा हा सगळा भाग बिगडवलात तुमीच!''

मग सगळ्याच बायकांना जोर चढला; ''तुमाला पैसे खायचेत, तुमाला आमच्या बायका-पोरी वाईट मार्गाला लावायच्यात, तुमालाच दारू पायजे न् कोंबडी पायजे! निलाजरं मेलं!''

तमाशा बघायला कुणाला बोलवावं थोडंच लागतं? आजूबाजूच्या खोल्यांत काम करणारी बरीच माणसं बाहेर पडली न् तिथे गोळा झाली! त्या लाचखाऊ, निर्ढावलेल्या अंमलदाराची अशी रेवडी उडताना बघून त्यांना बरंच वाटलं होतं; पण वरकरणी मात्र गंभीर तोंड ठेवून त्यातले काहीजण त्या बायकांना गप्प करू लागले. मग बायकांच्याही लक्षात आलं की, फार ताणण्यात अर्थ नाही, याच लोकांकडे कामासाठी परत यावं लागेल!

खूप खूश झालेल्या त्या सगळ्याजणी मग बसस्टॉपवर आल्या. त्यांच्या टेकड्यांकडे जाणाऱ्या बसमध्ये बसल्या बसल्या त्या हळू आवाजात गात होत्या. मीराला वाटलं, 'एक छोटंसं काम पार पडलंय; पण यांच्या दृष्टीनं ते खूप मोठं आहे– भविष्यकाळ यांचाच आहे, त्यात शंकाच नाही!' मनोमन खूश होता होता तिला वाटलं, 'गंगाबेनना सांगितलंच पाहिजे घरी जाऊन हे सगळं!'

मावळतीच्या सूर्यानं सारं आभाळ अबीर गुलालानं रंगवून टाकलं होतं. रावतवाडा गावाच्या टेकड्यांवर पसरलेले मोठमोठे खडक न् दगडधोंडे, डोक्यावरच्या मोकळ्या आभाळाचं आव्हान पेलत असतील तसे ठामपणे उभे होते.

गंगाबेन त्यांच्या नेहमीच्या कोपऱ्यात बसल्या बसल्या रेडिओ ऐकत होत्या. मीरा त्यांच्या जवळच मांडी घालून त्या अंधूक उजेडात कुठलं तरी मासिक वाचत होती.

''असं या उजेडात वाचायचं सोडलं नाहीस, तर माझ्यापेक्षाही जाड चश्मा लागेल!'' गंगाबेननी हसत हसत मीराला जरा टोकलं.

मीरानं मासिक बाजूला ठेवलं. जरा वेळ स्नेहभरानं, आदरानं गंगाबेनकडे बघत राहिली न् मग म्हणाली, ''मी राहू का इथंच गंगाबेन?''

''बेटी, हा निर्णय तुझा तुलाच करायचाय न् वरचेवर मला विचारतेस आणि दर वेळी मी मला जे खरं खरं वाटतं, ते तुला सांगत आलेय!''

मीरा थट्टेनं म्हणाली, ''तुम्ही जरा अतीच खरं खरं सांगता!''

गंगाबेनना एकदम भरून आलं, ''खरं सांगू मीरा, तू खूप खूप चांगली आहेस; मला खूप कौतुक वाटतं तुझं!''

"गंगाबेन, मला ही जागा आवडते, इथल्या या बायका आवडतात आणि तुम्हीसुद्धा खूप आवडता! तुमच्यासारख्या व्यक्तीला सोडून जाणं सोपं नाही!"

"मग नको जाऊ! राहा इथंच!"

"पण गंगाबेन, या बायकांसाठी ते चांगलं नाही!" एक दीर्घ सुस्कारा टाकत मीरा म्हणाली,

"असं? तर मग जा!"

"गंगाबेन!" मीरा जरा चिडीला आली. "का हो इतक्या निष्ठुर बनता तुम्ही? तुम्हाला ठाऊक नाहीये का, 'राहू' की 'जाऊ'मध्ये माझी कशी कोंडी होतेय ते? तुम्ही मला मुळीच मदत का नाही करत?" बोलता बोलता तिच्या डोळ्यांतून अश्रू वाहू लागले.

त्या प्रौढेनं मग मीराच्या डोक्यावर हात ठेवला, बराच वेळ तसाच राहू दिला; मग सहानुभूतीपूर्ण, स्निग्ध आवाजात ती बोलू लागली,

"तुला बेटा ठाऊक आहे तू मला किती आवडतेस ते; पण मी तुला बांधून ठेवू इच्छित नाही, कारण तू एक स्वतंत्र स्त्री आहेस– आपण दोघींनी मिळून हेच तर काम केलं जन्मभर– स्त्रियांना स्वतंत्र व्यक्ती म्हणून घडवायचं काम. स्त्रियांनी गरीब बिचाऱ्या बापड्या होऊन किंवा गुलाम होऊन राहणं आपण कधी चालू दिलेलं नाही. पण बेटी, या स्त्रियांबरोबर काम करणं म्हणजे लोखंडाचे चणे खाणं आहे!"

मीरा मध्येच म्हणाली, "मला तर कितीदा तरी आश्चर्य वाटत आलंय की, तुम्ही इतकी वर्षं या लोकांमध्ये कशा न् का टिकून राहिलात? मी तर सहा वर्षांतच इतकी थकून गेलेय."

गंगाबेन प्रत्येक शब्दावर जोर देत बोलत होत्या. "अगं, हे काम तर स्वतःच्या मुलांना मोठं करण्यासारखं आहे. बघतेसच ना तू? तुझ्याहून मोठ्या वयाच्या बायका कधीकधी तुला 'मावशी' म्हणतात, कधीकधी तर 'आई'सुद्धा म्हणतात! का? कारण तू त्यांची आईसारखी काळजी घेतेस, म्हणून! अजून त्या जेमतेम रांगायला शिकताहेत न् तुला वाटतं, त्यांनी धावावं म्हणून?"

खरं होतं गंगाबेनचं! मीरा विचारात गढून गेली. तसं बघितलं, तर किती वेगळ्या होत्या या साऱ्या बायका तिच्याहून! हट्टी न् जिद्दीही होत्या. त्यांच्या कवचामधून बाहेर पडायचंच नव्हतं त्यांना. बहुतेक वेळा त्यांना नवं काही शिकायला नको असायचं– काटे मोडायचे जणू पायात! एखाद्या अडचणीतून नवा मार्ग काढायचा, म्हणजे अडेलतट्टूपणा करायचा. स्वतःचंच म्हणणं धरून बसायच्या आणि हातून काही चुकलं तर ते कबूल करण्याची किंवा माफी मागण्याची तर बातच नसे! आणि आपसातल्या कटकटी, भांडणं न् शिवीगाळी तर संपायचीच नाही कधी! त्यांना सुरक्षित न वाटण्याचं मोठ्ठं कारण त्यांचं अज्ञान हे होतं. तरीसुद्धा स्वतःचं नुकसान

होत असलं तरीही कधीकधी मख्खासारख्या बसूनच राहायच्या! अगदी आग लागली म्हणजे विहीर खोदायला धावायच्या आणि जे व्हायला नको तेच झालं, म्हणजे लगेच दुसऱ्यावर टेपर ठेवायच्या! 'न्हाई येत', 'न्हाई जमत' हा तर नेहमीचाच पाढा!

पण– रावतवाड्यात घालवलेल्या सहा वर्षांनी मीराला खूप काही शिकवलंही होतं. या बायकांशी खरोखरच त्यांच्या आईसारखं वागणं जरूर होतं. त्यांचा सतत काळजीपूर्वक सांभाळ करायचा, सगळं काही शिकवायचं, सगळं दाखवायचं, त्यांच्या अडी-अडचणीला नेहमी साथ द्यायची. स्वत: नेहमी खंबीर, भक्कम राहायचं, कधी आजारी पडायलाही फुरसत नाही! लहान बाळं असतील असं वागायचं त्यांच्याशी! त्यांच्यावर काम सोडून दिलं तशी त्या आपापसात भांडल्या, तंडल्या, शिवीगाळ केली; पण नाहीतर मंडळी रजिस्टर झालीच नसती, कारण नेहमी आपलं 'न्हाई येत' हे उत्तर! हिशोब लिहा म्हटलं की, 'न्हाई येत!'

'आमच्या मीराबेन. मीराबेन तुमीच हिशोब ठिवा, तुमीच लिवा' असं म्हणून मोकळं व्हायला बघायचं.

"अन् म्हणूनच किंवा तरीही, मी आत्ता इथून जावं, हेच बरं." मीरा शेवटी म्हणाली. एव्हाना अंधार पडला होता.

"बरोबर!" गंगाबेन म्हणाल्या, "तुला हे काम पुढे चालवायचं असेल, तर आधी तुला बऱ्याच विश्रांतीची जरूर आहे."

"मी थोडे दिवस भिलोडाला जाऊन सायमन परमारकडे राहीन. मग अहमदाबादला जाईन. कदाचित तिथून मुंबईलाही जाईन–"

"सगळ्यात पहिल्यांदा तू काम सोडून आराम कर."

"हं! तसंच करीन. एक-दोघी जुन्या मैत्रिणी आहेत, त्यांनाही पुन्हा भेटेन. कुणा पुरुष मित्राशी, तर साधं बोलूनही किती दिवस झाले कुणास ठाऊक!" कसनुसं हसत मीरा म्हणाली.

गंगाबेनना मजा वाटली. "तू अजून विचार करतेस तर या गोष्टीचा? अगं, तरुण आहेस अजून, वय लहान आहे, शक्य आहे मित्र असणं अजूनही, वेळ काही निघून नाही गेलेली!"

"हं! होय ना! वेळ काही निघून नाही गेलेली!" मीरा म्हणाली.

तेवढ्यात अंधारातून तीन-चार व्यक्ती येताना दिसल्या. "कोण आहे? इकडे या. जवळ, उजेडात या." मीरा म्हणाली.

कंदिलाच्या फिक्या उजेडात डाही, जीवी, शकरी न् देवली दिसल्या. शकरी म्हणाली, "मीराबेन, तुम्हास्नी सांगाया आलोय की, काल बायकांची सभा झाली ना, त्यात समद्या असं म्हनत व्हत्या की, डाहीनं परमुख व्हावं न् देवलीनं मंत्री. तुम्हास्नी काय वाटतं?" हा त्यांनी केलेला बदल मीराला सांगणं, तिची मंजुरी घेणं, हे रास्त

आहे असं तिला वाटत होतं; हे तिच्या आवाजातूनच कळत होतं.

“बरोबर आहे तुमचा निर्णय!” मीरा म्हणाली. तिची संमती न् संतोष त्यांना फार महत्त्वाचा होता, हे त्या चौघींच्या तोंडांवर स्पष्ट दिसत होतं. मग शकरीच्या तोंडाकडे बघून मीरानं ओळखलं की, हिला आणखी काही सांगायचंय. तिनं विचारलं, “काय झालं? आणखी काही सांगायचं होतं का शकरीबेन? बोला ना!”

“हं! दुसरं असं सांगायचं होतं की, जीवी खजांची होईल आणि देवलीला हिशोब ठिवायला, पगार द्यायला मदत करेल.”

“अन् त्येच्यापेक्षाबी चांगलं म्हंजी आमी समदी कमिटीच बदलून टाकली न् पुरुषांची नांगीच मोडली म्हना ना! ‘बायका समद्या कुचकामी’ असं आता कसं म्हनतील?” “आनि मीराबेन,” खूपच उत्कट भावनेनं देवली म्हणाली, “तुम्ही व्हता म्हूनच ह्ये समदं जालं!”

ओसरीवर पुन्हा जणू मधमाश्यांचं पोळं घोंघावू लागलं. सगळ्याजणी एकाच वेळी बोलत होत्या, हसत होत्या, मधूनच रडतही होत्या; सारख्या एकमेकींना जवळ घेऊन भेटतही होत्या!

डुंगरी गरासिया आदिवासी बायका आपला आनंद न् प्रेम व्यक्त करण्यासाठी एकमेकींना चारदा जवळ घेऊन भेटतात; तशा सगळ्याजणी एकमेकींना भेटत होत्या. मीराचे डोळे सारखे भरून येत होते. भरल्या डोळ्यांनी पलीकडे बसलेल्या गंगाबेन हसत, डोकं हलवत होत्या. मीरा मनाशी म्हणाली, ‘खरंच, गंगाबेन! तुमच्यासारखं कोणी नाही!’

आणि देवली मीराला परत एकदा भेटत म्हणाली, “खरंच तुमच्यासारखं कोणी नाही मीराबेन!” मग ती पुढे म्हणाली, “कोनीतरी म्हनत हुतं की, तुमी जानार आहात इथून, आमाला सोडून– ह्ये खोटं हाये ना? ह्ये खरं न्हाई ना मीराबेन? सांगा ना की, ह्ये खरं न्हाई–”

मीरानं देवलीला जवळ घेतली; पण ती बोलली मात्र काहीच नाही. फक्त स्वतःशीच म्हणाली, “मी तरुण आहे अजून! अजून वेळ निघून नाही गेलेली!”

❖

रोजीचे अकरा रुपये

ऑक्टोबरची चोवीस तारीख, शनिवार. लुसाडियामध्ये बायकांची एक मोठी सभा व्हायची होती. वेगवेगळ्या गावांमधून जवळजवळ पाचशे तरी बायका गोळा झाल्या होत्या. मेघरज आणि भिलोडा तालुक्यांमधल्या नाना कंधारिया, सभरण, रावतवाडा, रामेरा, सरखी लिमडी, कागडामहुडा, कुंडोळ, गेड आणि लक्ष्मणपुरा या सगळ्या गावांमधून त्या आल्या होत्या आणि खुद्द लुसाडियातल्या तर होत्याच. आदिवासी आणि ठाकरडा या दोन जातींमधल्या बायका होत्या.

वातावरण अजून दिवाळीचंच होतं, आनंद न् उत्साहानं भरलेलं. पुरुषमाणसं न् मुलं खुशीत होती, मोठमोठ्यानं दिवाळीबद्दल गप्पा मारत होती. बायका-मुलींनी नव्या, रंगीबेरंगी, झगमगीत साड्या नेसल्या होत्या. इकडच्या रिवाजाप्रमाणे त्या एकमेकींना चारचारदा 'भेटत' होत्या. साऱ्याजणी आनंदात होत्या. त्यांच्या साड्यांच्या पदरांसारख्या त्याही जणू हवेत उडत होत्या.

पण खरं म्हणजे आज या बायका ज्या जमल्या होत्या, त्या काही दिवाळीचा सण साजरा करायला नव्हत्या जमल्या. तसं पाहिलं तर या वर्षी दिवाळी साजरी करण्यासारखं होतंच काय? दुष्काळी वर्ष होतं. कसंबसं जिवंत राहणंच जिथं जमवायचं होतं, तिथं नाही त्या उड्या मारून थोडंच चालणार होतं? इथं जगायचं असलं तर रोखठोक व्यवहारच बघावा लागे. असेल नसेल ती पुंजी गोळा करून दुष्काळी वर्षाचे दिवस पार पाडायचे कसे, हेच गणित मांडावं लागायचं आणि याच महत्त्वाच्या कामासाठी आम्ही सगळ्या तिथं जमलो होतो.

दुष्काळाच्या संकटातून पार पडण्यासाठी सरकारनं सुरू केलेली दुष्काळी कामं ही एक मोठी सोय होती, त्यानं खूपच आधार मिळणार होता. सरकारनं ठरवून दिलेली रोजची मजुरी अकरा रुपये होती; पण प्रश्न असा होता की, तेवढी मजुरी मिळवायसाठी किती काम करवून घेणार होते?

काय? काय म्हणालात? किती काम करवणार? हे काय नवीनच? आजपर्यंत या बायकांसमोर कोणी हा विषय काढलाच नव्हता की, एका दिवसात त्यांनी किती काम करायचं? खुद्द इथल्या लोकांनीही कधी असा विचार केला नव्हता! कामावर येणाऱ्या बायकांना तर एवढंच ठाऊक होतं की, आठवड्याच्या शेवटी जेव्हा मजुरी दिली जायची, तेव्हा रोजचे सहा-सात रुपये या हिशोबानं चाळीस-पन्नास रुपये त्यांच्या हातावर टेकवले जायचे; अन् तेव्हा त्यांच्या तोंडून निराशेचा एक उसासा बाहेर पडायचा. इतकं अफाट कष्टाचं काम आणि एवढेच पैसे! आणि कधीकधी तर तेवढेही मिळत नसत.

कामाची आखणी झाली, ती अशी– चार-पाच बायकांची एक अशा तुकड्या केल्या गेल्या. मग जे खड्डे खोदायचे होते, त्यांचं माप नक्की केलं गेलं. साडेसात फूट रुंद, तितकाच खोल आणि तितकाच लांब असे खड्डे खणायचे. अत्यंत खडकाळ, कठीण जमीन. रणरणत्या उन्हात या बायकांनी खड्डे खोदायचे. मग घमेली भरभरून माती उचलायची आणि सत्तर-पंचाहत्तर फूट दूर चालत जाऊन ती शेतात ओतून यायचं. सतत दोन तास हे काम चाललं; तेवढ्या वेळात चार बायकांनी मिळून खणलेली एकशेसत्तर मोठाली घमेली भरून माती नेऊन टाकली होती आणि अशा जीवघेण्या कामाची सरकारनं ठरवलेली मजुरी होती अकरा रुपये!

हिशोब करून बघितला तर लक्षात आलं की, आठ तास हे काम करायचं म्हणजे प्रत्येक बाई खोदकाम करून, घमेली उचलून चालत जाऊन टाकून यायचं काम करता करता एकूण आठ किलोमीटर एवढं अंतर चालेल. वा! दुष्काळात आधार म्हणून असं काम!

हा हिशोब जेव्हा बायकांना समजावून सांगितला, तेव्हा त्यांचे डोळे विस्फारण्याऐवजी त्यांची तोंडंच उतरली, कसनुशी झाली. चेहऱ्यांवर त्यांची मनोवेदना स्पष्ट दिसत होती!

"येवडं काम कसं वं करायचं? कसं हुईल आमचं?"

"येवडी गद्धामजुरी करायची?"

"सरकारच आमच्याकडून असं काम करून घ्येनार म्हंजी सरकारच आमास्नी फशिवणार म्हना की!"

"न्हाय बा, रोजचं यवडं काम न्हाई व्हनार आमच्यानं. लवकर मरायचंय व्हय असं काम करून?"

“कसं वं करायचं? ह्ये तर आगीतनं फुफाट्यात पडल्यागत की रं द्येवा!”

नजरेत भारंभार दुःख, आवाजात निराशा. मग जराशानं एकजण म्हणाली, “यामदी येकच करता यील. आपल्या कामावर देखरेख करनारा मुकादम असंल ना, त्येच्या खिशात टाकायचं थोडं पैसं म्हंजी झालं, आलं लक्षात बेनजी?”

तर हे असं आहे! या गरीब, अशिक्षित बायकांना दुष्काळी काम देऊन मदत करायचीय ना? हां, तर मग करा ना मदतीचं काम चालू आणि घाला त्यांच्या वेदनांच्या चक्राला आणखी एक वेढा, आणखी एक पीळ! खुद्द सरकारच त्यांच्याशी असं कसं वागू शकतं? का हे लोक उपाशीतापाशी आणि निराधार आहेत म्हणून त्यांच्याहून वरिष्ठ समजले जाणारे त्यांच्याशी असं वागू शकतात? त्यांच्या दुःखांच्या जाळावर आपापली पोळी शेकणारे हे लोक? पोळीच शेकणार फक्त? अंहं! त्याबरोबर तूप-केळंही खाणार आणि मजा मारणार! कंत्राटदारही आणि सरकारी साहेबही! धीकेळां ने तागडधिन्ना!

❖

जो मैं ऐसा जानती

टेकड्यांच्या उतरणीवर उगवलेल्या मक्याच्या रोपांसारखी मकू कलेकलेनं वाढत होती आणि मक्याच्या कणसांचे दुधी दाणे मोठे होतील, तेव्हा त्यावर जशी सोनेरी झाक येते; तशी मकूची काया खुलू लागली होती. टेकड्यांवर बागडणाऱ्या हरणांच्या डोळ्यांसारखे तिचे डोळे चंचल आणि मोठे होते. वाऱ्यावर उडणाऱ्या रेशमी सोनेरी केसांच्या महिरपीनं तिचा रेखीव चेहरा आणखी सुरेख दिसायचा. शिवाय, बहुतेक डुंगरी गरासिया मुलींना मिळणारं नैसर्गिक वरदान तिलाही मिळालं होतंच- तिचा बांधा पुष्ट, सुडौल होता. या सगळ्यांमुळे वयात येते न येते तोच मकूकडे पुरुषांच्या नजरा परतपरत वळू लागल्या होत्या! बायकासुद्धा मकूकडे बघून आपापसांत कुजबुजायच्या, "माजी सून व्हऊन, मकू आली माज्या घरात, तर माजं घर जनू उजळून निगंल!"

पण मकूला अजून समज म्हणतात, ती नव्हती आली. तिच्या वयाच्या मुली शाळेत तर जातच नसत, तशी तीही नव्हती जात. ती आपली रोज गुरांच्या मागे जायची गुरं राखायला; टेकडी उतरून, खोल विहिरीतून रोज घागरी भरभरून पाणी आणायची, दूरदूरच्या टेकड्यांवर हिंडून सरपणासाठी काटक्याकुटक्या गोळा करून आणायची, घर स्वच्छ करायची, धुणी धुवायची, भांडी घासायची आणि संध्याकाळी चूल पेटवून जाड जाड भाकरी बडवायची. आदिवासी स्त्रीला जे जे म्हणून येणं जरूर असतं, तिनं जे जे म्हणून करणं जरूर असतं, ते सर्व मकू शिकली. हे सगळं येत असलं, तरच एखादं चांगलं घर मिळणार ना तिला! गरासिया

आदिवासी जातीमध्ये मुलींची किंमत त्यांच्या रंगरूपाबरोबरच त्यांच्या काम करण्याच्या क्षमतेवर ठरते.

आणि मग मकू पहिल्याप्रथम 'बाहेरची' बसली, तिची 'मासिक पाळी' सुरू झाली. अंगातल्या घागऱ्यावर रक्ताचे डाग पडले, तेव्हा मकूला काही कळलंच नाही! तिच्या आईनं तिला कधी या बाबतीत काही समजावून सांगितलंच नव्हतं. या बाबतीत काही बोलायचं नाही, अशीच त्यांच्यात पद्धत होती. त्यांच्या प्रथेप्रमाणं मकूच्या आईनं तिच्या थोरल्या जावेला - नाथीबेनला - सांगितलं की, 'जाऊबाय, मकूचं कपडं बदलून घ्या.' तशी मग नाथीनं मकूला सांगितलं की, 'तू भाइरची बसलीस' असं म्हणायचं याला. 'असं हुईल तवा तू चुलीला न्हाई शिवायचं.' बस! मकू तेवढं शिकली. मग दर महिन्याला तिचं जरा पोट दुखायचं, ती बाहेर बसायची अन् ते संपलं की, परत मजेत हसत-खेळत असायची.

मकू नाथीला खूपदा गुरांच्या मागे हिंडताना दिसायची. चमकणाऱ्या डोळ्यांची हसरी मकू बघून नाथीला खूप बरं वाटायचं. ती प्रेमानं तिच्या पाठीवरून हात फिरवायची. डोंगरटेकड्यांचे ते चढउतार न् ती कुरणं, लहानलहान टेकड्यांच्या मधल्या उतरणींवरची हिरवीगार जमीन. तिथं गावची दुसरी मुलं-मुली आणि मकू आपापली गुरं घेऊन जायची, कितीतरी वेळ ती त्यांच्यामागे फिरत राहायची.

असं हिंडता हिंडताच मकूला तिथं येणाऱ्या मुलांमधला हरीश आवडू लागला. असं आवडण्याचा अर्थ काय असेल वगैरे विचार मकू करतच नसे; पण हरीश जवळपास असला की, मनातून बरं वाटतं, त्याची संगत आवडते एवढं तिला जाणवायचं. हरीश न् मकू खूपदा गुरांमागे हिंडताना भेटायचे; पण तिथं तशीच दुसरी मुलं-मुलीही असायची, न् दिवसभर सगळी करणार काय? मग सगळी मुलं तऱ्हतऱ्हेचे खेळ खेळायची. सूर्याच्या कोवळ्या उन्हात पळायची, शिवाशिवी, लपंडाव असं चालायचं. ऊन चढलं की, झाडांच्या सावलीत गोळा होऊन गप्पागोष्टी करायची, सागरगोटे खेळायची, गाणी म्हणायची. गाई, म्हशी, बकऱ्या तिथंच शांतपणे चरत असायच्या आणि हे सगळे 'गुराखी' खेळत असायचे!

मकूसारखाच हरीशही अडाणी, अशिक्षितच होता. त्याला त्याच्या वडिलांनी शाळेत तर घातला होता आणि हरीशनं बरीच वर्षं शाळेत काढलीही होती; पण तरी त्याला 'कखगघ'सुद्धा आलं नाही, म्हणून एक दिवस मास्तरांनी त्याला मारलं, तेव्हा मास्तरांच्या अंगावर एक शेणाचा गोळा फेकून, तो पळून गेला न् त्यानंतर बापाची गुरं राखायला जाऊ लागला!

हरीशलाही मकूची संगत आवडायची. इतर मुलींपेक्षा मकूचे डोळे जास्त काळेभोर, मोठाले न् चमकणारे. मकूचं खळखळून हसणंही हरीशला आवडायचं. ती गप्पा मारता मारता कधीकधी हरीशबरोबर दंगामस्ताही करायची न् तेही हरीशला

आवडायचं. पहिल्या पहिल्यांदा तो जरा संकोचायचा, काय बोलावं, कसं वागावं हे त्याला कळत नसे, तो जरा बुजायचाही; पण तरी तो मकूचं लक्ष वेधून घ्यायला बघायचा. मकूच्याही हे लक्षात आलं होतंच; तिच्याही मनात हरीश भरला होताच ना. तसा तो होता अबोल; पण इतर मुलांपेक्षा तो तिच्याकडे जास्त लक्ष द्यायचा, तिला मदत करायला आपण होऊन पुढे यायचा. "गुरं गोळा करून आणायचीत ना? तू बस आपली इथं, मी माज्या गुरांबरुबर तुजी पन आनतो हाकारून. अन् चढावर त्यांना वर पन मी चढवून दीन." तो अंगानं होताही दणकट, दिसायला तरतरीत आणि विटीदांडू तर काय छान खेळायचा! त्यानंच तिला छान खेळायच्या युक्त्या शिकवल्या, तेव्हापासून तर भल्याभल्यांना हरवायची ती विटीदांडूत! खरंच, हरीश तिच्या आसपास घोटाळायचा न् मकूला ते आवडायचं. कधी तो आला नसला, तर मग तिला चुकल्याचुकल्यासारखं व्हायचं.

होता होता, दोघं केव्हा वयात आली, हे त्या दोघांच्या लक्षातही आलं नाही; पण मकूच्या वागण्यामध्ये काहीतरी फरक झालाय एवढं हरीशच्या लक्षात आलं होतं. कधीकधी उगीचच ती त्याच्याशी भांडायला लागायची; मग तो कानकोंडा व्हायचा. तिचं उमलणारं तारुण्य तो मुग्ध होऊन न्याहाळत राहायचा, तिला हात लावून बघायची त्याला इच्छा व्हायची आणि त्याच्या ओठांवर व गालांवर फुटणारी मिसरूड न् दाढी बघून मकूला मजा वाटायची. एक दिवस असंच होता होता अचानक दोघांनी एकमेकांचं चुंबन घेतलं न् त्यांच्या अंगाअंगांतून एक शिरशिरी उठली.

आदिवासी लोकांमध्ये तरुण मुला-मुलींना एकमेकांबद्दल आकर्षण वाटलं तर त्याचं पर्यवसान शारीरिक संबंधांत व्हायला वेळ लागत नाही. मूक साक्षी असणाऱ्या टेकड्यांच्या आडोशात; गवताचं पातंही हलणार किंवा आवाज करणार नाही इतकी शांतता असते अशा जागी, हरीश न् मकू एकमेकांच्या सहवासात, काहीही व्यत्यय न येता, तासन्तास काढू लागले. सारं कसं शांत असायचं, आजूबाजूला पसरलेल्या हिरव्यागार गवताच्या पात्यांना नाचवत,अधूनमधून वाऱ्याच्या झुळका यायच्या न् जायच्या.

सुरुवातीला तर, काहीही अनुभव नसल्यामुळे अवघडलेल्या, घाबरलेल्या त्या दोघांना भीती वाटली; मकूला थोडी वेदना न् रक्तस्रावही झाला; पण मग दिवस जात राहिले न् वातावरणात पसरलेल्या मोहाच्या फुलांच्या मादक वासाची धुंदी हळूहळू चढत गेली आणि दोघं एकमेकांत हरवून जात राहिले. प्रेमाबद्दल बोलण्यापेक्षा प्रत्यक्ष शारीरिक सुख भोगणं त्यांना सोपं अन् सुखाचं वाटायचं. त्या अबोध वयामध्ये एकमेकांबद्दलचं आकर्षणही जास्त शारीरिकच होतं. अधूनमधून मकूला मात्र भीती वाटायची की, तिला दिवस गेले तर-

अन् थोड्याच दिवसांत तिची पाळी चुकलीच!

तिनं हरीशला भेटून हे सांगितलं, तशी खांदे उडवून तो पठ्ठ्या म्हणाला, "वा

गं वा! असं असलं तर पाडून घे ना मूल, आत्तापासून आई कसं होता येईल तुला?''

मकू आता जास्तच घाबरली; पण हरीशनं प्रेमाचे चाळे करून, तिची भीती तात्पुरती घालवली. काही दिवस असंच चालू राहिलं.

मग एक दिवस हरीश तिला म्हणाला, ''त्या तिकडच्या टेकडीवर वीकाबा नावाची म्हातारी राहते, तिला ह्ये असलं काम चांगलं करता येतं. कुनाला काईपन समजायच्या आदीच तू तिच्याकडे जा आपली.''

मकू एकटीच वीकाबाकडे गेली. धूर्तपणानं तिच्याकडे बघून, छद्मी हसत वीकाबानं तिला विचारलं, ''किती पैसं देशील गं पोरी तू?''

''पैसं?'' आश्चर्यानं मकूनं विचारलं, ''याचं तर मला काई ठावंच नव्हतं. मागाऊन दिऊन जाईल मी तर न्हाई चालनार?''

''न्हाई चालनार.'' म्हातारीनं सरळच सांगितलं, ''पहिल्यांदा पैसं घ्येनार, मंग काम! पन्नास रुपये घ्येवून ये की, लगेच औशद देऊन टाकीन!''

मकू काळजीत पडली, घरी गेली. मग पुन्हा मोका बघून हरीशला भेटली न् त्याला हे सांगितलंन तशी हरीश नामानिराळा झाला आणि हात झटकून म्हणाला, ''मी कुटून आनू पैसं? आनि तू तर रूपाची खाण- लवंगी फटाक्यागत आनि, मी यकटाच थोडाच असंन तुझ्या मागं? कुनाचं प्वार हाये तुझ्या पोटी, त्ये कसं ठावं?''

इतका निर्लज्ज? इतका लुच्चा? तिनं हरीशच्या एक थोबाडीत मारली. ''अरं, कुत्र्या! तू मला अशी समजलास? अरं, तुजंच काम हाये ह्ये न् तुलाबी ह्ये ठावं हाये निलाजऱ्या!''

आणि मग ती तिथून पळत सुटली. टेकडीच्या उतारावरून दोन्ही हात छातीवर दाबून धरून धावत धावत खाली उतरली. जणू हरीशनं तिच्या हृदयाला केलेली जखम ती दाबून धरू बघत होती! एका झाडाखाली बसून मग ती खूप खूप रडली. तो असं बोलू तरी कसं शकला? आत्तापर्यंत किती चांगला वागायचा, किती करायचा तिच्यासाठी आणि आता जेव्हा त्याची सर्वांत जास्त जरूर आहे, तेव्हा तो तोंड फिरवून निघून गेला? त्याचं आधीचं वागणं आणि आत्ताच वागणं यांची सांगड कशी घालायची? आणि आता विश्वास तरी कोणावर ठेवायचा?

त्या दिवसानंतर हरीश मकूकडे फिरकलाही नाही. मकू अगदी खिन्न, उदास, गप्प होऊन गेली. जेवण जाईनासं झालं. कसेबसे दोन घास खाऊन ती उठून जायची. तिच्या आईच्या हे लक्षात आलं. तिच्या हेही लक्षात आलं की, गेले दोन महिने मकू 'बाहेरची' बसली नव्हती. आता? सरळ विचारावं तरी कसं? मग पुन्हा एकदा ती थोरल्या जावेकडे गेली न् तिला सारं सांगितलं.

तरुण मुलीच्या तोंडून असं काही वदवणं सोपं तर नाहीच, तरी पण नाथीबेननं मकूला बोलावून, जवळ बसवून नीटपणानं विचारलं, तेव्हा तिनं कबूल केलं की, दोन

महिने तिला पाळी आली नव्हती; पण कोण मुलगा ते मात्र तिनं सांगितलं नाही. काय न् कसं सांगणार? वीकाबा पन्नास रुपये मागतेय हे मात्र सांगितलं.

मकूच्या आईला वाटलं की, आपली पोर जणू घळीत पडलीय न् बाहेर पडायला रस्ताच नाही! एवढे पैसे आणायचे कुठून? नवऱ्याजवळ मागितले असते, तर त्यानं तिचीच मानगूट पकडली असती पहिल्यांदा की, 'पोरीवर लक्ष का न्हाई ठिवलंस?' म्हणून न् म्हणाला असता की, 'जीव द्या आता दोगी व्हिरीत पडून' म्हणून!

शेवटी ती तिच्या भावाकडे गेली अन् त्याला उडतउडत काही बाही सांगितलं की, अलीकडे तिला बारीक ताप येत होता न् वेळेवर औषधपाणी नाही केलं तर काय व्हईल काय जानं!

एक मात्र आहे! इथले पुरुष नवरा म्हणून कितीही वाईट वागत असले, तरी भाऊ आपल्या बहिणीला मदत करायला हात मागे घेत नाही! भावानं तिला पैसे दिले न् मग तिनं ते पैसे आपल्या थोरल्या जावेकरवी मकूला देवविले.

मकू वीकाबाकडे गेली. पन्नासाची नोट बघून म्हातारी खूश झाली. नोटेवर टिचक्या मारून नोट नीट तपासून घेत खात्री झाल्यावर ती तिनं अंगावरच्या पोलक्याच्या आतल्या खिशात सरकवली. मग घरात जाऊन कसल्याशा मुळ्या घेऊन आली. म्हणाली, "या उकळून पी. घडीभरात काम होऊन जाईल."

मकू घरी गेली न् कुणाच्या लक्षात येणार नाही अशा वेळी त्या मुळ्या उकळून ते पाणी घ्यायली. हात कापत होते; पण या घटकेला कुणी विष दिलं तरी घ्यायला ती तयार होती! अधीर होऊन मग ती आता काय होतं याची वाट बघत राहिली. रात्री तिला रक्तस्राव सुरू झाला; इतका की, तो थांबेचना. तीन दिवस झाले, काही फरक पडेना. पोरगी घराच्या एका कोपऱ्यात पार घाबरून, अंगाचं मुटकुळं करून बसून राहिली. थंडीनं थरथर कापत होती. कपडे पुनःपुन्हा रक्तानं भिजत होते. पुन्हा बिचारी आई थोरल्या जावेकडे गेली न् गयावया करत म्हणाली, "जाऊबाय, काईतरी करा वं आता तुमीच!"

मग दोघीजणी त्या पोरीला घेऊन, एका कांपाउंडरकडे गेल्या.

कांपाउंडर तर भलता बनेल, जग बघितलेला माणूस होता. तीन महिन्यांचा कांपाउंडरचा कोर्स करून इथं सवाई डॉक्टर बनून बसला होता! आणि या अशा केसेस तर त्याच्याकडे कितीतरी यायच्या. त्यातून जेवढे पैसे उकळता येतील, तेवढे उकळायला तो सोकावला होता. त्या पांढऱ्याफटक पडलेल्या अशक्त पोरीकडे बघताच तो सारं समजून गेला! तरीही त्या दोघी प्रौढ स्त्रियांकडे बघत त्यानं मख्खासारखं विचारलं, "हे कशानं झालं?"

"यकदमच झालं- काय बी नव्हतं, अन्" नाथीबेन म्हणाली.

"केव्हापासून?"

"काल रातचं"

कांपाउंडरच्या लक्षात आलं की, या बायका त्याला सगळं खरं खरं काय ते सांगायला तयार नव्हत्या. बाकी इथं हे नेहमी व्हायचं तसंच झालं असणार आणि समजून तरी काय फरक पडणार होता? त्याचे खिसे भरल्याशी कारण! त्यानं थंडपणाने म्हटलं "पाचशे रुपये लागतील."

"पा पा पाच-" बोलता बोलता मकूच्या आईच्या तोंडाचा आ वासला! "दागदरसायेब, आमी यवडं पैसं कुटून आननार वं?"

"ते तुमचं तुम्ही बघा," खांदे उडवत कांपाउंडर म्हणाला. "हिचा जीव वाचवायचा असेल, तर लवकर उपाय केला पाहिजे, एवढं मात्र सांगतो."

आता नवऱ्याकडे जाऊन त्याला सगळं सांगितल्याशिवाय सुटका नव्हती! पोरीला जावेबरोबर दवाखान्यातच ठेवून मकूची आई घरी गेली. नवरा कुठे होता ते शोधून तिथे गेली न् म्हणाली, "मकूची तबियत बराबर न्हाई-" जमिनीकडे बघत, नवऱ्याच्या रागाच्या भीतीनं आतून ती थरथर कापत होती, तरी ती कसंबसं पुढे बोलली, "तिचा इलाज कराया पाचशे रुपये हवेत!"

नवरा समजला, संतापानं ओरडू लागला, "सालीचं कुऱ्हाडीनं तुकडं करून टाकतो! कोनाचं पाप हाये तिच्या पोटात? कोनाचं?"

"त्ये समदं मंग बगू या," बायको आता नवऱ्यापुढे हात जोडून गयावया करू लागली. "आत्ता लौकर, कसं बी करून पाचशे रुपयांची सोय करा, तिला दवाकान्यात ठिवून आलीय म्या!"

"पाचशे रुपये! साल्या हरामखोर कारट्या– जनू साप पाळलेलं" तो हवं ते बडबडत होता.

"ह्यो तर आपल्या आब्रूचा प्रश्न हाये, घरातल्या घरातच ऱ्हाइली पायजे समदी गोस्ट, इथं तर जनू वाऱ्याबरुबर जाऊन समद्या गावाला म्हाइती पडतात समद्या गोष्टी–" मग ती आवाज जरा भक्कम करत म्हणाली. ते ऐकल्यावर मात्र नवरा गप्प झाला. गावच्या वाण्याकडे गेला, खूप जास्त व्याजाच्या दरानं पैसे कर्जाऊ घेऊन आला न् रागारागानं बायकोच्या हातात खुपसत म्हणाला, "दोगी जशा जळवा लागल्यात मला, रगत घ्यायला माजं."

मकूची आई परत दवाखान्यात आली. कंपाउंडरनं मकूला झोपवून ठेवली होती, इलाज काही सुरू केलाच नव्हता. पुरे पैसे हातात पडले, तेव्हा मग त्यानं मकूला एक इंजेक्शन दिलं. तासभर पुन्हा झोपवून ठेवली, मग दुसरं इंजेक्शन दिलं न् मग घरी घेऊन जायला सांगितलं.

जगण्याच्या, जिवंत राहण्याच्या, दुर्दम्य इच्छेनंच केवळ मकू या सगळ्यातून तरली! जगली तर खरी; पण कोणी पिसं उपटून काढली असतील, पंख कापून

टाकले असतील, अशा एखाद्या पक्ष्यासारखी झाली ती. अगदी शांत, थंड, गप्प गप्प! चेहरा कोमेजलेला, पहिली सुरकुती उमटलेला!

आता ती गुरं चारायला जात नसे, जाणाऱ्यांकडे बघतसुद्धा नसे. सारा दिवस घरात बसून राहायची; घरातलंच काम करत राहायची. हरीशला ती पुन्हा कधीही भेटली नाही. पुन्हा कधी म्हणून कुठल्याही पुरुषावर ती विश्वास ठेवणार नव्हती!

तिच्या आईनं कधी तिला दोष दिला नव्हता, कारण तिच्या तरुण वयात तिचाही पाय असाच घसरला होता! नाथीकाकी वरचेवर मकूला भेटायला यायची; तिच्याशी बोलत बसायची. काकीजवळ असताना मकूला बरं वाटायचं; पण तिच्या डोळ्यांतली ती पहिली चमक गेलीच होती- ज्योत विझून जावी तशी! स्वतःबद्दल ती कधीही काहीही बोलत नसे. बाप तर तिच्याकडे ढुंकूनही बघत नसे. मकू त्याच्यापुरती जणू मेलीच होती! एकदाच फक्त, पिऊन झिंगलेला असताना तो बायकोवर ओरडला होता, "रांडे, तुजीच चूक हाये यामंदी, तू जलम दिलास, तूच लक्ष्य ठिवाया हवं की न्हाय? पुन्ना जर का असं जालं, तर कोयत्यानं खांडोळी करून ठेवीन सांगून ठिवतोय हां!"

नवरा-बायकोनं सगळं लपवायचा खूप प्रयत्न केला; पण गोष्ट लपून राहिली नाही. म्हाताऱ्या-कोताऱ्या तपकिरीच्या शिंका देता देता कुजबुजायच्या, "मकीचं कळ्ळं का तुमास्नी?"

"अवं, आत्ताच्या या लाजलज्जा नसलेल्या पोरी! मला जर असं जालं असतं ना, तर लग्गेच व्हीर जवळ क्येली असती म्या!"

"व्हय बाय!"

गावच्या ज्या प्रौढ बायका पूर्वी मकूच्या गोड हसण्यावर इतक्या खूश असायच्या, त्या आता वाकडं तोंड करून, तिला टाळायच्या! ते वागणं बघून मकूला जखमेवर मीठ चोळल्यासारखं वाटायचं. मकूसाठी कोणी मागणीही घातली नाही.

आई-वडील दोघं काळजीत पडले होते हे मकूच्या लक्षात आल्याशिवाय थोडंच राहील? पण कोण काय करू शकत होतं? कधीकधी घराच्या मागच्या परसात मकू रडत बसलेली काकीला दिसायची. मग ती म्हणायची, "अगं पोरी, रडून काय होनार सांग?" असेच दिवस, महिने, वर्षं गेली.

शेवटी तीन वर्षांनंतर मात्र मकूचं नशीब उदयाला आलं. अंगणात गाद्या, खाटा पसरल्या गेल्या. हुक्के भरले गेले. 'आ राम, आ राम' करून वऱ्हाडी मंडळींचं स्वागत झालं.

नदीपलीकडच्या गावातून ही मंडळी आली होती. दूर होतं गाव. नुसतं तिथपर्यंत जायचं म्हणजे एका माणसाचे भाड्याचे सात रुपये व्हायचे! एवढ्या दूर पोरीला पाठवू नये असं तर वाटत होतंच न् तेवढ्यानंच झालं नव्हतं. नवरा मुलगा तिरळा

होता, पहिल्यांदा लग्न झालं होतं; पण थोड्याच दिवसांत बायको 'मला फशिवलं, मला ठावं नव्हतं की, यो काणा हाये' असं म्हणून पळून गेली होती!

मकूला 'नाही' म्हणणं शक्यच नव्हतं. लग्न न करून तर चालणारच नव्हतं. या समाजात बापाच्या जमिनीत मुलीला वाटा मिळत नाही. मुलीचं लग्न करून देऊन तिला सासरी पाठवायची नाहीतर ती मरायची, या दोनपैकी एक काहीतरी होणंच फक्त शक्य असतं!

वऱ्हाडी मंडळींचं चहापाणी झालं. मग एक थाळी मागून घेतली गेली; त्यात मुलीसाठी कपडे, नथनी, पैंजण, काचेच्या बांगड्या असं ठेवलं आणि मुलीला दिलं. मकू नवऱ्या मुलीच्या पोशाखात सजली, तेव्हा बघणाऱ्यानं तोंडात बोट घालावं इतकी सुंदर दिसत होती. आईनं पोरीला सासरी पाठवताना म्हटलं, ''बेटी, नवरा मुलगा शाणा वाटतुया, संसार नीट सांबाळेल, नव्या घरी सुखात ऱ्हाशील तू!''

''व्हय मा!''

आईला घट्ट मिठी मारून रडत रडत मकू म्हणाली, ''तुज्या आशिरवादानं सुखी व्हईन मी.'' आणि मकू सासरी गेली! तिला जाणीव होती की, इतक्या लांबून ती पुन्हा माहेरी येऊ शकणार नाही!

मकूच्या लग्नात ढोल वाजले नाहीत, लग्नाची गाणी म्हटली गेली नाहीत, तरुण मुलं-मुली नाचली नाहीत. वरात निघाली नाही की मुलीच्या पाठवणीचा समारंभ झाला नाही. मांडव तर बांधलाच नव्हता, तेव्हा मकूला सासरी पाठवल्यावर तो सोडायचा प्रश्नच नव्हता! आदिवासी समाजातले रिवाज विचित्र असतात. नवरानवरी दोघांनाही ते पाळावेच लागतात.

सासरी नवऱ्यानं - मेघानं - मकूचं नवं नाव ठेवलं– कबू. कबू म्हणजे कुरूप! इतक्या सुरेख, फुलासारख्या मुलीचं असं नाव ठेवलं म्हणजे कोणाची दृष्ट लागणार नाही अशा विचारानं! मनोमन मेघाला असंही वाटत असेल की, म्हणजे मकूवर ताबा ठेवणं त्याला सोपं जाईल! पण मेघाला अशी काही काळजी करायची काहीही जरूर नव्हती. कबूनं खूप निष्ठेनं त्याची सेवाचाकरी केली. चार मुलांना जन्म दिला. मेघा तिरळा होता खरा; पण वाहवा करावी इतका प्रेमळ न् कामसू! कबूची तो नीट काळजी घ्यायचा. खेडूत होता, शिवाय सुतारकामही करायचा. दिवसभर काही ना काही काम करत असायचा. कबू अजूनही आकर्षक दिसायची. अजूनही पुरुषांच्या नजरा वळून वळून तिला बघायच्या; पण कबूचं मन आता दगडासारखं झालं होतं, कुठल्याही पुरुषावर ती पुन्हा कधीही विश्वास ठेवणार नव्हती- कधीही! ती नवऱ्याशी किंवा सासरच्या दुसऱ्या कोणाशीच तिच्या भूतकाळाबद्दल बोलली नव्हती. या लिंबडा गावापासून तिचं लहानपणीचं गाव खूप खूप दूर होतं. हळूहळू कबू तिकडच्या आठवणीही विसरत चालली.

कबूची मोठी मुलगी रमती आठ वर्षांची व्हायला आली आहे. परकर-पोलकं घालून अंगणामध्ये सागरगोटे खेळत असते. अगदी आईवर गेली आहे. जणू एकेकाळची मकूच!

रमतीच्या अंगणाच्या बाहेरच्या पायवाटेनं रोज गुराखी आपापली गुरं घेऊन जातात. पावा वाजवत असतात. पायातले घुंगुर छुमछुम करत जातात, हसत-खेळत, उड्या मारत जात असतात.

रोजच्या सारखीच रमती आजही आईजवळ हट्ट करू लागते, "माय, ओऽ माय, मला पन जायचंय गुरं घेऊन, जाऊ दे ना गं मा!" आणि रोजच्यासारखीच, एरवी शांत असणारी काबू एकदम उसळते न् म्हणते, "न्हाई, न्हाई! मी तुला कदीपन गुरांमागे न्हाई पाठिवनार!"

"अगं, असं काय?" मेघा मध्यस्थी करतो, "कधीकधी जाऊ दे ना तिला. गावची पोरं असतात बरुबर, मंग कसली भीती?"

"न्हाई म्हंजे न्हाई! हज्जारदा न्हाई! तुमची लेक हाये तशी माजीपन हाये. रानात खूप भय असतं."

"माय्, तू तर समद्यांना तुज्या घाघऱ्याला पकडून ठिवायला बगती!" रमती हातपाय आपटून रडायला लागते.

"बापू, ही मा अशीच हाये. सोत्ता कदीपन मजा करत न्हाई, आमास्नी बी करू देत न्हाई!" रागारागानं रमती घराबाहेर पळत जाते.

कबूची नजर वात्सल्यानं उचंबळणाऱ्या हृदयानं आपल्या बाळीच्या मागे मागे जाते. जाता जाता तिची नजर दूरवर कुठेतरी बघत जाते. घर, घराबाहेरची दगडी भिंत, बाहेर पडल्यावर मग नदी, नदीपलीकडे कडुलिंबाखाली गुरं चरताहेत. तिथून आणखी दूर मोहाची झाडं आहेत अन् त्यांच्याही पलीकडे दाट जंगल आहे. जंगलाच्याही पलीकडे साबरकांठाच्या इथून धूसर दिसणाऱ्या टेकड्यांच्या रांगा– स्वस्थ, उदास उभ्या आहेत.

कबूच्या लक्षात येऊ न देता मेघा तिच्या मागे येऊन उभा आहे आणि तिची नजर जिथे आहे, तिकडेच बघतो आहे.

एकदम कबूच्या लक्षात येतं की, कोणीतरी तिच्याकडे बघतंय. मग नजर खाली वळवून ती शिवत असलेल्या हातातल्या कपड्याकडे बघते. अन् मेघाच्या लक्षात येतं की, आता कबूच्या डोळ्यांवर आलेल्या पापण्यांसारखा तिच्या मनावरही पुन्हा पडदा पडला आहे!

'खूप खूप पयल्यांदा काईतरी झालं असनार' मेघा स्वतःला समजावतो, 'असंल, ती तिची पह्यली प्रीत पन असंल; पन ती जुनी गोस्ट. जे झालं ते झालं, आता काय त्याचं? आता असं काईबी होनार न्हाई!'

❖

कावीबेन म्हणजे कमालीचीच!

एखाद्या स्त्रीला काय हवं असतं?

मी एक स्त्री, कित्येक वर्षं स्त्रियांबरोबर न् स्त्रियांसाठी काम करते आहे. माझं आयुष्य स्त्रियांच्या प्रश्नांना वाहिलेलं आहे, असं मी समजते.

पण वर जो प्रश्न दिला आहे, तो प्रश्न मी विचारलेला नाही. प्रसिद्ध मानसशास्त्रज्ञ फ्रॉइड यांनी विचारला आहे. स्त्रीची मोठी इच्छा काय असते? प्रश्न फ्रॉइडनी विचारला खरा; पण त्यांना त्याचं उत्तर मात्र मिळालं नव्हतं. स्वतःच्या प्रत्यक्ष अनुभवांनी मनात एक श्रद्धा निर्माण झाली असेल, तरच याचं उत्तर मिळू शकेल.

मला वाटतं, मला मिळालंय या प्रश्नाचं उत्तर आणि हे मिळालेलं उत्तर कोण्या गुरू किंवा ज्ञानी माणसानं तत्त्वज्ञानाच्या गंजी धुंडाळून शोधून काढलेली उत्तराची एक काडी नाही; हे उत्तर कुठल्याही पंडितानं ओंजळीत भरून माझ्यासमोर धरलेलं नाही. हे उत्तर मला एका अगदी सामान्य अशिक्षित आदिवासी बाईनं दिलेलं आहे.

कावीबेन आहे तिचं नाव.

कावीबेननं हे उत्तर स्वतःच्या आयुष्यातल्या अनुभवांमधून मिळवलेलं आहे. तिनं आयुष्यात याचा अनुभव घेतला आहे, ते ती जगली आहे; तिनं हे उत्तर पारखून बघितलं आहे आणि तिनं ते पचवलंही आहे आणि याची साक्षी आहे तिच्या सरळसाध्या अनुभवांतून निर्माण झालेली तिची श्रद्धा!

कावीबेन उत्तर गुजरातमधील साबरकांठा विभागातील डुंगरी गरासिया आदिवासी स्त्री आहे.

हे डुंगरी गरासिया लोक गरीब आहेत.

कावीबेन म्हणजे कमालीचीच! । ९७

त्यांच्याजवळ निकस जमिनीचा एखादा लहानसा तुकडा असतो आणि दुष्काळ हा या मुलखात तर दरवर्षीच येणारा पाहुणा!

अशा या प्रदेशात बहुतेक वेळा कोरड्या ठाकच असणाऱ्या विहिरींच्या रावतवाडा गावात राहणारी ही कावीबेन. माझ्या ग्रामसेवेच्या बायकांसाठीच्या कामात माझी जोडीदार. समजूतदार, विचारी, शहाणी पण व्यवहारी! मला काम करताना काही अडचण आली की, मी कावीबेनना विचारावं आणि तिनं खूप धावपळ करून काही ना काही छान मार्ग सुचवावा, दाखवावा!

कावीबेन माझी मैत्रीण आहे म्हणावं की सख्खी बहीणच म्हणावं? अं, हं! कावीबेन म्हणजे कावीबेन- बस्स! फावल्या वेळात आम्ही इकडच्या तिकडच्या खूप गप्पागोष्टी करतो. अशीच एक दिवस बोलता बोलता कावीबेनच्या घराची, संसाराची गोष्ट निघाली.

ऐकायचीय तुम्हालाही तिची गोष्ट? घ्या तर, ऐका तिच्याच तोंडून!

"जळ्ळं मेलं बेन, मला तर सांगाया बी लाज वाटती," कावीबेन सांगू लागली, "अवं, मी तर चौदा वर्सांची पन न्हवते, तवांच माज्या बापानं माज्यासाटी मुलगा बघून माजं लगीन करून दिलं. भाईर बसाया बी मी लगीन जाल्यावर लागले. म्हंजी बगा आता! वयात यायच्या बी आदीच लगीन पन करून टाकायचं म्हंजी काय म्हनायचं सांगा!

"खेमाभाई नाव माज्या नवऱ्याचं. अवं, मी तर परथमपासनंच पुरुषमान्सांना यवडी घाबरायची, यवडी घाबरायची! तंवा माज्या नवऱ्याचं तर परथमपास्नंच लय भ्या माज्या मनामंदी. तो जवळ आला की, मी दूर पळायची. लगीन जाल्यावर येक सबंद वरीस गेलं, पन मी त्येच्याजवळ झोपलेच न्हाई! रात पडली रं पडली की, मी माज्या सासूबायच्या कुशीत लपायची! माझी सासू पन खूप चांगली. मला पारवाच म्हनायची! त्येंनी मंग मला म्हायेरी पाटवून दिली.

"न्हाय पन, खरंच, माजा नवरा म्हंजी काय सांगू तुमास्नी- लाख मानूस- द्येव त्येला सुकात ठिवू दे. आमच्या जातीत बेन इतकं शाणं पुरुषमानूस फार इरळा. माजं नशीबच फार चांगलं वं बेन! कशाची म्हनून त्यानं बळजबरी न्हाई क्येली. न्हाई ना झोपायचं माज्याजवळ, नगं झोपू. गरबे-गाणी गायला जायचंय? जा ना. खुश्शाल जा! तुमीच सांगा बेन, अशा मानसावर जीव जडल्याबिगर ऱ्हाईल का? माजं मलाच कळलं बी न्हाई की, मीच कवा न् कशी येक दिवस त्येच्या कुशीत शिरले! आनि मंग बेन, आमी खरा संसार मांडला, मुलंबाळं जाली. पयल्या खेपेला मुलगी जाली- लक्ष्मीच जनू! आमची शारदा पयली मुलगी आमचं लगीन झाल्यावर चांगली तीन वर्सांनी जलमली. मंग दुसऱ्या खेपेला मुलगा जाला- अशोक. तिसऱ्या खेपेला पन मुलगा जाला- बाबू अन् शेवटची शांता. माजं खेमाभाई खूश! आमी समदीच खूश!

त्यांच्या संग मी खूप सुखाचा संसार क्येला बेन.

"पन द्येवाच्या मनात काय असतं कुनाला ठावं असतं?" शून्य नजरेनं कुठंतरी बघत कावीबेन सांगत होती. मग भानावर येत म्हणाली- "खेमाभाई- खेमाभाई" कावीबेन माझ्याकडे बघत राहिली न् मी तिच्याकडे. किती मोठाले, काळेभोर डोळे होते तिचे, न् इतक्या वर्षांनीसुद्धा नवऱ्याबद्दल बोलताना कसे चमकत होते!

जरा वेळ गप्प बसून राहिलेली कावीबेन पुन्हा बोलू लागली, "बेन, आमी मग आमचं झोपडं बांदलं, मातीनं लिपलेलं. खेमाभाई माती तुडवायचा न् मी पाणी टाकायची. खेमाभाई विटा चढवायचा, मी घमेली भरून लिंपण द्यायची. मंग आमी आमच्या त्या नव्या घरात ऱ्हायला गेलो. खूप मजेत ऱ्हात हुतो. पैसा तर न्हवता; पन रोजची भाकर तर मिळायची, ती आमी दोगं न् आमची मुलं, वाटून घिऊन खायचा अन् आनंदात ऱ्हायचो."

एवढं बोलेपर्यंत कावीबेनचा आवाज एकदम कापायला लागला. "आनि मंग बेन, आबाळच तुटलं वो! येक दिवस दुपारचं खेमाभाईच्या पोटात खूप दुकाया लागलं, उलट्यावर उलट्या जाल्या न् जरा येळात तर पोट ह्ये यवडं फुगलं! मी घाबरून रडाया लागले, मला समजंना की, झालं काय माज्या खेमाजीला? आमी गावच्या डाक्तराकडे घिऊन गेलो. त्येंनी तपासलं न् म्हटलं, माज्यानं काईबी व्हनार न्हाई, यांना आत्ता लगेच अमदाबादला सिविल इस्पितळात घिऊन जावा, येळ लावलात तर धोका हाये! कसंबी करून आमी त्येंना अमदाबादला घिऊन गेलो. यवडा मोटा दवाखाना, मोटं मोटं दाक्तर, पन काई बी उपेग न्हाई जाला. मंग खाटंवर घालून, तसंच जीव जाळत त्येंना घरी घिऊन आलो रावतवाड्याला.

"त्यांचं पोट तर ह्ये घागरीयवडं फुगलंवतं, रात न् दिवस पथारीमदी कण्हत असायचं. मी पोरांना घिऊन बसायची त्येंच्याजवळ, पोरांचं हात द्यायची त्येंच्या हातामदी, पन यवडी बी शक्ती न्हवती ऱ्हाइली की, पोरांचा हात धरून ठिवंल! असं का करत असंल द्येव बेन?

"मंग तर त्येचं खानं बी बंद जालं, पोटात काई ऱ्हातच न्हवतं. त्येला बोलवत पन न्हवतं. पडल्या पडल्या बगत ऱ्हायचे न् माजा जीव तळमळायचा.

"पाच दिवस असं गेलं न् मंग येक दिवस येकदम म्हनालं, 'कावी, हकडं ये, माज्यासाटी भात बनव थोडासा." मी खूप आनंदानं भात शिजवला, त्येला बसतं करून खाऊ घातला. जनू खूप भूक लागली असेल तसं छान जेवले नि मला वाटलं माजं खेमाभाई बरं व्हनार आता.'

"मंग मला म्हनालं, 'कावी, खूप बरं वाटलं बग. आता जा तू, न् निवांतपणं धुणं धुऊन ये.' मी तर खूप खूश होवून शेजारच्या व्हिरीवर कपडं धुवाया गेले. वाटत हुतं की बस, आता त्येला बरं वाटनार, मंग धुतलेलं कपडं घालून फिराया जातील.

कपडं धुऊन वाळत टाकले म्या गवतावर. कदी एकदा घरी जाऊन त्येंना धुतलेलं कपडं घालू असं मनात वाटत ऱ्हाइलं.

"पन- अरेरे- बेन- द्येवाच्या मर्जीफुडं कुनाचं काय चाललंय कदी, तर माजं चालनार? घरी आले न् बगते तर त्ये आमाला सोडून गेले व्हते! मंग गावातले लोक आले न् समदी क्रिया क्येली!"

कावी गप्प झाली. आसपास पसरलेल्या मुक्या दुःखाचं दडपण मला जाणवत होतं.

कावीबेन आता कोरड्या ठाक आवाजात बोलत होती. त्या आवाजात पीडा नव्हती, दुःख नव्हतं, आक्रोश नव्हता. शुष्क उदास आवाज. रणरणत्या उन्हात टेकड्यांवर वाहणाऱ्या गरम वाऱ्याबरोबर उडत येणाऱ्या रेतीसारखा कोरडा ठाक!

"माज्या घराचं जनू वासंच तुटून पडलं बेन. रातदिवस मी रडत ऱ्हायची. आता या जगन्याला काय अरथ ऱ्हाइला असं वाटायचं, डोळ्यांतलं पानी खळत म्हनून न्हवतं.

"अशातच येक दिवस माज्या सासऱ्यानं म्हटलं, 'सूनबाय, न् किती बी रडलीस तरी तो ग्येला, तो आता परत का येनार हाये? बस कर बाय आता, तुझ्या पोरांकडं बग, त्येंला सांबाळ. त्यो ग्येला त्याला बी बरं वाटेल न् जिथं असंल तिथं सुखी व्हईल तो.'

"माज्या सासऱ्याच्या या बोलन्यानं माज्यावर जनू जादू केली. मन घट् केलं अन् मी उबी ऱ्हाइले, कंबर कसून.

"मंग तर मी न् माजी पोरं. त्येंच्यासाटीच मला जगायचं. समदा जीव ओतून कामाला लागले मंग मी. अशी थोडी वर्सं गेली, मंग येक दिवस माजा सासरा माज्याकडे आला न् म्हनाला, 'ह्ये बग सूनबाय, मी काय म्हन्तोय त्ये ऐक, मी कवापोतर तुजी शेतं कसू? कायम तर व्हनार न्हाई? माज्या हातात आता यवडी ताकत न्हाई ऱ्हाइली, तवां माजं यवडं ऐक. सूनबाई, तू आता शाण्यासारका पाट लाव.'

सासऱ्यानं जनू एक थोबाडीत मारली असावी तसं वाटलं मला. "न्हाई, कंदीच न्हाई! खेमाभाईशिवाय दुसऱ्या पुरुषाचा मी इचार बी न्हाई करू शकत!"

मी कावीबेनच्या डोळ्याला डोळा मिळवू बघितलं, पण तिची दृष्टी जमिनीवर खिळली होती. मग जराशानं आपल्याशीच बोलावं तशी एक उसासा टाकून ती म्हणाली, "द्येव पन बाईच्या जातीला काय काय भोग द्येतो बेन!" जरा वेळ तसाच गेला मग ती परत सांगू लागली, "थोड्या दिवसांनंतर मीही हार मानली. त्येंनी माज्यासाटी दुसरा नवरा बगून ठिवला व्हता. मुकाट्यानं मी त्याच्याशी लग्न केलं. माजा दुसरा नवरा म्हंजी शंकरभाई. शंकरभाई परथम तर त्याच्याहून वयानं मोट्या

एका बाईबरुबर ऱ्हात हुता, पन तिच्यापासून त्याला पोर न्हवतं जालेलं आनि माज्यासाटी त्यानं सोत्ताहूनच माज्या सासऱ्याला इचारलं व्हतं!''

आणि मग आयुष्याचा हा आणखी एक अजब खेळ मला दाखवावा तशी मिश्कील हसून कावीनं माझ्याकडे बघितलं. मीही म्हटलं, ''बरोबरच आहे कावीबेन. तुम्ही चाळिशीला आला असाल ना? वाटत नाही!''

''शंकरभाईबरुबर मी घर मांडलं न् दोन मुलांना जन्म दिला. कनु आणि जगु. बेन, शंकर पन खूप जीव लावनारा मानूस व्हता. त्याला वाटलं की, जास्त पोरं जाली तर माज्या जिवाला धोक्याचं व्हईल, म्हनून मंग आनखी मुलं नकोत असं ठरिवलं. आनि न्हाईतरी माझा बाईपना पुराच होत आलावता.''

आणि आता कावीबेन तिचं दुसरं एक रूप दाखवू लागली. आयुष्याचा समुद्र घुसळून एका जन्माचा एक मोती उचलून आणणाऱ्या धाडसी पाणबुड्याचं रूप. ''बेन, बाई आपल्या पुरुषाला खूप समदं शिकवू शकते. हां, पुरुष मातर समजूतदार, शाणा असला पायजे. त्यवडं असलं, तर मोटं ग्यानी व्हायला त्येला कुटंबी भाईर गुरुम्हाराजांकडे जान्याची गरज न्हाई; पन त्येच्यासाठी नवरा-बायकूमंदी मैतरभाव असला पायजे, एकाशिवाय दुसरा अपुरा हाये, ह्ये दोगांना उमजलं पायजे!''

कावीबेनचं हे बोलणं ऐकून इतक्या साऱ्या वेळात मला प्रथमच मनापासून हसू आलं. कशी बाई आहे ही! अशिक्षित, गावंढळ आणि तरीही एखाद्या शिकल्या सवरलेल्या शहरी बाईच्याही वरचढ शहाणी!

आणि आता कावीबेन जे बोलत होती, ते जणू स्त्री आणि पुरुष या विभाजनांच्या पलीकडे जाऊन, केवळ एक माणूस म्हणून बोलत होती.

''बेन, तुमच्यापाशी मन मोकळं करून बोलावं वाटतं बगा. खेमा न् शंकर, दोगं पुरुष आले माज्या आयुषात आनि या दोगांशीच संबंद ऱ्हाइलं माजं. दुसऱ्या कोनाला शिवले न्हाई! इधवा व्हते, तवां बी उगाच कुनाशी पिरमाचं चाळं क्येलं न्हाईत, कदी कुनाची संगत शोधलीच न्हाई. कुनी पुरुष माज्या वाटंला जाईल की माज्यावर राग करील, असा कसला मोकाच न्हाई दिला मी कुनालापन. बाईच्या जल्माला येऊन मी यवडं शिकले की, बाईसाटी तिचं नाव, तिची लोकांमदी इज्जत हीच सगळ्यात मोटी वस्तू हाये. सोताची आबरू न्हाई सांबाळली, तर बाकी समदं धुळीत!

''बेन, तुमास्नी वाटत असंल की, मी ह्ये समदं तुमाला कशापायी सांगतीया. असं हाये की, आपल्या बायकांच्या संघटनेसाटी मला येक सुचवायचंय. आपुन समद्या बायका बरुबर बसून काम करायच्या आदी, येक बाईमानूस म्हनून आपुन केवडं काम करू शकतो, ह्येच साऱ्या बायकांच्या नीट ध्यानात यायला पायजे. परत्येक बाईला आपल्या पायांवर उबं ऱ्हान्याचं म्हत्त्व कळलं पायजे; तवाच ती मान ताठ ठिवून जगाया शिकंल. सरकारी योजना असत्यात, त्यांची मदत मिळवायची, ह्ये तर

हायेच, पन त्याच्या आदी, आपला मान आपुन ठेवून जगावं ही मोटी गोस्ट शिकली पायजे आनि म्हनून, मला आपल्या समद्या बायांना यवडं सांगायचं हाये की, येक बाई म्हनून आपला आपल्याला मान हवा, आपली इज्जत आपुन सांबाळावी हे मी माज्या अवगाड आयुषात शिकले. तीन गोष्टी हायेत बेन– पह्यलं म्हंजी कंदीबी चोरी न्हाई करायची, दुसऱ्याच्या वस्तूला हातबी न्हाई लावू. दुसरं म्हंजे, कंदीबी मागून खायाचं न्हाई, किती बी म्हेनत करून, आपली भाकर आपुन मिळवावी आनि तिसरं म्हंजे, आपला नवरा आपुन सांबाळावा, त्येच्याच बरुबर संबंद ठिवावा, इकडतिकडं नजर वळवू न्हाई.

"बेन, यवडं म्या केलं अन् जिवाला सुख लागलं माज्या. आन्खी काय हवं असतं बेन मानसाला?"

ही बाई - कावी - जणू आज माझाच आधारस्तंभ झाली होती! या डोंगराळ प्रदेशात काळेकुट्ट खडक न् कोरडे ठणठणीत पाषाण असतात; पण कुठे कुठे मध्येच, आपले आपलेच कुठून तरी वाहणारे झरे मी पाहिले आहेत.

कावीबेन म्हणजे या कोरड्या ठाक मुलखात वाहणारा असाच एक गोड्या पाण्याचा झरा!

❖

जित्याला गाडणारे आपण बहादूर लोक!

कार्तिकातली दुपार. अमृतभाईनं एकाएकी येऊन बातमी दिली की, पथरा गावातला काळाभाई आज सकाळी वारला.

मी माझ्या खोलीत कपडे बदलत होते. ही बातमी येऊन कानांवर आदळली तशी लगेचच काळाभाईचा चेहरा डोळ्यांसमोर आला. वयानं लहानच, पस्तिशीतला असेल. सावळा, सडपातळ. इकडच्या आदिवासींसारखा बुटका. स्वभावानं धाडसी, महत्त्वाकांक्षी. सरलाबेनशी लग्न झालं होतं, दोन मुलगे होते. आपल्या छोट्याशा झोपडीत सुखानं राहत होता.

काळाभाई खुशीत येऊन बोलू लागला की, समजावं, तो त्याच्या दगडधोंड्यांनी भरलेल्या शेताबद्दल बोलतोय. त्या शेताचा खूप अभिमान होता त्याला. शेत म्हणजे काय, जमिनीचा एवढासा तुकडा होता, चिक्कार दगडधोंडे असलेला; पण काळाभाई खूप मेहनत करायचा त्या शेतात न् पोटापुरतं पिकवायचा. वर्षभर पुरेल एवढा मका निघायचा, भाकऱ्या करायपुरता. पाणी नसलेल्या मुलखातलं झोपडं, पाणी नसलेल्या मुलखातलंच शेत न् पाणी नसलेल्या मुलखातली विहीर!

विहिरीबद्दल काळाभाई न चुकता बोलायचा; पण दुःखानं. नव्वद फूट खोल खोदलं तरी पाणी दिसलं नव्हतं; पण करणार काय? हळूहळू जाणारं गाडं, पण ओढायचं म्हणजे ओढायचं, करणार काय?

तरीसुद्धा सणवार आले म्हणजे काळाभाईला खूप उत्साह असायचा– अगदी बघण्यासारखा! त्याचे पाय उत्साहानं नाचायचे, काळाभाई रंगात येऊन नाचायचा, गायचा! त्याला बघता बघता बाकीचे आपोआपच

जित्याला गाडणारे आपण बहादूर लोक! । १०३

त्याच्याबरोबर नाचायला अन् गायला लागायचे. शिवाय स्वतः गरबा रचण्यातही तो निष्णात! गरब्याची गाणी लिहायचा, चालीही लावायचा न् मग तालात गाऊन नाचायचाही! असा काळाभाई आज निघून गेला होता!

आम्ही त्याच्या घरी पोहोचलो, तेव्हा शेणानं सारवलेल्या बाहेरच्या ओट्यावर मृतदेह ठेवला होता. देहावर नवी कोरी, स्वच्छ पांढरी चादर पांघरली होती. गावातली वीस-बावीस माणसं आसपास घोटाळत होती, डोक्याला टापशा बांधलेल्या. अंधाऱ्या घरातून बायकांच्या रडण्याचा आवाज आतल्या अंधाराला छेदून बाहेर पडत होता.

मी काळाभाईच्या चेहऱ्याकडे बघितलं. कुठे होता न् कुठे निघून गेला होता काळाभाई? थोड्या महिन्यांपूर्वीच त्याला कॅन्सर झाला असल्याचं निदान झालं होतं. त्या दुखण्यानं काळाभाईला पार चिरडूनच टाकला; पण काळाभाईचा चेहरा आत्ता अगदी शांत दिसत होता. दुखण्यानं चेहऱ्यावर पडलेल्या सुरकुत्या मृत्यू आला, तशा नाहीशा झाल्या होत्या.

बाहेरूनच आतल्या परिस्थितीची कल्पना येत होती. सगळं ऐकू येत होतं. जुन्या विटक्या साड्या नेसलेल्या बऱ्याच स्त्रिया तिथे बसलेल्या होत्या न् मृताबद्दल शोक करत होत्या, उगीचच त्याचं खोटं गुणगान करत होत्या आणि ते ऐकणं नकोसं वाटत होतं. विधवा झालेली सरलाबेन मधोमध बसली होती आणि छाती पिटून आक्रोश करत होती, केस ओढत होती; मोठमोठ्यानं ओरडत होती. बाहेर ओट्यावर काळाभाईचा शांत, चेतनाहीन देह पडला होता आणि आत हा जिवंत देह अत्यंत अस्वस्थ होऊन तळमळत, विलाप करत होता.

मी आत गेले; अंधारात सरलाबेन कुठे आहे ते दिसलं तशी मी तिच्याजवळ जाऊन बसले. हळूच तिचा हात हातात घेतला. अति रडण्यानं, अति दुःखानं, तिच्या अंगाला झटके बसत होते. ती मला ओळखण्याच्या मनःस्थितीत नव्हती. मी तिला हळूच म्हटलं, "सरलाबेन, शांत व्हा. तुम्ही असं केलंत, तर ते काळाभाईंनाही नाही आवडणार!"

"अवंऽ, त्ये तर गेलं, मला अनाथ करून टाकून गेलं वंऽऽ"

"बघा बरं, काळाभाईचा चेहरा कसा शांत दिसतोय, जणू आपल्या घरी गेले असतील असा." मी तिच्या पाठीवरून हात फिरवत म्हटलं; पण ते ऐकून ती आणखी रडू लागली. "बेन, आनि मी इथं एकटीच ऱ्हाइले ना, त्येंच्या आदी मी का न्हाई म्येले वंऽऽ"

ही सरलाबेन या गावात माझी लाडकी आहे म्हटलं तरी चालेल. पाच वर्षं झाली मी तिला ओळखतेय. तीस एक वर्षांची असेल. दोन बाळंतपणं, गरिबी, काबाडकष्टाचं आयुष्य जाऊनसुद्धा सुरेख दिसायची; पण जरा काळी होती न् त्यावरनं घरचे सगळे तिच्या रंगावर टीका करायचे. या लोकांत हे असं असतंच. नवरा स्वतः काळा

असूनही सरलाला काळी म्हणून हिणवून, ती सबब करून, दुसऱ्या बाईकडे जायचा! आदिवासी पुरुषात हे नवीन नाही. काळाभाई कॅन्सरनं आजारी पडला, तेव्हा लोक आपसांत कुजबुजायचे की, त्याची आधीची प्रेमिका कॅन्सरनं मेली होती, तिच्यामुळेच त्यालाही कॅन्सर झाला असणार! अर्थात या बोलण्यात काही अर्थ नव्हता, तरीसुद्धा आज सरलाबेनकडे बघून मला हे सारं आठवलं.

इकडे गावातले पुरुष स्मशानयात्रेची तयारी करत होते. सर्व बायकाही बाहेर ओट्यावर गोळा झाल्या होत्या. मग गावचे मुखी म्हणाले, "काळाभाईची घरवाली सरलाबेन, आमी काळाभाईला घेऊन निगतो- "

"जसं तुमास्नी ठीक लागंल तसं करा." निस्तेज चेहऱ्यानं ती कसंबसं बोलली. मग मुखीनं पुढचा प्रश्न विचारला, "काळाभाईची कापडं? तुजी काय इच्छा हाये? त्येच्याबरुबर ठिवायची का कुनाला देऊन टाकायची?"

"त्येंच्या बरुबरच ठिवा, त्येच बरं!" तिनं सहजपणे म्हटलं. तशी मंडळींनी काळाभाईच्या कपड्यांचा जोड त्याच्याजवळ ठिवून दिला, तेवढेच कपडे होते त्याचे!

हे सगळं चाललं होतं, तेव्हा माझं लक्ष सरलाच्या थोरल्या मुलाकडे गेलं. दहा वर्षांचा तो पोरगा डबडबल्या डोळ्यांनी सगळं चुपचाप बघत होता. एकटाच एका कोपऱ्यात बसला होता, गाल अश्रूंनी भिजले होते. त्याचा धाकटा भाऊ बापाच्या देहाजवळ उभा होता. हे सगळं काय चाललंय, हे त्याला फारसं कळत नव्हतंच. दोघांची आई छाती फाटेल असा आक्रोश करत होती. अखेर मंडळींनी काळाभाईचा देह उचलला, तेव्हा सरलानं उठून उभं राहायचा प्रयत्न केला; पण बायकांनी लगेच तिला धरून खाली बसवलं. मग सगळे पुरुष ओळीनं निघाले. काळाभाईचे वडील दोन नातवांना हाती धरून निघाले.

आम्ही बायका त्यांना जाताना बघत राहिलो. सरलाचा चेहरा दीनवाणा, लाचार दिसत होता. तिच्या नवऱ्यावर आता तिचा काहीही अधिकार नव्हता, ती त्याच्या स्मशानयात्रेला जाऊ शकत नव्हती. शेजारीपाजारी, नातेवाईक, ओळखीचे लोक हे सर्व जात होते– फक्त पुरुष असणं जरूर होतं! सरलाबेननं तिच्या आयुष्यातली दहा-बारा मूल्यवान वर्षं काळाभाईबरोबर काढली होती, त्याच्याबरोबर संसार मांडून प्रत्येक लहानसहान गोष्टीतही त्याला साथ दिली होती, त्याच्याबरोबर काम केलं होतं, त्याची पत्नी म्हणून त्याच्याबरोबर राहिली होती, त्यानं इतर बायकांशी ठेवलेले संबंधही मुकाट्यानं सहन केले होते; पण तरीही आज तो गेला, तेव्हा त्याच्या अंतिम यात्रेत ती साथ देऊ शकत नव्हती– का? कारण ती स्त्री होती!

बिचारी मुलं, बिचारी आई! दुसऱ्या जातींमध्ये, दुसऱ्या देशांमध्ये, कमीतकमी मुलं न् आई एकमेकांना मिठी मारून, एकमेकांच्या जवळ राहून रडू शकले असते,

धीर देऊ शकले असते; पण इथं तेही शक्य नव्हतं!

बायकांपैकी एक म्हातारी मला म्हणाली, "बेन, आता तिला आंगुळ घालाया नेली पायजे."

"हं" मी म्हटलं.

मग आम्ही सरलाबेनला तिच्या शेजाऱ्याच्या घराजवळ असलेल्या विहिरीवर घेऊन गेलो. आता तर ती आणखी धाय मोकलून रडत होती; पण मुकाट्यानं, विरोध न करता आम्ही नेत होतो तिकडे आली. दोन पुरुष मागे थांबले होते, ते पितळेच्या दोन घागरी घेऊन आले. मी समजून चुकले की, सरलाबेनवर विधिपूर्वक 'विधवा' असा शिक्का मारण्याचं काम आता होणार होतं!

मी ज्यांच्याबरोबर राहते, ते भिल्ल लोक डुंगरी गरासिया आदिवासी आहेत. खूपदा मिश्यांवर ताव मारत ते त्यांच्या पूर्व इतिहासाबद्दल बोलत असतात. म्हणतात की, ते इथले मूळ रहिवासी आहेत, भूमिपुत्र आहेत, पक्ष्यांसारखे मुक्त, स्वतंत्र! पण आता या आदिवासींनी काही वेगळे रीतिरिवाज पाळायला सुरुवात केली आहे, जे मुळात त्यांचे नव्हते. या रिवाजांप्रमाणे आता स्त्रियांचा दर्जा कमी मानला जातो, विधवांचा अपशकुन होतो असं मानलं जातं. खरं म्हणजे आदिवासींच्या अगदी मुळातल्या चालीरीतींप्रमाणे स्त्रियांना खूप स्वातंत्र्य असतं. एखादी आदिवासी मुलगी एखाद्या मुलाच्या प्रेमात पडली, तर ती खुशाल त्याच्याबरोबर पळून जाऊ शकते. जाणारच, कारण आदिवासींच्या दृष्टीनं असं पळून जाणं आणि लग्न करणं, दोन्ही एकच! लग्न झाल्यावरही, ज्याला स्वतःचा नवरा मानला, तो नीट वागला नाही, त्यानं बायकोला मानानं वागवलं नाही, तर बायको त्याला सोडून दुसरा संसार मांडू शकते. एके काळी अशा स्वतंत्र आणि आत्मविश्वासानं जगणाऱ्या या आदिवासी स्त्रियांना अशा अनिष्ट रीतिरिवाजामुळे होणाऱ्या अन्यायांना तोंड द्यावं लागत आहे. ओशाळवाणं जिणं जगण्याच्या पिंजऱ्यात त्या अडकत आहेत. त्यांना वेळोवेळी स्वतःला अशुभ आणि अमंगल मानायला शिकवण्यात आलं आहे. मुलगी वयात आली, पाळी सुरू झाली की, तिनं कशाला शिवायचं नाही! मूल होत नाही– वांझ! तोड काळं कर! कोणीतरी बलात्कार केला? बेवारशी मूल आहे पोटात? नाहीशी हो– जीव दे! विधवा झाली तर मग तिच्यावर जणू बहिष्कार टाकला जातो, शुभप्रसंगी तिचं तिथं असणंही अशुभ मानलं जातं!

विहिरीजवळ पोहोचल्यावर त्या दोघा पुरुषांनी पाणी काढून दोन मोठी घमेली भरली, मग दोन बायका ती घमेली उचलून धनूबाईकडे घेऊन आल्या. धनूबाई सगळ्यात ज्येष्ठ, वृद्ध स्त्री. सरलाबेनची साडी तिनं गंभीर चेहऱ्यानं उतरवून घेतली आणि दुसऱ्या एकीला दिली. तिनं ती धुऊन वाळत टाकली. मग सरलाबेननं

अंगातलं पोलकं काढून दिलं, तेही धुऊन वाळत टाकलं गेलं. मग घमेल्यातलं सगळं पाणी धनूबाईनं केस सोडून बसलेल्या सरलाच्या डोक्यावर ओतलं आणि धुतलेले ओले कपडे परत तिला घातले. त्यानंतर बरोबर आलेल्या बायकांपैकी एकेक आळीपाळीनं पुढे येत गेली आणि प्रत्येक वेळी हाच विधी होत राहिला; ते दोघे पुरुष विहिरीतून पाणी काढून देत राहिले. हा सारा वेळ मी सुन्न मनानं विचार करत होते. या बायकांनी हे सुतक उतरवलं म्हणे! पण हे असं कपडे ओले करणं, शरीर थंडीनं थिजून जाईल इतकं भिजवणं या साऱ्याचा, तिचा नवरा मेला याच्याशी काय संबंध? आणि याला अंघोळ तरी कसं म्हणायचं? नुसता अंघोळीचा देखावा आणि तसंच बघितलं तर यात धार्मिक मूल्य किती? हे फक्त सरलाबेनच्या नवऱ्याची दफनक्रिया पूर्ण होण्याआधीच तिच्यावर वैधव्याचं शिक्कामोर्तब करणं होतं!

सगळ्या बायकांनी अशा रीतीनं 'अंघोळ' घातल्यावर धनूबाईनं सरलाबेनचा उजवा हात हातात घेतला, मग डावा हात घेतला; मग दोन्ही हात एकमेकांना जोडले आणि एकमेकावर आपटून, तिच्या काचेच्या बांगड्या फोडून काढल्या. तडातड तुटणाऱ्या त्या बांगड्यांबरोबर तिच्या उरल्या आयुष्याचाही चक्काचूर झाला! त्यानंतर धनूबाईनं बरोबर आणलेल्या एका कापडाच्या पुरचुंडीतून थोडथोडे गहू, मका, डाळ आणि तांदूळ काढले. ते सगळे दाणे एका पिंपळाच्या पानावर ठेवले आणि मग ते पान गुंडाळून सरलाच्या ओंजळीत ठेवलं. सरलानं ते हातात धरून खूप भावनावश होऊन म्हटलं, "देवाकडे जावा, देवाघरी खाऊन-पिऊन मजेत ऱ्हावा!"

किती उदार होती ही बाई! मरणोत्तर प्रवासातही ती पतीचं सुख न् आनंद यांची इच्छा करत होती! तो मेला, म्हणून हिचं उरलेलं आयुष्य असं शापित, दुःखित झालं, तिच्या कपाळी 'विधवा' हा अशुभ शिक्का बसला; आता तिचं तोंड दिसणं हा 'अपशकुन' समजला जाणार. आता यापुढे सणावाराला तिनं दागिने, रंगीत साड्या, झालरवाले घागरे असं स्त्रीजातीला उपजत आवड असलेलं काहीही घालायचं नाही. आता तिला जन्मभर पोटच्या दोन पोरांना मोठं करण्यासाठी अपार काबाडकष्ट करावे लागतील. वाईट नजरेच्या पुरुषांपासून स्वतःचा बचाव करत राहावं लागेल. मेलेल्या नवऱ्याला स्वर्गात चैनीत, आरामात राहता यावं अशी तिनं प्रार्थना करावी; पण तिचं स्वतःचं आयुष्य मात्र आता असं अपूर्ण राहणार! संपूर्ण अर्थानं जीवन जगण्याच्या नावानं आता ती अंघोळ करून मोकळी झाली आहे– का? तर ती एक स्त्री आहे आणि विधवा स्त्रीनं असंच जगायचं असा सामाजिक दंडक आहे!

झालं. समाजात एका विधवेची भर घालून त्या बायका परत फिरल्या. माझी नजर सहजच समोरच्या टेकडीकडे गेली. मावळत्या सूर्याच्या किरणांनी न्हाऊन निघालेल्या त्या टेकडीवर एका ठिकाणी सगळे एकत्र उभे होते. काळाभाईची तिरडी जमिनीवर

ठेवलेली होती आणि कुदळीनं खणण्याचा आवाज येत होता. काळाभाईची कबर खणली जात होती आणि सरलाच्या सौभाग्याचा सगळा सिंदूर उधळून टाकत असावा तसा मावळता सूर्य लालशेंदरी दिसत होता.

मी नजर खाली वळवली आणि समोरच्या रस्त्याकडे बघितलं. गार वाऱ्याच्या सोसाट्यानं सरलाबेन कापत होती आणि थरथरत्या पायांनी एकटीच तिच्या घराकडे चालली होती.

मला मोठ्यानं ओरडावंसं वाटलं की, 'आता बस झालं हे सरलाबेन! आपण या देशातल्या बायका स्वतः कधी विचार करायला शिकू? आपलं हे ओशाळवाणं, लाचार जिणं दूर करायला आपण स्वतः केव्हा काहीतरी करू? सतीपणाचं आपल्यावर जबरदस्तीनं घातलेलं पांघरूण फेकून देऊन आपण कधी समाजातली एक स्वतंत्र व्यक्ती म्हणून जगण्याचा आपला हक्क मागू? सांगा ना मला सरलाबेन, कधी?'

❖

नवसारी? नवसारी म्हंजे...! हां हां! नर्सरी, होय? आदिवासींना जंगलात लावण्यासाठी रोपं तयार करून द्यायची योजना.

गावच्या पडीक जमिनीत एक दिवस मोठी झाडं उभी राहतील अशा आशेनं, तिथं रोप लावायला आम्ही खड्डे खोदत होतो; तिथं रंगली येऊन पोहोचली. आल्या आल्या खी खी करत हसत तिनं विचारलं, "तुम्हाला समद्यांना म्हाईत पडलं का?"

आम्हाला ही रंगली आवडत नाही. तिला जंगली रंगलीच म्हणतो आम्ही. कुरळे कुरळे केस आणि जीभ म्हणजे जणू धारदार तलवारच! चांगल्या सभ्य बायकांशीही हवं तसं बोलणारी, वाट्टेल त्या शिव्या तोंडात असणारी. हिला साऱ्या गावाची बित्तंबातमी. कुठे खुट्ट झालं, तरी हिला माहीत असणार! पण तिच्याबद्दल दुबळी जे म्हणायची, ते मात्र सोळा आणे खरं होतं! 'रंगलीइतकी चलाख बाई दुसरी नसेल!'

अजून उजाडतच होतं. सकाळचा नाश्ताही नव्हता झाला. फक्त कपभर चहा घेतला होता; त्यामुळे सगळ्या बायका डोळे वटारून तिच्यावर डाफरल्या, "आता काय काढलंस गं नवं रंगली?"

रंगली अजून हसतच होती. "अगं, हिकडं तं या ना समद्या; अगं ए धनू, शकरी, दुबळी, अगं ऐकलंत का तुमी?"

"काय पन?" शकरीनं विचारलं.

दुबळी म्हणाली, "सांग ना तूच, तू न सांगता आमास्नी कसं गं समजनार?" हातातलं काम टाकून सगळ्याजणी साखरेकडे मुंग्या जातात, तशा तिच्याभोवती गोळा झाल्या.

वाऱ्यावरून गोष्ट वाहून जाईल जणू, तशी हळू आवाजात रंगली सांगू लागली,

नाही टिकणार नाटक?

"कचराभाई हाये ना, तो दलीला, लालीच्या डोक्यावर सवत म्हणून घरात घालाया बगतुया. काल रातचं दली न् लालीचं ह्ये भांडन जुपलंवतं, बया बया!" सगळ्यांना नीट समजावं म्हणून रंगली शब्द न् शब्द अगदी टिचून टिचून बोलत होती, "लाली म्हन्ती, 'मी घर सोडून जाम जानार न्हाई!' तर असं हाये, बायांनु!"

यात तसं पाहिलं, तर नव्या नवलाईचं काहीच नव्हतं. खरं म्हणजे ही भानगड आम्हाला सगळ्यांना ठाऊक होती. शकरी म्हणायची तसा हा शिसवीच्या लाकडासारखा काळाकुट्ट कचराभाई म्हणजे पांढऱ्या गायींमागे लागलेला काळा सांड. आसपासच्या सगळ्या गावांतही फेऱ्या टाकत असायचा– होता तसा बुटबैंगण, काळा; पण कोण जाणे त्याच्यात होतं तरी काय! एखादी बाई त्याच्या नजरेत भरली की, आज ना उद्या ती वश व्हायचीच त्याला! तरुण बायका तर सोडा; पण शरुडी आणि गोमलीसारख्या प्रौढ बायकाही त्याच्या नादी लागायच्या, याला काय म्हणावं? त्याची बायको लाली काही कमी वस्ताद नव्हती. दोन मुलगे न् एक मुलगी होती तिला; पण कचराभाई आता तिच्या धाकट्या बहिणीच्या मागे होता आणि तीही त्याच्यावर लट्टू झाली होती, तिथं कोण काय करणार?

सरला म्हणाली, "पन हा धीरोभाई कसं चालून देतो असं?" धीरोभाई म्हणजे लाली न् दलीचा बाप.

रंगली पुन्हा हसत म्हणाली, "अवं तो सोत्ताच याच्या जिवावर मजा मारत असंल, तर तो काय बोलतो? आनि काल तर कचरानं यवडी ढोसलीवती की, काई सांगायसारकं न्हवतंच त्येला."

"बिचारी लाली!" बिकीबेन म्हणाली.

"कसली आलीय बिचारी?" थेट पाठीमागून एक नवा आवाज आला. बघितलं तर गोरीबेन. ती भराभरा पुढे आली. तीच बोलली होती हे. गोरी आम्हाला सर्वांना आवडते. तशी तर ती आमच्या गावची नाही, मोडासाचीसुद्धा नाही, मुंबईहूनसुद्धा आलेली नाही. ती खूप दूरच्या कुठल्याशा देशातून आलीय; पण आमच्यातलीच एक होऊन आमच्याबरोबर राहते. तिच्यावाचून आता आम्हाला करमत नाही. बोलते तर खडाखड पुरुषांसारखं! मग भल्याभल्यांची तोंडं बंद होतात आणि जे बोलेल, ते स्पष्ट, कुणालाही न घाबरता आणि मोठ्यानं बोलते. कधीकधी आम्हालासुद्धा चांगली टरकावते!

आज तर आल्या आल्याच आम्हाला दटावलं, "बोलल्या! म्हणे बिचारी! लाली का म्हणून बिचारी? कशासाठी? छाती ठोकून खंबीरपणानं उभं राहून सांगता नाही येत तिला की, 'सवत आणणार असलास, तर ही मी चालले' म्हणून?"

"राम राम राम! अवं लाली कशी जानार वं?"

गोरीबेन भक्कमपणानं म्हणाली, "दोष तुमचाच आहे बायांनो! आधी नवऱ्याला

दोन-दोन बायका करू देता न् बोंब मारत बसता! मग त्यातनं कसातरी मार्ग काढाया बघता आणि शेवटी 'चालवून घ्यायलाच पाहिजे', सुटका आहे का न चालवून घेऊन?'' म्हणून मागे पाय घेता! पण असं का? मुळात तुम्ही हे ऐकूनच का घेता?''

''पण गोरीबाई,'' दुबळी आपलं म्हणणं पुढं दामटत म्हणाली, ''बाई मानसानं जाऊन जाऊन कुटं वो जायाचं? आमी आता खड्डे खोदायचं काम करतोय ना, ह्ये न्हाई केलं तर ह्ये काम करायला म्हणून नवरा दुसरी घिऊन यील आनि आमी जर सवतीसंगं भांडन केलं, तर नवरा आमालाच घराभाईर काडंल!''

''हे अशामुळे होतं की, तुम्ही मुळात तुमची स्वतःची किंमत कवडीमोल समजता. तुमचा नवरा तुमच्याशी जसं वागेल, तसं तुम्ही त्याला वागू देता. हे असंच चालत राहिलं तर याचा परिणाम काय होईल याचा विचार केलात कधी?'' गोरीबाई रागानं ओरडत होती.

आमी समद्या बाया गप ऱ्हाइलो. ही लगीन पन न्हाई जालेली गोरीबाई, आमचं-लगीन जालेल्या बायकांचं- दुःख कसं समजनार? आमी सगळ्या गप झालो; पण एकटी रंगली गप् न्हाई बसली. ती म्हणाली, ''गोरीबाई, ही आमची पुरुषमानसं मारून मारून कांडात काडतात, हाये ठावं तुमाला? अवं बोलनं सोपं हाये. ज्याला सहन करावं लागलंय ना, त्येलाच समजंल, कसं न् काय दुख असतं त्ये आनि ह्ये पुरुष समदे सारके. अरं, आनायची तर आना ना सवत! एकच कशाला धा आन धा! आमचं काय जातं? आमाला बया यवडंच ठावं!''

सगळ्या बायका मग गप् बसल्या. जराशानं मान वर करून शकरी म्हणाली, ''अरं घ्येवा! ह्ये कोन येतंय बगा? यो तर जाडिया साब आनि बरुबर हाये कचराभाई!''

सगळ्या बाया पटापटा खड्डे खोदायला लागल्या. एकटी गोरीबेन शेतात राहिली.

या बायका मला अगदी वैताग आणतात कधीकधी. सात वर्षं झाली यांच्याबरोबर राहतेय मी, त्यांना समजावून समजावून थकले, किती शिकवायचं अन् काय काय सांगायचं? पुष्कळदा तर असं होतं की, सगळं शिकवलेलं जणू पुसलं गेलं न् परत आपलं जणू बे एके बे!

याचं अगदी ताजं उदाहरण म्हणजे लाली न् दली. हा कचराभाई म्हणजे नावाप्रमाणं कचरा आहे अगदी! गावातल्या निम्म्या बायका तरी बिघडवल्यात यानं; पण गावातला एकही पुरुष उभा राहून त्याला असं नाही म्हणत की, 'अरे हरामखोरा, तुला वाटतं तरी काय?' सगळे याच्या अंगठ्याखाली चेपलेत जणू! कारण यानं

प्रत्येकाला काही ना काही मिळवून दिलेलं असतं!

लाली मला आवडते. तरुण होती, तेव्हा काय छान दिसायची. मग मुलं होत गेली न् इतर बायकांसारखीच तिची कायाही झिजली. या पुरुषांना बायका म्हणजे पोरं जन्माला घालायचं यंत्र वाटतं जणू! घासलं गेलं म्हणजे तू नाही तर तुझी बहीण! दली तशी दिसायला बरी आहे; पण आहे अशक्त! तरीही कचराभाई तिच्यामागे हात धुऊन लागलाय. कशीही असली तरी तरुण आहे ना! थोडं फार काहीबाही देऊन खूश केली की झालं! या समाजात पहिली बायको मिळवण्यापेक्षा दुसरी मिळवणं जास्त सोपं असतं, तेव्हा इथं दलीसारख्या पोरीचं दुसरं काय होणार?

स्त्रीसंघटना मजबूत करणं हा एकच उपाय आहे. बायकोला मारपीट करणं ही तर घरोघरी होणारी नित्याचीच गोष्ट. याला विरोध आणि प्रतिकार झालाच पाहिजे.

'करावंच लागतं,'

'ऐकून घ्यावंच लागतं,'

'न करून सुटका आहे का?'

अशा लाचार आणि निष्क्रिय विचारसरणीतून बाहेर काढून त्यांना खऱ्याखुऱ्या अर्थानं स्वत्वपूर्ण स्त्री बनवायचं असेल, तर लढा दिल्याशिवाय चालणार नाही.

रंगली तर चहाटळच आहे. मला आठवतंय, खूप वर्षांपूर्वी एकदा तिनं मला विचारलं होतं, "गोरीबाय, तुमचा मरद कुटे हाये वं? त्येला का हिकडं बोलावून न्हाई घेत न् घर मांडत त्येच्याबरुबर हितंच?" तिचं समाधान करायला मी तिला सांगितलं होतं की, मी लग्न केलं नव्हतं आणि मला मुलं नव्हती, तेव्हा तिला अत्यंत नवल वाटलं होतं. माझं बोलणं तिला खरंच वाटलं नव्हतं.

अशा विचारात गुंगलेली असताना त्या दिवशी सकाळी सकाळी मी जाडियाला शेतावर येताना बघितलं. काहीतरी मतलबाशिवाय हे शक्यच नव्हतं! या माणसाला मी पुरता जाणूच शकलेली नाही. एक नंबरचा राजकारणी! जिथं तिथं पैसे चारायचे न् येता जाता 'गावच्या लोकांच्या भल्यासाठी' असं म्हणत राहायचं! पण आता हे साबरकांठामधलं रमळासारखं अगदी लहानसं खेडं, कुणाला ठाऊकही नसलेलं, अगदी उजाड आणि निकस जमीन असलेलं. इथं कोण दानशूर मतलबाशिवाय पैसे द्यायला बसलाय?

पण कुठंतरी, काहीतरी पाणी मुरतंय हे नक्की! गावातला एकूण एक माणूस त्याच्या कयात आहे. 'वन सुधारणा संस्था' नावाची पाटी लावून जाडिया बसलाय. उंटाच्या तोंडातनं केव्हा खाली पडतंय न् ते आपण खातोय अशा आशेनं लाळ गाळत बसलेल्या कोल्ह्यासारखे गावचे पुरुष त्याच्या आजूबाजूला घोटाळतात. कचरा भिल्ल एक नंबरचा संधिसाधू, तो जाडियाचा उजवा हात होऊन बसलाय आणि दोघं मिळून सर्व काम त्यांना हवं त्या दिशेनं वळवून घ्यायला बघताहेत. मला या खाबू

मंडळींची झाडांच्या 'नवसारी'ची योजना पसंत नाही. त्यांना काय? आपापली जड बुडं टेकून बसून राहायचं, बडबड करायची आणि विड्या फुंकायच्या! जाडियाकडून विड्या फुकट मिळताहेत तर ओढून घ्या– आपले पैसे वाचले! आणि 'नवसारी'चं काम शेवटी बायकांच्याच गळ्यात टाकायचं आहे ना!

"नमस्ते गोरीबेन" अगदी आपुलकी दाखवत जाडिया म्हणाला.

"नमस्ते" मी म्हटलं.

"गोरीबेन, कशी काय वाटतेय तुम्हाला ही 'नवसारीची कल्पना? तुमास्नी पसंत पडली म्हंजी आमाला बरं वाटतं हो!" गरज असली की, समजूतदार बोलणारा याच्यासारखा दुसरा माणूस नसेल!"

"मला नाही पसंत जाडियाभाई" मी सरळच वार केला. तो एकदम जरा हबकलाच; पण लगेचच सावरून घेत म्हणाला, "हां त्ये तर असंल गोरीबेन, पन तशी तर चांगली हाये न्हवं आमची योज्ना?" जाडिया माझ्याशी बोलत होता. जवळ बसलेला कचराभाई डोळ्यांच्या कोपऱ्यातून माझ्याकडे बघत होता.

"नवसारी करायची कल्पना चांगलीच आहे, लहान लहान बंधारे बांधायचे हेही चांगलं आहे, वॉटरशेडचा विचार करायची कल्पनाही चांगली आहे. म्हणजे पाणी उगीच वाहून जाणार नाही आणि या नापीक जमिनीतही चांगली शेती करता येईल. हे सारं काही चांगलं आहे; पण हे सारं काम करायचं बायकांनी आणि पुरुष नुसते गप्पा मारत बसणार, वर आणखी बायकांवर दादागिरी करणार, हे मात्र सपशेल चूक आहे. मला काय पसंत आहे सांगू का? बायका जे काम करतील, त्या त्यांच्या मजुरीचे पैसे सरळ त्यांच्या सहकारी मंडळींत जमा करा. वन सुधारणा संस्थेतर्फे नाही; पण स्त्री संघटनेद्वाराच पोहोचवा."

"असं का वं म्हनता गोरीबाय?" जाडिया आश्चर्य वाटल्याचं नाटक करत म्हणाला. "आमच्यावर भरुसा न्हाय व्हय तुमाला?"

"हा भरवशाचा प्रश्न नाही जाडियाभाई. हा बायकांच्या प्रतिष्ठेचा प्रश्न आहे, त्यांच्या स्वाभिमानाचा प्रश्न आहे; एक व्यक्ती म्हणून स्त्रीच्या स्वतंत्र अस्तित्वाचा, स्वतःच्या आयुष्यावर त्यांचा स्वतःचा हक्क असण्याचा प्रश्न आहे."

कचराभाई मध्येच बोलला, "पन बाईचं आयुष्य पुरुषाच्या छायेत गेलं, तर त्यात वाईट काय आहे? शास्तर पन असंच सांगतं. बायका त्यांच्या त्या काही करू शकतील या बोलण्यात काही राम नाही. तुमी आहात बाहेरच्या, आमच्या इथलं हे सगळं तुमाला कसं समजनार? घरवाली घरातच चांगली, यवडं मला ठावं हाये, काय जाडियासाहेब, कसं?"

जाडियाभाईनं मोठ्या समाधानानं आपलं मोठं थोरलं डोकं हलवलं, तशी जणू निवाडा देत कचराभाई पुढे म्हणाला, "तवा, म्हनून, आपन जाडियासाहेबांना त्येंचे

काम करू देऊ या आनि त्यांना आपल्याच्यानं व्हईल तेवडी मदत करू या.''

पाहिलात ना हा सरडा? केव्हाही, कसेही रंग बदलणारा? मोठा साधूसंत असल्याचा आव आणणारा न् वाटेल, तेव्हा वाटेल तिकडे सरपटत जाणारा विषारी साप? मी त्याच्यावर सरळच हल्ला चढवला, ''हा उपदेश तुमचा तुमच्याजवळच ठेवा कचराभाई! बायकांना छाया न् आसरा द्यायच्या बाता करायला लाज नाही वाटत तुम्हाला? स्वतःच्या बायकोला बाजूला ढकलून दुसऱ्या बायकांच्या मागे लागायचं, बायकोच्या डोक्यावर तिच्याच सख्ख्या बहिणीला सवत म्हणून आणून बसवायचं आणि वर लांब तोंड करून, उपदेश करायला जायचं?''

हे सारं बाकीच्या बायकांच्या कानावर पडण्याइतक्या जवळ त्या होत्याच, आपापल्या कुदळी-फावडी टाकून त्या माझ्याजवळ सरकल्या.

आपल्या अब्रूचे असे धिंडवडे निघालेले पाहून कचराभाई जणू पेटून उठला, ''मला हवं ते मी करंन, त्यात तुमी मला सांगनाऱ्या कोन? कुनी बलावलंवतं तुमाला इथं या म्हनून? मुंबईवाली! फिरंगी! परदेशी! ह्ये आमचं गाव हाये, निगून जावा तुमी इथून! आमच्या बायकांना फूस लावता तुमी! आजपोत्तर पुरुषांसमूर एक चकार शब्द बोलत नवत्या आमच्या बायका; आज त्या समद्या गोळा व्हऊन आमच्यासमूर बोलाया लागल्यात, तुमच्यापायीच न्हाई तर काय?'' आणि मग कचराभाई रागानं जोरात जमिनीवर थुंकला 'थू:! थू:!'

मीही भानावर आले. काहीही असलं तरी कुणालाही असं वाटेल तसं बोलणं मला शोभत नव्हतं, कचराभाई आता माझा शत्रू होऊ शकला असता! पण त्याच्या हलकट वागण्यानं, जाडियाच्या लांड्यालबाड्यांमध्ये गुपचूप मदत करण्यानं, गावातल्या बायकांच्या मुकाट सहन करण्याच्या वृत्तीमुळं मी वैतागून, हताश होऊन गेले होते. मग मी एक शब्दही न बोलता तोंड फिरवून उभी राहिले.

पण त्यामुळे कचराभाई जास्तच भडकला न् ओरडू लागला, ''बगून घेईन एऽऽ मुंबईवाली! आमच्या बायकांना फूस लावायला न्हाईच जमायचं तुला. दाखवूनच देईन तुला, इथून तुजा डेरा उठवायलाच लावतो की नाय बग!''

तो ओरडत राहिला. मी तिथून चालू लागले, भराभरा शेत ओलांडलं आणि कच्च्या रस्त्याला लागले. रस्त्यावर थोडा उतार होता न् मग वळण होतं. तिथून थोड्या अंतरावर कडुलिंबाच्या झाडांची थोडी सावली होती. मी त्या सावलीत जाऊन बसले न् जरा शांत मनानं विचार करू लागले. बायका तिकडे उन्हात काम करत होत्या, बारा-तेराजणी तरी असतील. जाडिया न् कचराभाईनी रुबाबात त्यांच्याभोवती एक चक्कर मारली न् मग जीपमध्ये बसून गावाकडे निघून गेले.

पाठीशी उभ्या अरवलीच्या डोंगररांगा मुकाट्याने कधी न पाहिलेला हा तमाशा बघत होत्या. त्यांच्या दऱ्यांमध्ये वसलेल्या लिंबडा, फुलेरा न् रमळा या तिन्ही

गावांच्या भोवताली फेर धरून ते डोंगर उभे होते. मला इथं आल्याला सात वर्षं होऊन गेली होती. ज्योतिनिकेतन ट्रस्टनं इथं पहिला दिवा लावला होता; मी त्यांना येऊन मिळाले होते. मुलींसाठी एक शाळा सुरू केली होती. जवळच दोन छात्रालयं उघडली होती. मग पर्यावरणाचं काम हाती घेतलं होतं. आपापल्या घाणेरड्या, अंधाऱ्या झोपड्यांमधून बिचकत, घाबरत बाहेर पडून बायका गोळा व्हायच्या. मला वाटलं होतं तेवढं लवकर स्त्री संघटनेचं काम मात्र झालं नव्हतं आणि कसं होणार?

इथल्या सगळ्या बायकांचं आयुष्य जिवंत राहाण्यासाठी धडपड करण्यातच जात होतं, तिथं रातोरात स्त्री संघटना कुठून उभी होणार? पण निदान दिशा सापडली होती. बायकांच्या सभा घ्यायला सुरुवात केली, तशी त्यांच्यात थोडा उत्साह संचारला. स्वतःमध्ये एक स्वतंत्र व्यक्तिमत्त्व आहे, आपण स्वतः विचार करू शकतो, याची त्यांना जाणीव झाली. बाई म्हणजे पुरुषांना उपयोगी अशी एक वस्तू नसून तीही त्यांच्याचसारखी एक व्यक्ती आहे हे त्यांना स्वतःला जसं जाणवलं, तशी त्यांची अस्मिता जागी झाली. त्यांच्या आयुष्यावर त्यांचा अधिकार आहे हे त्यांच्या लक्षात आलं. आमच्या सभांमध्ये आम्ही सगळ्या एकमेकींकडून खूप शिकलो आणि तसतशी आमची समज वाढू लागली.

त्या आमच्या सभा माझ्या मनात कायम आठवणीत राहिल्या आहेत. माझ्या आयुष्यातला तो एक रोमांचक काळ होता. आमच्या परस्परसंबंधांमध्ये प्रामाणिकपणा होता, आपलेपणा होता; स्वीकारलेल्या जबाबदारीबद्दल मानसिक बांधिलकी होती. लिंबडा गावच्या थोड्या बायकांना कोंबड्या पाळायचं शिक्षण घ्यायला पाठवून दिलं. फुलेराच्या काहीजणींना साक्षरता प्रसाराचा कार्यक्रम चालू होता तिथं गुंतवलं. मग रमळाच्या बायकांबरोबर 'नवसारी'ची योजना हाती घेतली आणि इथंच या जाडियाशी संघर्ष सुरू झाला.

जाडियाची ताकद त्याच्या पैशात होती.

एक वर्ष असं संघर्षात गेलं, तेव्हा कुठे थोडा फरक पडला. बायका स्वतः प्रत्येक गोष्टीचं मूल्यमापन करायला शिकल्या. पुरुषांचं वागणंही बदलू लागलं होतं. लहान लहान; पण सूचक फरक होत होते.

'नवसारी'ची चर्चा अंतिम टप्प्याला येऊन पोहोचली होती. यात आम्ही पाचजणी होतो. आमच्यापैकी रंगली होती, ती कुणाचा, काही मुलाहिजा न ठेवता स्पष्टपणे सगळं बोलणारी होती. ती मोठ्यानं म्हणाली, "या कवळ्या रोपट्यांना मोटं करायला आपुन रणरणत्या उन्हाळ्यात घाम गाळलाय, हे येवढालं पानी आनून घातलंय. पन कदी याची मोठाली झाडं व्हनार न् कदी त्यांचं जंगल व्हनार या डोंगरांना झाकाया? कवा हुनार ह्ये समदं सांगा?"

शकरीनं तिचीच री ओढली, "अवं, पोटच्या पोरांना मोटं कराया बी यवडी

म्हेनत केली नसंल. नवसारीचं ह्ये काम पोरं मोटी करन्यापेक्षाही अवगाड हाये म्हना!''

मी म्हटलं, ''बायकांना नीट काळजी...''

मध्येच कापऱ्या आवाजात धनू म्हणाली, ''काय सांगू नका गोरीबेन, या बोलन्यात काईबी अर्थ न्हाई. 'आमचं बायकांचं ह्ये असंच. बगा ना, पुरुषांचं म्हणनं की, आमी रोपं तयार करायची, खड्डं पन आमी खोदायचं, रोपं लावायची, खतपानी घालायचं. समदं करता करता आमाला सोत्ताचं काईबी बगायला येळ व्हातोच कुटं? इतकं झिजून या रोपांची ही मोठाली झाडं केली,'' डोक्याच्या वर हात नेत ती म्हणाली, ''आणि येक दिवस कंत्राटदार त्याची मानसं न् कुऱ्हाडी घिऊन यील न् खच्याक!''

''पुरुषांना काय, झाडं कापायची काय न् बाईचं आप्रेशन काय, सगळं सारकंच! ते फक्त त्येंचा फायदाच बगनार!'' मध्ये दुबळीचं संतती-नियमनाचं ऑपरेशन केलं होतं न् त्यात काहीतरी चूक झाल्यामुळे तिची तब्येत नीट राहत नसे.

''आमचा फायदा असंल तर यवडाच की, रोजीचं पैसं मिळतात. जाडियासाहेब आमाला पैसं द्येतात. पहिल्या परथमच माज्या हातात सोत्ताच्या कमाईचं पैसं येतायत.''

''व्हय, हे बरीक खरं हाये. आता आमचं आमी काईबी घ्यायचं झालं, तर घेतो; असं तर आदी कदीबी झालंच न्हवतं.'' जीवीबेन इतक्या वेळात प्रथमच बोलली.

''आनि पटेलांच्या शेतात काम करण्यापेक्षा ह्ये काम लय चांगलं! आनि रस्त्याच्या कामापेक्षा तर हज्जारपटीनी चांगलं, खरं की नाय?'' मरतीनं सगळ्यांना म्हटलं. मरती एक व्यवहारी बाई होती. हाती आलेली संधी ती दवडत नसे.

माझ्या दृष्टीनं या सगळ्यामध्ये एक मोठी हरकत अशी होती की, 'नवसारी'चा ताबा जाडियासाहेब न् गावातले पुरुष यांच्या हातात राहिला होता आणि तेच नडणार होतं.

मला ठाऊक होतं की, याबद्दल काहीतरी करायला हवं होतं; पण काय आणि कसं करावं, हे अजून सुचत नव्हतं.

या गोऱ्या बाईचा बायकांवर इतका कसा काय पगडा आहे? बायकांना आपल्या कयात राखायचं कसब तिच्याजवळ आहे खरं. मला तर फार पहिल्यापासनंच हे लक्षात आलं होतं; पण तिच्या पकडीतून त्यांना कसं सोडवावं हे अजून लक्षात येत नाही. बाई बुद्धिमान आहे, स्वतंत्र विचारांची आहे आणि त्यात सरकारी अधिकारी, विशेषतः स्त्री अधिकारी तिला फार मान देतात, तेव्हा काठी न मोडता साप मारायचा खेळ खेळायला हवा. काहीतरी युक्ती तर करावीच लागेल; पण काय?

खाबडखुबड रस्त्यावरून जीप घेऊन मी चाललो होतो. दुपार व्हायच्या आधी मला रमळाला पोहोचायचं होतं. कचराभाईनं तिथं पुरुषांची मीटिंग बोलावली होती.

"गोरीबेनसमोर असं आरडून ओरडून कसं चालंल?" जीपमध्ये माझ्याजवळ समोर बसलेल्या कचराला मी म्हटलं.

"पन साह्येब," कचरा स्वतःचा बचाव करायला बोलू लागला, "ती बाई आपल्या प्रत्येक गोस्टीत नाक खुपसते न् आपुन केलेल्या सगळ्यावर पाणी फिरतं."

"खरंय" मी म्हटलं. "तुला काय वाटतं? मला याची कल्पना नाही? पण आपण चार लोकांसमोर तिला असं पाडून बोललो तर उलट बायकांमध्ये तिचं वजन वाढतं अन् मग या बायकांना दामटणं आणखी अवघड होईल! आधीच त्यांना तिचं किती कौतुक आहे, ठाऊक आहे ना तुला?"

कचरा गप बसला; मग जरा वेळानं एवढंच म्हणाला, "तुमी म्हनाल तसं साह्येब, मी तर सेवक हाये तुमचा!"

हं! मी म्हणेन ते सगळं ऐकत होते आणि ऐकत राहणारही होते! खिशातून विड्यांचं बंडल काढून मी कचराच्या हातात दिलं, "घे, ओढ जरा न् शांत हो कसा!"

रमळ्याला मी सरळ कचराच्या घरीच जीप नेली. तिथं गावातले सगळे पुरुष शेणानं सारवलेल्या ओसरीवर आमची वाट बघत बसलेच होते. आम्ही आत घरात गेलो, तशी कचराची दुसरी बायको दली लिंबाच्या सरबताचे दोन पेले घेऊन आली. कशी टवटवीत दिसत होती. मी बघतच राहिलो तिच्याकडे! एक रात्र तरी घालवायचीच हिच्याबरोबर! काही झालं तरी कचरा माझा नोकरच ना! त्याची काय बिशाद आहे 'नाही' म्हणायची!

"व्वा! काय झकास गुलाब आणून ठेवलायस रे घरात!" त्याच्या समोरच दलीचा गालगुच्चा घेत मी म्हटलं.

"साह्येब, माज्या घराला शोभेल आसा हाये ना गुलाब?" कचरा खूश होऊन हसत म्हणाला.

मी निर्लज्जपणे हसत चक्क म्हटलं, "तुझ्या गुलाबाचा एकदा वास घेतला पाहिजे बुवा आपल्याला!"

आणि नाइलाजानं पण तितक्याच निर्लज्जपणानं कचरा म्हणाला, "एकच का? म्हनाल तितक्यांदा! जवा मनात येईल तवा खुशाल सांगा ना!"

हं! चांगलं न् वाईट! इथं कोणाला पर्वा आहे? जे हवं असेल ते मिळतंच मला!

आम्ही बाहेर ओसरीवर आलो. मी विड्यांची बंडलं काढली. सगळे खुशीत येऊन, आरामात बसून विड्या फुंकू लागले; न् उत्सुकतेनं माझ्याकडे बघत राहिले.

"बोला साह्येब, कवां सुरू करायचं?" कचरा म्हणाला, तशी त्याच्या खांद्यावर

थाप मारत मी म्हटलं, ''तूच सांग ना. अरे, तू तर गावचा माणूस आहेस!''

गावचा मुखी जिवाजी. बहुतेक त्याला वाटलं की, त्याला कमी महत्त्व मिळतंय की काय! म्हणून तो लगेच बोलला, ''न्हाई, म्हंजी तुमीच सांगा ना जाडियासाब, तुमी जे म्हनाल ते आमाला समद्यांना कबूलच हाये!''

मी मनात योजल्यासारखंच सगळं आपोआप घडत होतं– किती सोपं होतं सगळं! यांच्या अभिमानाला जरा चाळवायचं आणि वचनं देत सुटायचं! हां, पूर्वी त्यांना दिलेली सगळी वचनं काही खरी झाली नाहीत; त्यामुळे आता त्यांचा पटदिशी विश्वास बसत नाही! पण तरी– पैशानं बरंच काम होतं! आता या माणसाला जरा खूश केलं की, काम झालंच म्हणून समजा! कचरा न् मुखी दोघे माझ्या बाजूचे असले म्हणजे बाकी सारं गाव माझ्या बाजूला येणारच! मग मी गंभीर आव आणत म्हटलं, ''एकदा ठरवून कबूल करा की, रोजी तुमच्या खिशात आलीच समजा! काय? पहिल्यांदा आपण एक 'कमेटी' बनवू या. जिवाजी मुखी कमिटीचे प्रमुख, अर्थातच! झालं!''

''व्हय् व्हय्! तेच परमुख!'' सगळ्यांनी डोकी हलवली.

जिवाजी स्वतःचा आनंद लपवत चेहरा शांत ठेवण्याचा प्रयत्न करत होता.

''अन् मंत्री कचराभाई! कारण ते तर जाणकार माणसाचं काम!''

तशी सगळ्यांनी हसत हसत ''व्हय् व्हय्! कचराभाई मंत्री,'' म्हणून 'हो'ला 'हो' केलंच.

मी पुढे आणखी म्हटलं, ''कचराभाई फार हुशार माणूस न् जाणकार पण, खरं की नाही?''

विड्यांची आणखी बंडलं काढून मी सर्वांना दिली.

''साह्येब-'' कचरा काही बोलायची परवानगी मागत होता. प्रत्येक गोष्टीत स्वतःचा फायदा कसा करून घ्यायचा, हे कचराला छान समजत असे.

''बोला कचराभाई?''

''आपल्याला जवळजवळ एक लाख रोपं हवीत, ती आपुन आननार कुटून?'' सगळ्यांकडे बघत कचरानं विचारलं.

''का? कुटून म्हंजी? सरकारी नवसारीतनंच तर!'' म्हातारा सलूजी म्हणाला.

''पन त्येच्यापेक्षा आपल्याच गावात आपलीच नवसारी उबी क्येली तर कसं म्हनतो मी?'' कचरानं पिल्लू सोडलं.

''तर फारच उत्तम!'' मी निर्णय दिला. ''म्हणजे ट्रान्सपोर्टची कटकट नाही, वेळही जाणार नाही आणि सगळं वेळच्या वेळी होईल. माझी जमीन आहेच, एक सोडून दोन तुकडे आहेत जमिनीचे, ते तुम्ही वापरू शकता, माझी मुळीच हरकत नाही!''

"फार मोटी म्हेरबानी हुईल जाडियासाब. आमच्यापैकी कितीकांनी पहिल्यांदा सरकारी नवसारीत काम केलंय, ह्ये काय बसल्यात ना ह्ये जिवाजी, सलूजी, मरता जी, समद्यांनी केलंय. पन साह्येब, सरकारी नवसारीत काम करायचं फार अवगाड वं, फाऽर अवगाड आनि पुन्ना उन्हाळ्यामंदी रोपं सुकून न्हाई जात ना ते बगत बसावं लागतं," कचरा म्हणाला.

"खरंय हां, ह्ये बरीक खरं." सलुजी न् आणखी दोघं-चौघं म्हणाले.

त्यावर लुच्चा कचरा गालातल्या गालात हसत म्हणतो, "पण काम समजलं जातं सोपं, म्हनून तर पगार लय कमी मिळतो!"

"व्हय् व्हय्!" परत डोकी हलली.

"म्हून मी काय म्हनतो की, ह्ये काम आपुन आपल्या बायकामानसांवर सोपवावं! न्हाई तरी बायकांची जात अशी कामं करायसाटीच हाये न्हवं? नवसारीमंदी त्यांनी काम करायचं आणि जाडियासायबांच्या 'टरस्ट'मदून त्येंचा पगार सरळ आपल्या हातात यील." कचरा आता खूप उत्साहानं बोलू लागला, "आनि बायका कामात गुतलेल्या ऱ्हायल्या, म्हंजी त्या गोऱ्या मडमेपास्नं जरा लांब ऱ्हातील, त्येबी एक हायेच. साल्या सारा दिवस तिच्या अवतीभवती 'काव काव' करत बसतात!"

"व्हय् व्हय्! " बऱ्याचजणांनी यालापण होकार भरला.

"कचरा म्हनतोय ते सोळा आने खरं हाये" मरताजी पण म्हणाला. "माजी बायकूपन त्या मडमेबरुबर ऱ्हाऊन ऱ्हाऊन ऐकंनाशी झालीय्! साली पयल्यांदा तर मी जे म्हनंल ते लग्गेच करायची, आता हरामजादी उलट प्रश्न विचारायला शिकलीया!"

"तर काय वं?" सलूजीही उसळला होता. "माज्याबी बायकूची साली हीच रड हाये. एकाद्या कुत्र्या-मांजरासारखी भांडाया उठती, काई लाज म्हनून न्हाई!"

"तर मग आपलं ठरलं की, नवसारीचं काम आपल्या बायकांनीच करायचं. खड्डे त्यांनीच खोदायचे, पानीबी त्यांनीच घालायचं, खरं ना?" कचराभाई व्यूह रचण्यात वस्ताद!

"व्हय्! असं म्हेनतीचं काम करायला लावलं, म्हंजी सरळ होतील समद्या!" जिवाजीनं आपलं मत नोंदवलं.

"कबूल, मंजूर!" बाकीच्या सगळ्यांनी म्हटलं. मग मी मध्ये पडलो.

"या सगळ्यात फक्त त्या गोऱ्या मडमेपासून सांभाळून राहिलं पाहिजे. खरं म्हणजे, तिलाच पहिल्यांदा आपल्या बाजूचं करून घेतलं पाहिजे, म्हणजे मग तीच आपलं म्हणणं बायकांना पटवून देईल– ते काम माझ्याकडे लागलं," एवढं सांगता सांगता खिशातून आता सिगारेटचं पाकीट काढून मी सगळ्यांना एकएक सिगारेट दिली. यापूर्वी त्यातल्या फारच थोड्यांना सिगारेट ओढायला मिळाली होती; त्यामुळे

सगळे फारच खूश झाले.

ओसरीत सिगारेटच्या धुराचे लोट उठत होते; सगळे जरा भान विसरलेच होते; त्यामुळे मी बाहेरगावचा न् वेगळ्या जातीचा आहे, हे विसरून सगळे वाटेल तसा बकवास करू लागले.

"वा कचरा! वा! काय डोकं हाये तुझं बाबा!" खोकता खोकता थुंकी उडवत सलुजी म्हणाला.

"अरे, खरं डोसकं तर जाडियासायबांचं!" माझी खुशामत करत कचरा म्हणाला, "द्येवानं काय बुद्धी दिलीय! साह्यबांचा आधार हाये म्हनून तं समदं व्हतंय न्हाईतर मी वं काय करनार?"

"होऽहोऽहो!" मोठ्यानं हसत मरताजी म्हणाला, "वा! वा! बायका काम करतील न् आपल्याला त्येचं पैस मिळतील!"

"व्हय तर! बायका न्हाईतरी आपल्या सुखासाठीच असत्यात ना!" धनजी डोळा मारत खीऽखी हसला.

"व्हय ना! न्हाईतर काय!" कचरा म्हणाला, "एऽऽ काळुजी, आज रातची तुज्या लाडूला माज्याकडं धाडून दे– लाडूडीला हां, त्या म्हाताऱ्या लखुडीला न्हाई, समजलास ना?" सगळे खीऽखी करून हसू लागले तशी आलेल्या संधीचा फायदा घ्यायला काळुजी म्हणाला, "माज्या पगाराचं काय?"

"पगाराची चिंत्या नगं करू. महिना संपला की नक्की मिळंल."

मी थंडपणानं सगळ्यांकडे बघत राहिलो. मनात म्हटलं, "साले ऐदी न् छाकटे आहेत एकूण एक सगळे! आपापल्या बायकांकडून दिवसभर काम करून घ्यायचं, न् रात्री त्यांना भोगायचं नाहीतर हवं तर दुसऱ्याकडे पाठवायचं, हेच यांचे धंदे!"

आणि मग मनातल्या मनात खूश होता होता मला वाटलं, "पण माझ्या कठपुतळ्या आहेत सगळे!"

मी उठलो न् जीपकडे निघालो. कचरा मागे मागे आलाच. "कचरा, मी जातो आता. उद्या तुझे न् जिवाजीचे मंत्री न् प्रमुखपदाचे कागदपत्र घेऊन येईन."

"खूप म्हेरबानी साह्येब! बरं, मग रातचं पाठवू दलीला?"

"रातचं न्हाई, आत्ताच पाठव. तासाभरात पोहोचू दे तिथं," मी जीप सुरू केली.

त्या दिवशी संध्याकाळी आम्ही– धनू, लाली, जीवी, मरती न् मी माझ्या घरी बसलो होतो, तेवढ्यात जाडियाची जीप आली. धनू म्हणाली, "यो जाडिया तुमाला भेटाया आला वाटतं?" तिचं बरोबर होतं, जीपमधून उतरून जाडिया माझ्याकडेच येत होता.

"येऊ का आत?" त्यानं लांबूनच ओरडून विचारलं.

बायका उठून घरी जाऊ लागल्या; पण मीच त्यांना म्हटलं, "तुम्ही कशाला जाताय? बसा ना इथेच आणि ऐका सगळं, काय होतंय ते."

अन् मग मी जाडियाला हाक मारली, "या, या जाडियाभाई, या."

"नमस्ते गोरीबेन, नमस्ते भगिनींनो!" जाडिया एखाद्या पुढाऱ्यासारखं म्हणाला.

"बोला जाडियाभाई, का येणं केलं?" हा मला एकटीला भेटायला कशाला आला असेल ते लक्षात येत नव्हतं.

"गोरीबेन," तो नम्र, गोड आवाज काढून बोलू लागला, "तुमच्यासारखी स्त्री असली म्हणजे सगळ्या मुलखाचं रूपच पालटते बघा! रमळाच्या न् आसपासच्या गावांतल्या बायका तुम्हाला त्यांचा गुरूच मानतात, म्हणून तर मी झोळी घेऊन मागणं मागायला आलोय की, गावच्या नवसारीच्या योजनेत तुमचा सहकार आम्हाला हवा आहे."

"आमच्या सहकाराबद्दल म्हणताय होय?" मी खोचकपणानं म्हटलं, "नवसारीची योजना ही गावाची योजना कशी काय झाली? ती तर जाडियाभाई, तुमची न् तुमच्यासारख्या जाड्या चामडीच्या इतर पुरुषांची योजना आहे. त्यात तुम्ही बायकांच्या संघटनेशी सल्लामसलत केलीच कधी मुळी? शिवाय मी तुम्हाला सांगितलं होतं की, बायकांच्या रोजीचे पैसे सरळ त्यांच्याच हातात द्या; पण तसे ते तुम्हीही देऊ इच्छित नाही आणि बाकीच्या पुरुषांनाही ते तसे द्यायचे नाहीत. मग काय सहकार हवाय तुम्हाला आमच्याकडून?"

मी केलेला घाव पचवून जाडिया म्हणाला, "असं पाहा बाई, आजपर्यंत खूप थोड्या बायका नवसारीचं काम करताहेत. आम्हाला या कामाचा लाभ सगळ्या बायकांना मिळेल असं करायचंय. आमचा विचार असा आहे की, सगळ्या बायका मिळून नवसारी करतील. खड्डे खोदतील, रोपं लावतील, पाणी घालतील. तुमचं म्हणणं मला मंजूर आहे. त्यांच्या रोजीचे पैसे आम्ही स्त्री संघटनेला द्यायला तयार आहोत; पण–" आणि मग मोठ्या चलाखीनं तो पुढे म्हणाला, "पण तुमची सोसायटी, ही सरकारी दफ्तरात नोंदवलेली रजिस्टर्ड सोसायटी नाही, हीच मोठी अडचण आहे!"

होय! जाडियाचं म्हणणं खरं होतं! हरामखोरानं माझी दुखरी नस बरोब्बर दाबली होती. रजिस्ट्रेशनच्या बाबतीत बाजारात तुरी न् भट भटणीला मारी, अशी अवस्था झालेली होती आणि त्या बाबतीत मी बायकांची एकजूट करू शकले नव्हते!

मला गप्प बसलेली बघून जाडियाही थोडा वेळ गप्प राहिला आणि मग त्यानं फासे फेकले.

"पण तुम्ही एक करू शकता. तुम्ही बायकांच्या कमाईचा वेगळा हिशोब ठेवू शकता."

"मला बनवायला बघताय?" मी रागानं म्हटलं. "एकदा का बाईच्या कमाईचे पैसे पुरुषांच्या हातात आले की, ते परत कधीही बाईला मिळत नाहीत, हे जणू तुम्हाला ठाऊकच नाही? काम करायचं बायकांनी, पुरुषांनी दारू पिऊन झिंगून पडायचं आणि वर बायकांच्या अब्रूवर हात टाकायचा; च्या...! हद्द झाली!!"

जाडिया थंडपणानं बसून माझं बोलणं ऐकत होता न् गप्प बसलेल्या बायकांकडे बघत होता. मी बोलायची थांबले, तशी जरा वेळानं थंड आवाजात म्हणाला, "तर मग तुम्हाला मंजूर आहे ना? खड्डे खोदायचे न् रोपं लावायचं? आणि बायकांच्या मजुरीच्या पैशांचा हिशोब वेगळा ठेवला जाईल. मी तुम्हाला वचन देतो, मग तर झालं?"

"आम्ही खड्डे खोदणार नाही" मी ठामपणे सांगितलं आणि मग तिथं बसलेल्या चौघींकडे वळून विचारलं, "खोदणार तुम्ही खड्डे?" चौघीही घुटमळल्या! त्यांना माझा मान तर राखायचा होता; पण हाती आलेली मजुरी मिळवायची संधीही घालवायची नव्हती! माझ्या हे लक्षात आलं.

जरा वेळाने सगळ्यांच्या वतीनं धनू म्हणाली, "गोरीबेन, जाडियासाह्यबांच्या हिशोबातनं जर आमाला पैसं मिळनार असतील, तर मंग ठीक हाये. पैसं दुसऱ्या कुनाच्या हाती न जाता सरळ आमच्या घरधन्यांच्या हातातच जावंत, यवडंच आमचं म्हननं हाये."

"तुम्हाला सगळ्यांना असंच वाटतंय?" मी विचारलं.

"व्हय् व्हय्." मारती म्हणाली.

"दुसरा रस्ताच न्हाई ना!" लाली म्हणाली.

जाडिया छद्मी हसला! अर्धी लढाई तर तो जिंकला होता.

मी मनातल्या मनात चडफडले; पण जाडियाच्या समोर या बायकांशी वादात न पडणं बरं, असं मी ठरवलं.

"खड्डे खोदण्याचं कसं काय?" धनू म्हणाली, "मला, आमाला समद्यांनाच वाटतंय की, जाडियासायबांचं शेत गावाच्या जवळ हाये, पटेलांची शेतं खूप लांब पडतात आनि बेन, खरं म्हंजी रस्त्याच्या कामाइतकं ह्ये काम अवगड पन न्हाई. तवा जर जाडियासाह्येब मजुरी वाढवून देत असतील, तर मंग आपुन खड्डे खोदायचं कामच घेतलेलं चांगलं!"

"व्हय् व्हय्, पन रोजीची मजुरी वाडवून द्या," मरती म्हणाली.

लालीनंही तिचा सूर मिळवला, "व्हय, घाम गाळायचं काम हाये, तवा पैसं पन जास्त मिळालं पायजेत ना!"

पैशांची तर जाडियाला अडचण नव्हतीच आणि शिवाय पैसे जाणार होते त्याच्याच कठपुतळ्यांच्या हातात! मग त्यानं उगीच, अवघड गोष्ट असावी तसा आव

आणत, जरा वेळ डोकं खाजवत विचार केल्याचं नाटक केलं आणि मग म्हणाला, "बरं तर. तुम्ही माझं म्हणणं ऐकलंत तर आता मी तुमचं थोडं ऐकतो, खरं म्हणजे हे मला परवडणार नाही; तरी पण... चला, रोजचे पाच रुपये मजुरी वाढवून देतो, मग तर झालं?" आणि मग ही: ही: करून हसत माझ्याकडे वळून म्हणाला, "तर मग गोरीबेन? हे नक्की झालं असं समजू ना?"

हरामखोर! डाव बरोबर टाकला होता त्यानं; पण बायकांच्या मर्जीविरुद्ध मी तरी काय करू शकत होते? बायकांना काय, नियमित रोजमजुरी मिळाला की, बस्स! तेवढंच हवं होतं. जाडियाकडे काम केलं की, ती मिळते असं त्यांना वाटत होतं; पण ही साधी गोष्ट त्यांच्या का लक्षात येत नव्हती की, स्वतःचा बाप किंवा नवरा यांच्याबरोबर जितकं नमतं घेऊन, लाचारीनं त्यांना वागावं लागायचं, तितकंच या परक्या पुरुषाबरोबरही त्यांना लाचार व्हावं लागणार होतं. यांचा बाप किंवा नवरा, यांनी मिळवलेले पैसे त्याच्या चैनीसाठी उडवणार, नाही नाही ते धंदे करणार आणि हा माणूसही त्याच्या मर्जीप्रमाणे त्यांना नाचवणार! या स्वतंत्रपणे विचार का करत नाहीत? कदाचित मला ज्या गतीनं त्यांची प्रगती व्हावी असं वाटत होतं, ती गती त्यांना झेपणारी नव्हती.

थोड्याच दिवसांपूर्वी रंगली बोलली होती, ते मला एकाएकी आठवलं- 'ह्ये आमचं पुरुष आमास्नी मारून मारून कांडात काढतात, ठावं हाये तुमास्नी? तुमास्नी बोलाया सोपं हाये! अवं एक सवत तं काय- आनू देत ना आनखी धा! अवं जगायचं तर हाये ना आमाला?'

हे असं! तर मग चालू दे असंच! काढू देत पिळून यांना! यांना हे जे मिळतंय, तेवढ्यावर संतोष मानायची तयारी आहे तर मानू देत; मी कशाला मध्ये आडवी येऊ? इथं म्हणजे रिकाम्या आभाळात बी लावायला जाण्यासारखं आहे! असे हताश विचार मनात येत होते, तेवढ्यात मला काहीतरी आठवलं. मी मऊपणानं विचारलं, "जाडियाभाई, स्त्रीसंघटनेचा तुमच्या योजनेला सहकार आहे. माझ्या मनात आणखीही एक योजना आहे आणि त्यात तुमच्या मदतीची जरूर लागेल मला."

"सांगा ना. कशासाठी हवी आहे मदत?" तो हसून म्हणाला; पण आवाजात जरा चिंता होती.

"थोड्या दिवसांपूर्वी मी सरकारकडे – एक प्रॉजेक्ट पाठवला आहे – 'सांस्कृतिक प्रॉजेक्ट'."

"सांस्कृतिक प्रॉजेक्ट?"

"हां जी, 'निरक्षरता निवारण'सारख्या योजना." मी सांगू लागले; "सरकारची आम्हाला पैसे देण्याची तयारी आहे; पण अडचण अशी आहे की, अजून आम्ही रजिस्ट्रेशन केलेलं नाही ना? म्हणून तुमच्या ट्रस्टच्या खात्यात हे पैसे जमा करून

मग ते आमच्याकडे ट्रान्सफर करून द्याल का?"

"जरूर, का नाही?" जाडिया अगदी सहजपणे म्हणाला.

"आमचा सांस्कृतिक प्रॉजेक्ट आहे बायकांच्या पथनाटकांचा."

"पथनाटक?"

"हां, जी. म्हणजे बायका स्वतःच नाटक बनवत आणि करत जातात. त्यांच्याच संसारातल्या गोष्टी आणि नाटक स्टेजवर नाही; पण मोकळ्या जागेत, उघड्यावर, रस्त्यावर, लोकांच्या मध्येच करायचं. आपल्याच बायका अशी नाटकं तयार करून आपल्या रमळा गावात आणि दुसऱ्या गावांमध्ये करतील. या कामात सरकारतर्फे थोडा पगारही मिळतो. तुम्ही आम्हाला मदत करायला तयार आहात ना मग?"

"अंऽऽ, हांऽऽहां..." जाडिया प्रथम जरा गडबडला, मग जरा घुटमळत म्हणाला, "हो, मला वाटतं, काही अडचण दिसत नाही, मदत करायला; पण - गोरीबेन, आता तुम्ही रमळाच्या बायकांच्या डोक्यात हे काय नवीन भरवताय? बायका नाटक करणार म्हणजे हे जरा."

"तुम्ही बघाच जाडियाभाई, लवकरच तुमच्या लक्षात येईल- जरा धीर तर धरा!" मी हसून म्हटलं.

मी सक्काळचं चा-पानी उरकत होते, तेवढ्यात भाईरून हाक आली, "धनूबेन, चलता ना वं?" रंगली होती ती.

माजा नवरा धनजी वराडला, "ही रंगली जंगली आत्ता रामपारची कुटं आली हतं बोंबलत?"

"आमास्नी गोरीबेनच्या घरी नाटक शिकाया जायचंय-" मी म्हटलं.

"अगं एऽऽ धनूडे!" त्यानं दात-ओठ खात शिव्या दिल्या,

"खबरदार! घराच्या भाईर पाय तर टाक, मंग बगच तू."

तोवर रंगली माज्या घराजवळ येऊन पोहोचलीवती आनि तिच्याबरुबर दुबळी पन व्हती. "राम राम रंगली, रामराम दुबळी" मी म्हटलं.

"आपल्याला समद्यांना गोरीबेनच्या घरी नाटक शिकाया जायचंय न्हवं?" दुबळी म्हणाली, "चला समद्या, थोडा नाष्टा पन द्येनार हायेत."

आता धनजी परत भाईर येऊन ओरडला, "खबरदार घराच्या भाईर पाय टाकलास तर! मारून मारून खिळखिळी करून टाकीन हाडं सांगून ठिवतोय् हां! अगं ए रंगली-जंगली, दुबळी-पुतळी, चला, निगा बगू गुमान हितून; अशा उब्या ऱ्हाऊच नका माज्या दाराशी."

मी पाह्यलं की, मामला बिगडत चाललावता, म्हनून म्या धनजीला इच्चारलं,

"पन का? काल तर तुमी मला म्हनालात की, काई हरकत न्हाई, जा म्हनून!"

"त्ये कालचं काल, आज न्हाई जायाचं म्हंजी न्हाई जायाचं! कामं कराया नगं, अन् रांडिच्यांना नाचायला जायचंय," दार धाडदिशी बंद करून तो आत निगून गेला.

रंगली हळूच म्हणाली, "हे कचराचं कारस्तान!"

दुबळी मला म्हनाली, "पन काल तं आमी गोरीबेनला सांगून आलोया न्हवं की, उद्या येतोच म्हनून!"

काय करावं, कसं सांगावं, माज्या लक्षात येत म्हवतं. मी तर पार गडबडून गेलेवते. काल समद्यांनी गोरीबेनला मारे 'होऽऽ' म्हनून म्हटलंवतं. लाली त्यवडी म्हनालीवती "माज्या नवऱ्याला इचारल्याशिवाय मला घराच्या भाईर पन न्हाई पडता येत."

आनि सरला म्हणालीवती, "मी येईन तर खरीच; पन पयल्यांदी घरी इच्चारलं पायजे."

कालीनं मग समद्यांच्या बोलन्याचं सार थोडक्यात सांगितलं. "आमाला पानी घ्यायाचं असलं तरी घरधन्याला इचारावं लागतं, अशी गत हाये! यो तर रस्त्यावर नाटक करायचा मामला, तवा..."

तवा मग गोरीबेन म्हनाली, "तुमी काही काळजी नका करू. जाडियाचं मन मी वळवलंय. आनि तुमचे घरधनी तर पानीसुधीक जाडियाला इचारून पिनारे हायेत ना?"

तवा म्या म्हटलं की, "जाडियासाह्येब काय न्हाय म्हननार; पन त्यो कचरा हरकत घील."

"का पन?" गोरीबेननं इच्चारलं.

तवा म्या सांगितलं, "गोरीबेन, कचराला तुमी न् तुमचं काम पसंत न्हाई मुळीसुद्धा. त्येला ठावं हाये की, तुमी आहात म्हनून ह्ये स्त्रीसंघटन हाये, तुमी आहात म्हनून आमी बाया आपल्या पायावर मानानं उब्या ऱ्हातुया; तवा त्येच्या मनात म्हंजी तुमी त्येच्या वाटंतला काटा! तुमी नसता तर आमची तोंडं बंद केली असतीन् त्यानं कवाच! आनि आता तर तो संस्थेचा मंतरी जालाय आनि समदे पुरुष, अगदी मुखी जिवाजीसुद्दा, त्येच्या जणू खिशात हायेत!

"कोल्हा कसा कोंबड्याला मुंडक्याकडनंच तोंडात पकडतो ना, तसा हा बाकी समद्या पुरुषांना पकडून असतो. मजूर आनून द्यायचे तो पैसं घेतो आनि मजुरी मिळते म्हनून पुरुष समदे त्येच्यासमूर गोंडा घोळतात! अवंऽ, सोताच्या बायकूला त्येच्याकडं पाठवायाबी शरम न्हाई वाटत त्येंना! आमाला ह्ये समदं ठावं हाये गोरीबेन; पन कोन त्येच्या या सगळ्या भानगडीत पडनार वं? निलाजरा, सगळीकडे हव्वे ते धंदे करत हिंडतो न् आमाला म्हनतो, रस्त्यानं जाताना पदर डोक्यावरून, खाली तोंडावर घ्या

म्हनून! सरला त्येवडी बगा त्येला पुरून उरते, त्येला जोड्याशी उबी करते ती! ती न्हाई पदर तोंडावर ओढत का नाही खाली मान घालून चालत. ती अशी वागली तर तिला धाष्ट्र्य व्हतं, कारन तिचा नवरा सरकारी नोकरी करतो आनि ती सोत्ता, सातवी पास हाये. म्हनून तिची गोस्ट येगळी! न्हाई म्हंजी आमी समद्या त्येच्या रागाला भिनाऱ्या; पन कचराभाई तुमच्या न् तुमच्या कामाच्या विरुध तर हायेच गोरीबेन, खरं सांगतीया म्या!''

मला निदान एक तरी बाई माज्या बाजूनं उबी ऱ्हानारी सापडलीवती- सरला, आनि तिनं पन गोरीला स्पस्टच सांगितलं, 'व्हय् हां गोरीबेन, तो जवा न् तवा तुमास्नी शिव्या घालत न् हवं तसं बोलत गावभर फिरत असतो. म्हनाला की, आठ दिसाखाली त्यानं तुमाला भिलोड्यामदी पायलीवती, कुनी मिशावाला व्हता, त्येच्या बरुबर होटेलात बसलावता तुमी न् गोष्टी करत व्हता! असा काईबी बकवास करत असतो!' ह्ये समदं जालेलं मला आत्ता येकदम आठवलं. मी रंगली न् दुबळीकडे बघत ऱ्हाइले. माज्या पाठीकडनं धनजी पिसाळल्या कुत्र्यागत ओरडतच व्हता!

रंगली म्हणाली, ''गोरीबेनना कळवलं पायजे की, तुमाला न्हाई येता येनार असं.'' दुबळी बोलली, ''त्येना तर ठावं हायेच ना की, या गल्ली-नाटकापायी आमाला आखी रात मार बसलाय!''

मंग मी अगदी हळूच सांगितलं, 'जराशानं माजा धनी मोडाशाला जायचाय, जरा उशीर व्हईल मला, तवा तुमी जाऊन गोरीबेनला सांगा, हतं काय चाललंय त्ये!

दोगी गेल्या तशी मी घरात गेले न् नवऱ्याला म्हटलं, ''कशापायी आरडताय? काल तर म्हनालात हो चालंल भाग घेतला नाटकात तर म्हनून!''

धनजीनं आनखी दात-ओठ खाल्ले. ''कचरानं सांगितलंय की, ह्ये गल्ली-नाटक करायचा इचार त्येला पसंत न्हाई आनि त्येचं न्हाई ऐकलं आनि मंग कर्ज मिळवून द्यायला त्येनं मदत न्हाई क्येली, तर खायचं काय? दगड-माती? आता कळलं का काई तरी?''

उन्हाळा खूप आहे. पथ-नाटकाचा मामला फार अवघड होत चाललाय. ही प्रत्येकाच्या प्रतिष्ठेची गोष्ट होऊन बसलीय. कचरा न् सलूजीच्या नेतृत्वाखाली सगळे पुरुष एका बाजूला. गोरीबेनच्या नेतृत्वाखाली सगळ्या बायका दुसऱ्या बाजूला. अगदी अटीतटीची लढाई जुंपली आहे आणि मी त्यात मध्ये सापडलो आहे!

कचरा न् जीवा माझ्या ओट्यावर बोलत बसले होते. मुखी जीवा मला म्हणाला, ''जाडियासाब, ह्ये नाटक बंद पाडायचं काम फक्त तुमीच करू शकाल! मग का

काही पन करत नाहीसा तुमी?''

कचरा बिडीचा धूर सोडत म्हणाला, ''या गोऱ्या मडमेला चांगलाच धडा शिकीवला पायजे! एक दिवस तिलाच माज्याखाली चेंगरून न्हाय टाकली तर बगा! परत नाव न्हाई सांगनार बापाचं!''

आता मात्र मी रागावलो. ''अरे मूर्खा! जरा हळू तरी बोल! न् असं गाढवासारखं काही केलंस तर पोलीसची आणि सरकारी माणसं येऊन पोहोचतील! साल्या, असली काही लफडी नकोत आम्हाला, काय समजलास?''

कचरा वरमला आणि स्वतःचा संताप आवरायला बघता बघता म्हणाला, ''व्हय्, ठावं हाय मला, पन ही मड्डम तर जळूसारकी मागं लागलीया, तं करावं काय तिचं?''

''बुद्दू!'' कचराच्या बगलेत ठोसा मारत मी म्हटलं, ''अरे! त्या गोऱ्या मडमेला तू समजतोस काय? आं? ती काही तुझी लाली नाही, मारपीट करायला आणि ती काही तुझी दली नाही की, हातानं खेचून घरात घालशील तिला! तशीच ती लिंबडा का फुलेरा गावांमधली कुठलीही बाई नाही की, तिच्याबरोबर तू मनमानी करू शकशील. तिला हात लावलास की, पोलीस तुरुंगात टाकतील तुला न् मुतेपोतर मारतील! इथं गावात तुझ्या अब्रूचे धिंडवडे निघतील ते आणखी वेगळं! आणखी एक म्हणजे आत्ता ज्या सगळ्या बायका सीधेपणानं खड्डे खोदायचं न् रोपं लावायचं काम करताहेत, तेही सगळं बंद होईल. गोरीबेननं जे चांगलं काम केलंय, ते साऱ्यांना ठाऊक आहे, तेव्हा असा वेडाविद्रा वागलास, तर अहमदाबादमधल्या समाजसेविका सरकारला आपल्या संस्थेविरुद्ध लिहितील आणि तसा रिपोर्ट गेला की, सरकारी मदत पारच बंद होऊन जाईल! अरे मूर्खा! गाढवा! तुझ्या डोक्यात असं येतंच कसं?'' शेवटी मग मी गप्प बसलो आणि रागानं त्या दोघांकडे नुसता बघत राहिलो. दोघेही चांगलेच चपापले न् सुन्न होऊन बसले. जरा वेळानं मी त्यांना म्हटलं, ''आपल्याला हा खेळ जरा वेगळ्या रीतीनं खेळायचाय, बायकांना भवाई नाटक करायचंय ना, तर हां हां करत राहा आणि असं बघा की, फुलेरा न् रमळामध्ये त्यांचं हे नाटक बघायला चिटपाखरूही फिरकणार नाही. म्हणजे होईल त्यांची फट्फजिती!''

कचरा जोरात डोकं हलवून म्हणाला, ''साह्येब, तुमास्नी आमची अडचन समजत कशी न्हाई? आमच्या बायका बाजारबसव्या रांडांसारकं समद्यांच्या समूर त्वांड दाकिवनार मंग कसं चाललं? आमच्यामंदी असं असतं कदी? ह्ये समदं झंझट त्या गोऱ्या बयेमुळं उबं ऱ्हाइलंय. मी तिला अशी न्हाईच सोडनार!'' रागारागानं त्यानं तोंडातली विडी खाली फेकून, टाचेखाली कुसकरली न् उठून निघून गेला.

मी त्याच्या पाठमोऱ्या आकृतीकडे बघत राहिलो.

माझं मलाच समजत नाही की, हे झालंच कसं! शक्यच वाटत नाही; पण आम्ही ते करून दाखवलं हे खरं आहे. फुलेरामध्ये सर्व गावासमोर, आम्ही पथ-नाटक केलं!

माझं मलाच ठाऊक, किती अनंत अडचणी उभ्या राहिल्या ते! कितीदा तरी असं वाटलं की, सोडून द्यावा हा नाद; अशा वेळी आमच्या या इथल्या बायकांनीच मला धीर दिला आणि मग आम्ही एकमेकींना सांभाळून घेतलं. रंगलीनं तर कमाल केली! तिनं सगळ्याजणींना म्हटलं, "आपल्याला रोज रातचा मार खावा लागतोय. नाटक न करताही आपल्याला मार तर खावा लागतोच, तर मग मार खाऊनही, नाटकबी करायचंच असं ठरवू या!" अगं, माझी रंगली! ही समज, ही दृष्टी, ही ताकद कुठून आली तुझ्यात? एकदा तुझ्या पाठीवरचे वळ न् मला दाखवले होतेस! कसा सहन केलास असा मार तू? खरी भक्कम आहेस तू!

तशा तर दुबळी, धनू, शकरी आणि इतर सगळ्या बायकाही काही कमी नव्हत्या. त्यांनी सर्वांवर चांगला वचक बसवला. पहिल्या दिवशी पंधराजणी होत्या, दुसऱ्या दिवशी आठ आणि मग सातजणीच राहिल्या; पण त्या सातजणींनी नमतं घेतलं नाही. सगळ्या धमक्यांना त्या पुरून उरल्या!

होय आदितीबेन, मला माहीत आहे, तुम्ही मला सांभाळून राहायला सांगितलं होतंत, कबूल आहे. कचरा सुऱ्यानं माझ्यावर वार करणार आहे असा धोक्याचा इशारा तुम्ही मला दिला होतात. तुम्ही, शुभ्रा आणि जनक नसतात, तर आमचं कसं झालं असतं? गल्ली-नाटक कसं करायचं, त्याची आम्हाला तालीम द्यायला तुम्ही आलात, म्हणून तर सगळं चांगलं झालं.

त्या पहिल्या दिवसाची आठवण अजूनही माझ्या मनात ताजी आहे. गोळा झालेल्या पंधराजणींना आदिती न् जनक दोघांनी विचारलं की, त्यांना कुठल्या विषयावर नाटक करावंसं वाटत होतं, तेव्हा सगळ्या नुसत्याच खीऽखी करून हसल्या. त्यांच्या दृष्टीनं शुभ्रा, आदिती ही सगळी अनोळखी, शहरी माणसं होती. त्यांची भाषा, वागणं-बोलणं, चालणं सगळं इथल्या लोकांपेक्षा वेगळं होतं, तेव्हा मग मी त्यांच्याकडून एक छोटा खेळ खेळून घेतला. एकदा त्यांचा संकोच दूर झाल्यावर मात्र मजाच झाली! मग एकहीजण गप्प म्हणून बसत नव्हती! प्रत्येकीला काही ना काही सांगायचं होतं. प्रत्येकजण स्वतःच्या आयुष्यातला किंवा आजूबाजूला घडलेला कोणता ना कोणता प्रसंग नाटकात घ्यायला अधीर होती! मग आमचा उत्साह खूप वाढला. शेवटी मग सरलाबेननी सुचवलेल्या 'जमनाबेनचं स्वप्न' या गोष्टीवर नाटक करायचं आम्ही ठरवलं.

'जमनाबेनचं स्वप्न' ही याच, साबरकांठा प्रदेशातली, आमच्या प्रदेशातली गोष्ट.

आमच्या प्रदेशातली पण जुन्या काळची!

त्या काळी खूप दाट जंगलं असायची. डोंगर हिरवेगार होते. स्वच्छ पाण्यानं, दुथडी भरून वाहणाऱ्या नद्या होत्या. पण- जहागीरदाराच्या जुलमाला काही अंत नव्हता. जुलूम म्हणजे काय हे आजही आम्हाला ठाऊक आहेच!

जहागीरदारानं झाडं कापली. जहागीरदारानं वेठमजूर नेमले. वेठीवर काम करायचं आणि झाडं कापायची; पण तिथं एक जमनाबेन नावाची बाई होती; निर्भय न् खंबीर. ती म्हणाली, झाडं कापलीत तर इथलं जीवनच सुकून जाईल, नष्ट होईल.

सगळे तिला वेड्यात काढून हसले...

तिनं सांगितलं, तसं खरंच झालं! पण तसं होईपर्यंत कुणालाही तिचं म्हणणं खरं वाटत नव्हतं!

किती छान गोष्ट! जुनी– जुनी नाही, नवीच! आजची गोष्ट! सगळ्या बायका सरलाबेनला म्हणाल्या की, जमनाबेनचं काम तुम्हीच करा.

आदिती, शुभ्रा आणि जनक तिघांनी कमाल केली. बायकांकडूनच संवाद तयार करून घेतले आणि ते खूप सुंदर तऱ्हेनं गाण्यांमध्ये, नाचांमध्ये, सवाल-जबाबांमध्ये गुंफले.

पहिल्या पहिल्यांदा खूप गोंधळच व्हायचा. सगळ्या बायका एकदम बोलायला लागायच्या! आपली वेळ यायच्या आतच बोलायला लागायच्या. गाण्याऐवजी शिरा ताणून ओरडायला लागायच्या! जे बोलायचं ठरलं असेल त्याऐवजी पदरचं, मनचं, भलतंच काहीतरी बोलून सगळा विचका करायच्या! पण आदितीनं मोठ्या हुशारीनं सगळ्यांना व्यवस्थित शिकवलं आणि शेवटी मग इतकं सुरेख पथ-नाटक बसलं म्हणून सांगू! फारच छान!

पण चौथ्या दिवशी एकाएकी सगळं कोसळलं! जेमतेम निम्म्या बायका आल्या. रंगली म्हणाली की, बाकीच्यांच्या नवऱ्यांनी साफ मनाई केली त्यांना यायला. या सगळ्याच्या मागे कचराच होता आणि तो होता म्हणून मग मुखी जिवाजी, म्हातारा सलुजी आणि मरताजी, धनजी– नुसते विड्या फुंकत बसणारे पट्टीचे ऐदी लोक! धनजी फारसा धनूला धाकात ठेवत नसे; पण या वेळी मात्र त्यानेही नाटकात भाग घ्यायला साफ 'नाही' म्हणून सांगितलं. अर्थात धनू रोज धनजी घराबाहेर पडला की, गुपचूप नाटकाच्या तालमीसाठी पळून येत असे!

मीच कधीकधी हिंमत हरायची, तेही अजून आठवतं. हरामखोर जाडियासुद्धा जाणूनबुजून अडचणी उभ्या करायचा आणि आपण त्या गावचेच नाही असं दाखवायचा! वचन देऊन आता फिरला होता– म्हणू लागला होता की, मी यात पडलो तर मग तुम्हाला जी सरकारी मदत मिळवून द्यायचीय, त्याची खात्री नाही देता येणार!

त्या दिवशी संध्याकाळी मी खूप उदास न् खिन्न झाले होते, तेही अजून आठवतं. आम्ही फक्त सातजणी राहिल्या होतो आणि ज्या राहिल्या होत्या, त्यांचाही

काही भरवसा नव्हता. यातून कसा मार्ग काढावा काही समजत नव्हतं. दिवसातनं दोनदा नाश्ता करण्यापुरतेही पैसे उरले नव्हते. आदिती, शुभ्रा आणि जनकचं जाण्या-येण्याचं भाडं कसं द्यायचं? फूल नाही तर फुलाची पाकळी अशा स्वरूपाचं मानधन त्यांच्या हातात कुठून ठेवायचं? माझी काळजी आदितीच्या लक्षात आली. ती म्हणाली, "हे पाहा गोरीबेन, मला ठाऊक आहे, तुम्ही पैशांच्या काळजीत आहात; पण एक गोष्ट लक्षात ठेवा. शुभ्रा, जनक आणि मी, पैशांसाठी इथं आलेलो नाही. आम्ही इथं आलोय तुमच्यासाठी अन् तुमच्या या बायकांसाठी, तेव्हा उगीच काळजी करू नका आणि आमच्या बाबतीत तर कुठल्याच तऱ्हेची काळजी करूच नका!"

"पण आम्ही तुम्हाला फार कमी देतोय-"

"कोण म्हणालं? तुम्ही या आदिवासी बायकांसाठी इतकं करताय ते आम्हाला दिल्यासारखंच आहे. मी जे करतेय, ते करण्यासारखं आहे म्हणून करतेय आणि जे काम पंधराजणींना घेऊन करण्यासारखं आहे, ते सातजणींना घेऊनही होऊ शकतं. आपण मनाशी एवढं नक्की करायचं आहे की, नाटक करायचं म्हणजे करायचं!"

जवळच बसलेल्या रंगलीनं आमचं बोलणं ऐकलं आणि तिच्या खास शैलीत ती म्हणाली, "गोरीबेन, आमाला तर असाही मार खावाच लागतो, तो नाटकामुळं एक-दोनदा जास्त वेळा खायचा! त्यानं काय होणार? पन नाटकामुळं आमाला या गावातल्या बायकांच्या मनाला बळ येतंय. आमास्नी वाटतंय की, ह्ये आमच्यासाटी चांगलं हाये. आमाला समद्यांना असंच वाटतंय, तवा तुमी आता नाटक बंद नका करू!" एवढं गंभीरपणानं बोलल्यावर मग ती खट्याळपणानं हसत पुढे म्हणाली, "आनि नाटक करायला आलं म्हंजी नाश्ता मिळतो, तो बंद व्हईल ना नाटक बंद क्येलं तर!"

तिचं हे बोलणं ऐकून मला तर रडूच आलं. किती प्रेम आणि विश्वास होता या सगळ्याजणींचा माझ्यावर! सगळ्याजणींनी जणू बोलून न दाखवता प्रतिज्ञा केली होती की, 'जमनाबेनचं स्वप्न' नाटक करायचंच. मग चर्चा होता होता असंही ठरलं की, आणखी एखाद्या आठवडाभरात पहिला प्रयोग करायचा आणि तोही आठवड्याच्या बाजाराच्या दिवशी फुलेरामध्ये करायचा.

आणि आम्ही तसंच केलं. ठरल्या दिवशी फुलेरामध्ये बाजारासाठी जमलेल्या सर्व बायका-पुरुष, मुलं, सर्वांसमोर आम्ही आमचं गल्ली-नाटक करून दाखवलं. सुरुवातीला मला काळजी वाटत होती की, समजा, पुरुष शिवीगाळ करायला लागले... तर? दगड मारायला लागले... तर? गुरं मध्ये घुसवली... तर? पण यातलं काही म्हणता काही झालं नाही. आम्ही सबंध नाटक नीट पुरं केलं आणि जमलेल्या सर्वांना ते खूप आवडलं.

सरलाच्या गाण्याची लोकांनी वाहवा केली आणि रंगली- दुबळीच्या संवादांना टाळ्या वाजवल्या. नाटक संपल्याबरोबर अनेकांनी प्रश्नांचा भडिमार केला, आपापली

मतंही सांगितली. थोडक्यात म्हणजे नाटक बघून लोकांच्या बुद्धीला चालना मिळाली.

नंतर तर त्या आठवड्याच्या बाजारात आम्ही तेच नाटक एकदा सोडून दोनदा केलं. लिंबडाच्या बायकांनी तर हट्टच धरला की, आम्ही आमचं नाटक घेऊन त्यांच्या गावीपण गेलं पाहिजे. ज्या बायका आपापल्या नवऱ्यांना घाबरून पळून गेल्या होत्या, त्यांनीही येऊन आमचं कौतुक केलं. आता भाग घेणाऱ्या बायकांचा आत्मविश्वास खूपच वाढला. या अगदी सामान्य वाटणाऱ्या अशिक्षित बायका नाटक करून दाखवू शकतात, जुन्या काळची गोष्ट सांगून आजच्या काळातल्या लोकांना काही संदेश देऊ शकतात, स्वतःच नाटक तयार करून, त्यातून तुमची-आमची, सर्वांची गोष्ट सांगू शकतात!

माझी छाती अभिमानानं फुलून आली. या बायकांनी सर्वांना दाखवून दिलं होतं की, सगळ्यांना वाटत होतं, त्यापेक्षा त्यांना खूप समज होती; त्यांच्या अंगात खूप गुण होते.

आणि हा सगळा वेळ जाडिया आणि कचरा कुठे होते? देवाची कृपा की, ते कुठे दिसलेच नाहीत! यज्ञकुंडात हाडकं टाकायला कोणी आलंच नाही याहून चांगलं काय असू शकणार?

जनक आणि आदिती आता परत जाणार होते. त्यांना अहमदाबादला काही काम होतं. शुभ्रा मात्र अजून राहणार होती. तिला इथं राहाणं इतकं आवडलं होतं की, ती जाण्याचं नावच घेत नव्हती!

आम्ही पाचजणी आदिती न् जनकला बसस्टॉपवर पोहोचवायला जाणार होतो. मी सोडून उरलेल्या चौघी अजून आदितीबरोबर आतल्या खोलीतच होत्या. मला त्यांना सांगावं लागलं की, आता फार वेळ उरलेला नाही! तेवढ्यात बाहेरून कोणीतरी हाक मारली अन् पाठोपाठ कचराची बायको लाली आत आली.

"मला आदितीबेनना भेटायचंय," ती म्हणाली. आत गेली आणि जराशानं एकदम बाहेर माझ्याजवळ येऊन म्हणाली, "गोरीबेन, आदितीबेन गेल्या ना की, त्या करायच्या ना नाटकात, ते काम मी करीन, बरं का?"

मला जरा नवल वाटलं. कचरा म्हणजे साऱ्या गावातला सर्वांत बदमाश माणूस! पण लाली पुढे म्हणाली, ते ऐकून तर आणखी आश्चर्य वाटलं. "कचरानं तर साफ 'नाही' म्हणून सांगितलंय, पण तो गेला खड्ड्यात! माझ्या मैत्रिणींनी नाटक केलं, मग मीच का मागे राहू? सांगा ना गोरीबेन, तुम्ही मला करू द्याल ना आदितीबेनचं काम?"

"हो! देईन ना!" आणखी काय म्हणणार?

आदिती बाहेर आली आणि आम्ही सामान घेऊन निघालो. सगळ्या बाजूंनी बायका 'आवजो' 'आवजो' करत होत्या.

बसस्टॉप चिंचेच्या झाडाजवळ आहे. बस यायला अजून वेळ होता. सगळेजण खूप खुशीत होते, गप्पा मारत झाडांच्या सावलीत बसले होते. नाहीतरी बायकांच्या

जातीला हाती घेतलेली कामं नीट पार पाडण्यापलीकडे आणखी काय हवं असतं? शिवाय जनक आणि आदिती जाणार म्हणून जी पोकळी जाणवत होती, ती भरून काढायलाही सगळ्याजणी मला वाटतं बडबड बडबड करत असाव्यात! कोण जाणे केव्हा परत भेटणार होते ते दोघं आम्हाला!

अचानक जीपचा आवाज ऐकू आला. आम्ही मागे वळून बघितलं, तर जाडियाची जीप; पण त्यात समोर बसला होता कचरा आणि गावातले दोन अगदी वाईट गुंड. गचके खात जीप आमच्यासमोरच येऊन उभी राहिली आणि चिक्कार पिऊन झिंगलेला कचरा खाली उतरला. मला वाटलं की, लालीला मारपीट करायला आला असेल; पण तो तर लाललाल डोळ्यांनी आणि घाणेरड्या नजरेनं माझ्याकडे बघत माझ्याच समोर आला आणि ओरडला, "फिरंगी रांड!"

त्याच्या त्या घाणेरड्या शब्दांनी मी आश्चर्यानं थक्कच झाले!

मी काही बोलणार तेवढ्यात त्यानं माझ्या फाडदिशी थोबाडीत मारली न् बरळू लागला, "रांड नाटकं करतीय! आमच्या बायकांना बिगडवतीय, आता दाकवूनच देतो तुला, हरामजादी! बगतोच कशी," बोलता बोलता त्यानं पुन्हा हात उगारला न् पुन्हा मला मारणार, तोच- रंगलीनं त्याच्या हातावर जोरात फटका मारला! आणि मग ती त्याच्यावर भयंकर शिव्यांचा वर्षाव करू लागली! 'आमच्या गोरीबेन'वर हात उचलल्याबद्दल त्याला वाटेल त्या धमक्या देऊ लागली न् शेवटी अनावर संतापानं त्याच्या हाताला कडकडून चावली!

मी भानावर येईपर्यंत ते दुसरे दोन गुंड रंगलीवर तुटून पडले; पण आज तर तिच्या अंगात जणू भूत संचारलं होतं. ती त्यांना पायांनी लाथा मारू लागली, डोकं त्यांच्या अंगावर डोकं आपटू लागली! कचरा किंचाळतच होता.

आता तर सगळ्याच बायकांनी रणचंडिकेचा अवतार धारण केला होता! लाली न् दुबळीनं त्यातल्या एका गुंडाला पकडून त्याचे केस धरले न् थपडावर थपडा मारू लागल्या! वयानं जरा मोठी असलेल्या सरलानंही दुसऱ्या गुंडाचे पाय पकडून त्याला खाली पाडलं. आदिती न् जनक रंगलीच्या मदतीला गेले; त्यांनी कचराला पाडून 'जमीनदोस्त' केलं! धनूनं एक दगड उचलला न् सरलानं खाली पाडलेल्या गुंडाच्या डोक्यात मारला!

तेवढ्यात धडधडत बस येऊन पोहोचली. बसमधली माणसं डोक बाहेर काढून हा अजब तमाशा बघत राहिली.

"हा भडवा" रंगली जोरजोरात ओरडत, कचराकडे हात दाखवत, त्या मंडळींना सांगू लागली, "आमच्या देवीसारक्या गोरीबेनवर हात टाकनार हुता! हा साला समजतो काय सोताला?"

अन् मग पायातली चप्पल काढून कचराच्या अंगावर धावून जात तिनं चप्पल त्याच्या

तोंडावर मारली. तोंडानं शिव्या चालूच होत्या! कचराच्या उभ्या जन्मात त्याचा असा अपमान कधी झाला नसणार! आणि तोही इतक्या लोकांसमोर, एका बाईच्या हातून!

बसमधले लोक 'अशांना असंच पायजे' अशा मूक संमतीदर्शक चेहऱ्यांनी हा सारा प्रकार बघत होते. या प्रकाराच्या धक्क्याने दिङ्मूढ झालेली लाली आता मात्र एकदम रडू लागली. रंगलीनंही हातातली चप्पल कचराच्या तोंडावर फेकली आणि स्वतःच हुंदके देत रडू लागली. कचरा कसा काय तो तसाच जमिनीवर पडून होता. सगळ्यांसमोर इतकी बेअब्रू झाली होती की, तोंड उघडायचीच काय, नजर उचलून कोणाकडे बघायचीसुद्धा त्याची आता हिंमत होत नसावी! मुकाट्यानं मी न् आदिती हळूच लालीजवळ गेलो आणि तिचा हात धरून तिला एका बाजूला घेऊन गेलो.

पडदा पडला होता!

बसड्रायव्हरला निघायचं होतं, उशीर होत होता. आदितीनं माझ्याकडे बघितलं, बसकडे बघितलं. नजरेत प्रश्नचिन्ह होतं- जाऊ की स्थगित करू जाणं? मी हलकेच हसून मान हलवली न् म्हटलं, "ठीक आहे सगळं, आम्ही सांभाळून घेऊ आता!" मग आदिती आम्हाला सगळ्यांना 'भेटली' आणि शेवटी बसमध्ये चढली. तिच्या पाठोपाठ जनकही चढला.

धुळीचे लोट उडवत बस निघून गेली. आम्ही शांतपणे गावाकडे परत फिरलो. साऱ्याजणी गप्प होत्या. शेवटी सगळं एकदाचं नीट पार पडलं म्हणून वाटणारं समाधान आणि अशा वेळी बायकांमध्ये पसरते ती निःशब्द शांतता! फक्त वरचेवर आम्ही एकमेकींकडे बघत होतो. गालांवर सुकलेल्या अश्रूंसह लाली म्लानसं हसली.

मग, जणू वातावरण हलकं करण्यासाठी रंगली मुद्दामच, गरब्याचं एक गाणं गाऊ लागली, 'अमे ईडरियो गढ जीत्या रेऽऽ!' (ईडरचा किल्ला आम्ही जिंकला होऽऽ!)

आणि त्याबरोबर, सगळ्यांच्याच मनावरचा ताण कमी झाला आणि सगळ्याजणी खळखळून हसू लागल्या!

दिवसेंदिवस बायकांची प्रगती चालू आहे; काम चालू आहे.

इथल्या टणक मातीतून घडलेल्या या बायका! जणू जग जिंकायला निघाल्या असतील तसा उत्साह आता त्यांच्या साध्या हालचालीतही जाणवतो.

उद्या सूर्य उगवेल, तेव्हा या टेकड्यांमधला हा प्रदेश काहीसा बदललेला दिसेल त्याला? नाहीच टिकू शकणार, नाहीच होऊ शकणार, अशा रूढिग्रस्त मान्यतांना या नाटकानं सणसणीत धक्का देऊन हलवून टाकलं आहे.

आता या बायका कठोर वास्तवाला टक्कर द्यायला शिकल्या आहेत.

❖

हार खाणाऱ्या त्या आम्ही नव्हे!

जानेवारी महिन्याचा शेवटचा शनिवार. दुष्काळी कामाचा आठवड्याच्या रजेचा दिवस; त्यामुळे बायका रिकाम्या होत्या. त्या दिवशी भिलोडा तालुक्यातील साभरण नावाच्या डोंगराळ मुलखातल्या एका गावात दुपारच्या वेळी बायका गोळा होऊन गप्पा मारत होत्या. बिनधुराच्या चुलींबद्दल, पत्रावळी न् द्रोण बनवायच्या योजनेबद्दल आणि अशाच अनेक विषयांवर चर्चा चालू होती.

आणि मध्येच, या सगळ्या विषयांमध्ये कुठेच न बसणारा विषय सनूनं एकदम काढला, "मला ल्यायाला, वाचायला शिकायचंय!"

बऱ्याच बायका तिच्याकडे आश्चर्यानं डोळे बारीक करून, कपाळाला आंठ्या घालून बघायला लागल्या; पण सनू आपली पुढे बोलत राहिली; "हां! बगा ना, जळ्ला म्येला तो कारकून पैस द्येताना कागुद धरतो समुर न् म्हनतो कर अंगठा! आता तो किती आकडा लिवतो न् किती द्येतो, त्ये त्याला ठावं न् द्येवाला ठावं! तालीम शिबिर भरवत्यात, तितं बी असंच! अवं बसमंदी चडायचं तरी पन घाबराया व्हतं, म्हनून मंग चालत न्हायाचं, न्हाईतर येड्यासारकं धाजनांना इचारत बसायचं की, ही बस कुटं जानार आनि ती बस कुटं जानार म्हनून! आपल्यास्नी ल्यायाला, वाचायला येत न्हाई म्हनून ही रड हाये ना!"

तिचं हे बोलणं मात्र सगळ्या बायकांना पटलं, "व्हय् गं व्हय, खरं हाये बाय तुजं. अडाणी न् आंदळा दोगं सारकंच की!"

थोड्या दिवसांनंतर शेजारच्या सरखी लिमडी गावात कोंबड्या पाळायला शिकवायचं शिबिर करायचं होतं, त्याची मीटिंग होती. साभरण गावच्या बायकांनी लिहायला

वाचायला शिकायचं ठरवलं ती बातमी इथेही पोहोचली होती आणि 'त्याच रोगाची लागण' व्हावी, तशी एक बाई एकाएकी उभी राहून मोठ्यानं म्हणाली, "मला पन ल्यायाला, वाचायला शिकायचंय!"

"हां, मला बी!" दुसरी उभी झाली;

"मला पन" तिसरीनं आवाज दिला.

अन् मग तर एकापाठोपाठ एक बरेच आवाज आले, "आमाला समद्यांनाच शिकायचंय!"

मग काय, ज्यांना शिकायचं होतं, अशा बायकांच्या नावाची एक यादी तिथल्या तिथं तयार झाली. सगळ्या बायकांनी आता पुढे याबद्दल काय करायचं हेही ठरवलं. कांताबेन शिकलेली आहे; तर तिला सांगायचं की, आम्हाला शिकवा लिहायला, वाचायला. संध्याकाळी शिबिराचं काम संपल्यावर घरचं कामधाम आटोपून सर्वांनी शिकायसाठी जमायचं. जिथं लाइट असेल असं एखादं घर भाड्यानं घ्यायचं, तिथं बसायचं न् शिकायचं आणि शिकायचा खर्च म्हणून प्रत्येकीनं एक/एक रुपया द्यायचा महिन्याचा. बस्स! ठरलं, असंच करायचं.

नदी एकदा वाहू लागली की, ती वाहतच राहते, मग कोणी तिला अडवू नाही शकत. तसंच झालं या बायकांचं!

आठवडा उलटला, मग तर लुसाडिया गावी यासाठीच बायकांची एक मोठी सभा भरली. त्यात ठराव करण्यात आला की, त्या वेळी म्हणजे १९८८ मध्ये गुजरातचे जे मुख्यमंत्री होते, त्यांना एक अर्ज करून पाठवायचा. अर्जातल्या मागण्या साध्या, सरळ होत्या. १) आम्ही अशिक्षित बायका आहोत, आम्हाला शिकण्याची इच्छा आहे. २) आम्ही जे हे लिहायला, वाचायला शिकण्याचं काम करू त्याची गणनाही दुष्काळी कामांमध्ये केली जावी, कारण असं काहीही शिकणं हेही एक विकासकार्य आहे. सर्वजण साक्षर होणं हे सर्वांच्याच दृष्टीनं जरुरीचं आणि उपयोगी आहे. 'सया' होत्या, तेव्हा अंगठेबहाद्दर असणाऱ्या भिलोडा आणि मेघरज तालुक्यातील निरक्षर बायकांच्या!

सभेमध्ये या विषयावर बराच वेळ मोठमोठ्यानं चर्चा झाली.

कमळा म्हणाली, "शिकायचं काम म्हंजे दुष्काळी कामच समजलं पायजे; आपुन सुधारलो, तर त्येच खरं मोटं काम व्हईल."

"व्हय्, शंबर टक्के खरं हाये" फूली आवेशानं म्हणाली, "आनि लिवायचं, वाचायचं म्हंजे घुंगट तर न्हाईच ना घ्येता येनार, तवा तोपन आपसुकच जाईल. मंग असं सबेमंदी त्वांड उघडं ठिवूनच बोलता यील आनि गावातल्या कुटल्या कामाचं काईपन ठरवायचं आसंल, तर आमीपन त्यात बोलू."

"व्हय् ना! ह्येच आपलं खरं कल्याण म्हटलं पायजे. आत्ता म्हंजी काय काम घ्येतात आपल्याला, तर या बाजूची माती खोदा, घमेली भरा न् त्या बाजूला नेऊन

ओता, परत खोदा न् परत ओतून या! यानं कसला विकास होनार आपला?''

११ फेब्रुवारीच्या दिवशी सरखी लिमडी गावच्या बायकांनी लिहाय-वाचायला शिकण्याचा श्रीगणेशा केला. सगळ्या बायका मंगळीच्या घरी जमल्या. मंजुलाबेननी त्यांना शिकवायचं कबूल केलं. आलेल्या बायकांचा आकडा साठाच्या वर गेला, त्यातल्या निम्म्या तरी चांगल्या प्रौढ वयाच्या होत्या, बाकीच्या तरुण; काही तर लहान, अविवाहित!

गोगलगायीच्या गतीनं काम चाललं होतं; पण चाललं मात्र होतं! एक/एक अक्षर मुश्कीलीनं ओळखायला शिकावं, त्याहूनही महामुश्कीलीनं लिहायला शिकावं. असं करत करत सबंध बाराखडी पूर्ण केली. मग सर्वांत पहिल्यांदा सगळ्याजणी काय शिकल्या असतील, तर स्वतःचं नाव लिहायला शिकल्या. अरे वा! हे माझं नाव लिहिलंय, मी लिहिलंय? माझं नाव, मग गावाचं नाव, मग पोस्टाचं नाव- म्हणजे सरखी लिमडी, पोस्ट कागडा महुडा, तालुका भिलोडा, जिल्हा साबरकांठा!

मार्च महिना सुरू झाला. १७ तारखेला शामळाजीच्या पूर्वेकडच्या आणि दुसऱ्या थोड्या भिलोडा आणि मेघरज तालुक्यातील गावांतल्या मिळून दहा-बारा बायका मुख्यमंत्र्यांना प्रत्यक्ष भेटायला, 'प्रतिनिधी मंडळ' म्हणून गेल्या. जाता जाता आपसांत म्हणत होत्या, ''असं म्हनत्यात की, आपल्या जातीसारक्याच जातीचा मानूस हाये, तवा आपलं मागनं बराबर समजंल त्येन्ला.''

भेट झाली, बोलणंही झालं. बायकांची विनंती होती की, साक्षरताप्रसाराच्या कामाला दुष्काळी राहत कामांमधलंच एक काम मानलं जावं. साक्षरतेचा लाभ हा तर कायम स्वरूपाचा लाभ आहे. डोंगराळ भागात रस्ते बांधायचं काम म्हणजे तर नुसतं कच्चं काम होतं, दर पावसाळ्यात सगळं धुऊन निघतं!

त्यांचं म्हणणं मुख्यमंत्र्यांना पटलं असावं असं वाटलं. खेड्यातनं आलेल्या त्या निरक्षर बायकांच्या, मागणी त्यांच्यासमोर ठेवण्याच्या पद्धतीनं मुख्यमंत्री खूश झाले होते असं वाटलं. अगदी नम्रतेनं, सज्जनतेनं वागून, त्यांनी मोठ्या चातुर्यानं उत्तर दिलं, ''तशी तुमची मागणी तर काही अवघड नाही आणि वाजवीपण आहे; पण तरी, या दोन गोष्टी वेगळ्या आहेत. दुष्काळी काम वेगळं अन् साक्षरताप्रसार हे काम वेगळं. काय आहे, या सरकारी कामात अशी भेळमिसळ करता येत नाही. तरीही, बघू या, विचार करू; तुम्ही निघा आता.''

बायका एवढीशी तोंडं करून परतल्या; पण सगळ्या बायका नाउमेद झाल्या नव्हत्या. सरखी लिमडीच्या बायका निराश झाल्या नव्हत्या, कारण त्यांना लिहिता-वाचता यायला लागल्यापासून त्यांना उत्साह आला होता. त्या पटदिशी हार मानायला तयार नव्हत्या. अर्थात त्यासाठी त्या खूप कष्ट सोसत होत्या. रोज तांबडं फुटायच्या आत उठायचं, घरचं काम भराभरा आटोपून, उजाडता गावाबाहेर पडून, थोड्या टेकड्या ओलांडून दुष्काळी कामावर हजर व्हायचं; दुपारी जी घटकाभर विश्रांती

मिळेल तेवढीच. बाकी सारा दिवस कष्टाची मजुरी उपसायची. संध्याकाळी थकूनभागून अन् भुकेजून घरी परतायचं. अंघोळ करून स्वयंपाक करायचा, सगळ्यांची जेवणं उरकून स्वतः जेवायचं, जरा मुलांजवळ बसायचं आणि रात्री आठ वाजता पुन्हा सर्वांनी मंगळीबेनच्या घरी जमायचं!

शिकायला सगळ्या तयार, उत्साह दांडगा; पण बरेचदा लाइटच जायचा. मग त्या बसून गाणी म्हणायच्या किंवा कावळा-कोकिळेचा खेळ खेळायच्या. अशा खेळात मग त्यांना शेजारणीचं नाव कसं लिहायचं ते, 'क ला कान्हा का' असं बोलत शिकायला मिळतं. इतका दृढ निश्चय आणि दुर्दम्य उत्साह असला म्हणजे कोण त्यांच्या शिक्षणाच्या आड येऊ शकणार? हे सारं करता करता एकीकडे आपोआपच त्या एकमेकीला मदत करायला, आधार द्यायला शिकताहेत ते वेगळंच!

एप्रिलच्या तेवीस तारखेला आठवड्याचा शेवटचा दिवस शनिवार होता. तो परीक्षेचा दिवस होता. सर्वांच्या परीक्षा सर्वांच्या समोरच होणार होत्या. प्रत्येक बाई समोर येऊन खडूनं फळ्यावर स्वतःचं नाव लिहायची, मग बाकीच्या बायका टाळ्या वाजवायच्या. सरखी लिमडीच्या प्रत्येक बाईनं परीक्षा दिली आणि सर्वांनी एकमेकींना 'पास' केलं! निकाल जाहीर झाला - शंभर टक्के! मग सगळ्यांनी बसून गप्पा मारत, हसतखेळत चहा प्यायला.

वर्ग बंद करायची वेळ आली तशी शिक्षिका मंजुळा म्हणाली, ''आज आपणा सर्वांसाठी आनंदाचा दिवस आहे. आपण आज जिंकलो आहोत. आपल्या क्लासमधल्या वयानं सर्वांत मोठ्या, पन्नास वर्षांच्या शकुबेनला मी फळ्यावर लिहिताना बघितलं आणि त्यांच्या नुकत्याच लग्न झालेल्या लेकीला लाडूबेनलाही लिहिताना बघितलं. दोघींनाही आता लिहिता-वाचता येऊ लागलंय,'' मंजुळा आणखी बोलू शकली नाही. तिचा गळा दाटून आला होता, तिला रडू फुटलं!

मंगळीबेन उभी राहून बोलू लागली. ''एक वर्षापूर्वी आपली काय परिस्थिती होती, ते आठवा. आपल्या नवऱ्याचं नाव आपण तोंडानं घेऊ शकत नाही, मग लिहायची तर बातच कुठे? पण या मंजुलाबेनचं देव भलं करो, त्यांच्यामुळं आज आपण आपल्या घरधन्याचं नाव बोलूही शकतो आणि लिहूपण शकतो-''

मग कमळाबेन, जिनं सरखी लिमडीमध्ये शिक्षणाची सुरुवात केली आणि जी सर्वांना मुख्यमंत्र्यांकडे घेऊन गेली होती, ती म्हणाली, ''मलापन दोन शब्द बोलायचे हायेत. गेल्या महिन्यात आपुन समद्या मुख्यमंत्री सायबांना भेटाया गेलोवतो, आपुन त्यांना आपलं म्हननं सांगितलं. सायेब बोलायला तर गोड बोलले, पन मंग केलं कायबी न्हाई! आपल्यालाच वाटलं की, लिहायला - वाचायला न येणं म्हंजे शाप हाये, तवा आपुनच त्याचा विलाज काडला, आपला आपुन; आपल्याच म्हेनतीनं. आनि बगा! आज आपुन कोनीपन आंदळ्या न्हाई, अंगटाछाप न्हाई! तवा बायांनु, सरकार मदत दील, तरच आपुन

फुडं जाऊ, तरच आपलं भलं हुईल असं न्हाई, खरं ना? कुटल्या येगळ्या संस्थेची गरजच न्हाई, आपुन आपलंच शिकू शकतो. गेल्या दोन महिन्यांमंदी आपन सरखी लिमडीच्या बायकांनी ह्ये करून दाखिवलं हाये. आपन आंदळे व्हतो, आता आपन बघू शकतोय!''

❖

जिवंत राहायचं; पण आपला मान राखून!

त्यानं प्रथम तिला रामेराजवळच्या कामावर बघितली.

शामळाजी पलीकडच्या हायवेवर, पालनपूर आणि नवा सामेरा जंक्शनच्या मध्ये जो नवा रस्ता केलाय, तिथं रामेर गाव आहे. जिल्हा परिषदेनं तीन किलोमीटर रस्ता बांधायची परवानगी दिली आणि लगेचच व्होरानं हिशोब मांडायला सुरुवात केली! फायदाच फायदा होणार होता या कामात! दोन-एक महिन्यांत सहज तीन लाख रुपये कमावता येणार होते! तेव्हा मग त्यानं त्याचा मुकादम काळाभाईमार्फत आजूबाजूच्या गावांमधून मजूर - फक्त आदिवासी मजूर मिळवायची व्यवस्था केली. पंधराच दिवसांत तिथं शंभराच्या वर आदिवासी मजूर हजर झाले. त्यात जास्त बायकाच होत्या. रस्त्याच्या कडेची लाल माती खोदायची आणि ती रस्त्यावर पसरायची, हे काम सुरू झालं. व्होराला तर या आदिवासी बायकांकडून काम करून घेणं फार पसंत असायचं. सारा दिवस जेवढं करवून घ्यावं तेवढं काम करायच्या आणि रात्री बोलावलं की मुकाट त्याची 'सोबत' करायला यायच्या! त्यामुळे कामही होत होतं आणि वर मजाही करायला मिळत होती- व्होरा खूश होता!

"काळाभाई, तीऽ बाई कोण आहे?" त्यानं मुकादमाला विचारलं.

"कुटली? ती व्हय?" व्होरानं बोट दाखवलं होतं, तिकडे बघत एक पिचकारी टाकता टाकता काळाभाई म्हणाला; मग त्यानं आठवल्यासारखं दाखवत सांगितलं,

"हां हां! ती व्हय? ती तर नवी हाये सायेब, म्हणत असला तर माहिती काडून आनतो!"

जिवंत राहायचं; पण आपला मान राखून! । १३९

"हां, तसंच करा न् मग सांगा मला," म्हणत व्होरा तिथून गेला; पण त्या बाईची आठवण येत राहिली. घामानं भिजलेलं शरीर, लाल मातीनं माखलेले हात पाय न् तोंड; पण त्याच्या लक्षात आली होती न् मग लक्षात राहिली होती, ती तिची निस्तेज, निरुत्साही, जणू मेलेली नजर! कुणाला स्वतःबद्दल काहीही समजू देणार नाही अशी. त्या नजरेनंच त्याचं लक्ष वेधून घेतलं होतं.

रमणलाल तीन रोडरोलर आणण्याऐवजी दोनच घेऊन आला. व्होरा आल्याबरोबर रमणलाल डोळे मिचकावत म्हणाला, "काय अरविंदभाई? काम संपवायला उशीर होणार काय आपल्याला? चलो यार, कोंबडी न् मोहाची बाटली तयार आहे, येणार ना?" ते दुपारी जेवायला बसत असत, त्या पत्र्याच्या खोलीकडे व्होरा चालायला लागला. रमणलालच्या नोकरानं- सलूनं सलाम ठोकला आणि दोन-तीन ग्लास आणून ठेवले. दिवस मावळेपर्यंत बऱ्याच गोष्टींची चर्चा करायची होती त्यांना; त्यामुळे रात्री झोपायला गेला, तोपर्यंत बाईची व्यवस्था झाला की नाही, ते विचारायला व्होरा विसरला होता; पण काळाभाई तसा व्होराच्या सर्व 'गरजा' लक्षात ठेवणारा माणूस होता! कामाच्या जागी व्होरानं तीन रात्री घालवल्या होत्या आणि तीनही रात्री काळाभाईनं तीन वेगवेगळ्या तरुण मुली पाठवून दिल्या होत्या. त्या रात्री त्याला संतुष्ट करून जायला निघालेल्या मुलीचं मनगट पकडून त्यानं एकदम विचारलं, "एऽऽ, ती रामेराहून आलेली नवी बाई कोण आहे? हिरवा घागरा घालते, ती?" पोरगी खीऽखी करून हसू लागली. पैसे मिळाले म्हणून ती खूश होती. अठरा विश्वे दारिद्र्यात जगणाऱ्या या मुलींना खूश करणं अवघड नव्हतं!

"साह्येब, कमळीबद्दल म्हनताय व्हय?"

"कमळी?"

"हां जी. ती तशी तर फुलेराची; पण राहते रामेराला. नवरा ग्येलाय तिचा."

"हं?"

पोरगी निघून गेली. व्होरा कुशीला वळून गाढ झोपी गेला. सकाळी व्होरानं काळाभाईला बोलावलं

"त्या बाईचा तपास केला?"

उत्तरादाखल काळाभाईनं स्वतः मूर्ख पण बदमाश असल्यासारखं हसत सांगितलं, "जी, जी सायेब, तुमी काम सांगितल न् मी इसरलो असं कधी हुईल? तिचं नाव हाये कमळी. कमळी अजित भागोरा." पत्ते पिसत असेल तसा शब्द वेचत वेचत पुढे म्हणाला, "अजित तिच्या नवऱ्याचं नाव. खूप दिवसांपूर्वी म्येला. हतं पादरी लोकांचं चरच हाये न्हवं, तिथलं समदं काम बघत हुता. म्येला तर म्येला; पन कमळीच्या पदरात पाच पोरं सोडून गेला."

व्होराला जरा नवलच वाटलं. अजून भर जवानीत असलेल्या कमळीचा 'कब्जा'

कुणाकडेच नाही? असं कसं? "म्हणजे तिचा 'मालक' कुणी नाहीच?" त्यानं कुतूहलानं विचारलं.

"तुमी म्हनता तसं खरं हाये साह्येब. एकच, असा ताबेदार न्हाई तिचा. पन कंदीमंदी सवाजी मुखी, कदी रमणलालसायबांचा मुकादम, असं चालतं कवा कवा! या समद्यांमदी अमरत सर्वांत जास्तींदा येतो." मग व्होराच्या कानात सांगावं तसं म्हणाला, "तुमास्नी हवी असंल, तर सवालच न्हाई साह्येब! म्हनत असाल तर आज रातची व्येवस्था करून टाकतो!"

पण काही कारणानं त्या रात्री व्होराला रामेराला राहणं शक्य नव्हतं. दुसऱ्या दोन ठिकाणी त्याची कामं चालू होती; एक हिंमतनगरजवळ आणि दुसरं हायवेवर. रमणलाल न् व्होरा तिकडे जीप घेऊन गेले आणि सबंध दिवस त्या दोन जागी फिरले. रात्री हिंमतनगरला राहिले. सकाळी रमणलाल महेसाणाला गेला. व्होरा मजुरांच्या पगाराची पैशाची पेटी घेऊन शामळाजीच्या बाजूला निघाला. रस्त्यात दोन ठिकाणी काही कामांसाठी थांबावं लागलं; त्यामुळे तो रामेराला पोहोचला, तेव्हा संध्याकाळचे पाच वाजायला आले होते.

अजूनही चांगलंच ऊन होतं. चारी बाजूंनी उन्हाच्या झळा मारत होत्या, धूळ उडत होती. बायकांनी त्या दिवसाचं काम जवळजवळ संपवत आणलं होतं आणि मग सगळ्याजणी मुकादम केव्हा हिशोबाच्या वहीत अंगठा घेऊन, पैसे देईल त्याची वाट बघत 'लायनीमंदी' बसल्या होत्या. काळाभाईची दुसरी दोन माणसं- एक कारकून आणि त्याचा एक मदतनीस, पैशाची मजबूत पेटी उचलून घेऊन आले. ती उघडून देऊन व्होरानं त्या दोघांच्या हवाली केली आणि मग तो त्याच्या पत्र्याच्या खोलीत चहापाणी करायला गेला.

दिवस ढळला होता, तरी उकाडा कमी झाला नव्हता. आणखी अर्ध्या-पाऊण तासात सूर्य पलीकडच्या डोंगराआड जाईल आणि मग हवेत जरा थंडावा येईल. अशा वेळी व्होरा नेहमी शेजारच्या उथळ तलावावर जायचा, जरा डुबक्या मारल्या की, त्याला गार वाटायचं; पण आज तो चहा पिता पिता कसल्याशा विचारात गढला होता; त्यामुळे खोलीतच होता. तेवढ्यात त्याला बाहेर एकदम गलका, आरडाओरडा ऐकू आला.

"पुरं चौदा रुपये द्या. सही घेता चौदावर आनि द्येता अकरा, ह्ये कसं?"

"चूप एऽऽ! घ्यायचे तर घे नाहीतर हो चालती!" काळाभाईनं दरडावलं.

"अरं, दमदाटी ऱ्हाऊ दे तुजी! आमी समद्या चौदा/चौदा रुपये घेतल्याबिगर हतनं हलनार न्हाई!"

आणखी आरडाओरडा, धाक - धमक्या. दोन पुरुष वाटेल त्या शिव्या देत होते आणि बायका किंचाळत, ओरडत, भांडत होत्या.

चहाचा कप बाजूला ठेवून व्होरा बाहेर आला. त्याला बघितल्याबरोबर बायकांनी आणखी गलका केला. ''व्होरासाह्येब, यो काळाभाई चोर हाये.''

''साह्येब, हा काळू पैसेखाऊ हाये.'' पुरुष-बायका, सगळेच मजूर गोंगाट करू लागले.

काळाभाई आणि त्याचा मदतनीस एका लहान टेबलापाशी दाटीवाटीनं बसले होते. व्होराच्या लक्षात आलं की, आरडाओरडा करणाऱ्या बायकांमध्ये प्रामुख्यानं होती तीच– कमळी, जिच्याबद्दल त्यानं चौकशी केली होती.

''काळाभाई!'' व्होरा ओरडला, ''काय दंगा चाललाय हा? कशासाठी?''

''साह्येब,'' कमळी न् दुसऱ्या दोघी-तिघी भराभरा त्याच्याकडे येऊन सांगू लागल्या, ''हा मुकादम पैसे खातो. चौदा रुपयांऐवजी नेहमीच अकरा रुपये देतो, आता तुमीच सांगा साह्येब, असं चालंल व्हय?''

साल्या रांडा! आज पहिल्यांदाच हे असं होत होतं! हरामजाद्यांना आजपर्यंत वाचता येतच नव्हतं, ते वरचे तीन रुपये व्होराच्याच खिशात जात असत. आणि वर आपापल्या बायकांच्या मजुरीचे पैसे घ्यायला नवऱ्यांनी यायचं, असा पायंडा व्होरानं पाडला होता. एक शब्दही विरुद्ध न बोलता ते मुकाट्यानं दिलेले पैसे घेत असत. तेही खूश; व्होराही खूश! दुष्काळी काम सुरू झालं की, व्होराची मजा असायची तशी त्यांचीही आणि इथं कुठं मजुरांना तोटा होता? काही तक्रार केली असती कोणी तर त्याला काढून दुसऱ्याला ठेवलं असतं! हे ठाऊक होतं म्हणून नवरे समजून होते की, गप्प बसलेलंच बरं! आणि मजुरांना घेऊन यायचा काळाभाईच की नाही? त्याच्यामुळंच तर गावातल्या पुरुषांना हे पैसे मिळत होते.

आता 'काठी मोडू न देता साप कसा मारावा' या विचारात व्होरा पडला. सामोपचारानं काम होत असलं, तर उगाच तंटा कशाला उभा करायचा?

''काळाभाई बरोबरच देतोय की, चौदा रुपयेच देतोय तो!'' व्होरानं काळाभाईला सावरून घेऊन, गोड बोलून मिटवायचा प्रयत्न केला.

''न्हाई सायेब, अकराच द्येतो तो, मोजा ना तुमीच.'' कमळी म्हणाली आणि मग त्याच्याकडे सरळ रोखून पाहत म्हणाली, ''सायेब, आमालापन मोजायला येतंय. खोटं कशापायी बोलतायसा?''

ते ऐकल्याबरोबर एक पुरुष एकदम संतापून तिच्या अंगावर धावून गेला, ''साली! सायबांना न् चोर म्हनतेस काय? इकडचं थोबाड तिकडे करून टाकीन. काय समजलीस काय?'' असं ओरडत त्यानं त्वेषानं हात उगारला; पण कमळीनं त्याचा वार चुकवला आणि मग संतापून दात-ओठ खात, मुठी वळून ती ओरडू लागली, ''अरं ए मनजा, मला हात लावूनच बघ काय होतं ते!'' मनजी रागानं लालेलाल झाला; पण कमळीचा अवतार बघून तो धुसफुसत तसाच उभा राहिला.

व्होरानं खाली वाकून काळाभाईच्या कानात म्हटलं, "आत्तापुरते सगळ्यांना पुरे पैसे देऊन टाका, मग बघून घेऊ." आणि मग सगळ्यांकडे बघून रागानं म्हणाला, "अरे, या अरविंद व्होराला तुम्ही काय चोर का ठग समजलात? आँ? तुम्हाला द्यायचे पैसे बरोबरच देतो आम्ही. आता काळाभाई देतोय ते नीट मोजून घ्या."

आपल्या खोलीकडे परत जाता जाता रागानं धुसफुसत तो स्वतःशी पुटपुटत होता, "रांड! माझ्याशी तंटा करायला उभी ऱ्हाइली! नाही तुला आडवी केली तर नाव बदलीन! तुला न् तुझ्या सगळ्या साथीदारणींना दाखवूनच देईन- इथं कामालाच येऊ देणार नाही- समजल्यात काय? किती होत्या त्या? पाचजणी? वर तोंड करून म्हणतात आणखी 'आमाला मोजता येतंय' म्हणून! मला चोर न् ठग म्हणतीय! बघून घेईन रांडे तुला! शेवटी कोण जिंकतंय, बघूच या! हं:! मोजता येतंय म्हणे!"

नंतर काळाभाई आला, तेव्हा व्होरानं विचारलं, "हा तंटा उभा कसा झाला काळाभाई?"

"अवं काय सांगू साब," कपाळावर हात मारत काळाभाई म्हणाला, "ती साली कमळी सगळ्यांना फूस लावते. म्हनते की, रमणलालसाह्येब चौदा रुपये देतात, सुणोखजवळचे दुसरे ठेकेदारपण चौदा देतात, मग व्होरासाह्येबच तीन रुपये कमी का म्हणून घेतात?"

"हरामजादी!" जोरात थुंकून व्होरा म्हणाला, "पाठवून दे तिला माझ्याकडं!" काळाभाईनं एक दीर्घ सुस्कारा टाकला, "ते यवडं सोपं न्हाई बॉस! तिच्या पाठीशी पुष्कळ बायका हायेत आणि त्या अमरतची ती–" घाणेरडे हातवारे करत तो पुढे म्हणाला, "तवा त्ये यवडं सोपं न्हाई साह्येब."

"असं?" तोंड वाकडं करून व्होरा म्हणाला, "तर मग तिला न् तिच्या मैतरणींना काढून टाक कामावरून. दे हाकलून साल्यांना. म्हणजे मग बरोबर धडा शिकतील!"

काळाभाईनं बाहेर जाऊन शिट्टी वाजवली, तशी जराशानं मनजी आला, "काय हाये साह्येब?"

"साह्यबांना कमळी न् तिच्या मैतरणी हतं नको हायेत. त्येंना सांग की, घरी चालू लागा. समजलं?" मनजीनं खूश होऊन मान डोलवली.

"मला हितं त्यांची तोंडं बघायचीच न्हाईत, दे हाकलून समद्यांना!" काळाभाईनं परत सांगितलं, पुन्हा मान डोलवून मनजी निघून गेला.

काळाभाईनं मोहाची बाटली काढली, दोन ग्लास भरले. "साब, काय सांगावं? नशीब आहे!" म्हणत त्यानं गटागटा पिऊन ग्लास रिकामा केला. व्होरा सावकाश पीत होता. काळाभाईच्या खांद्यावर हात ठेवत त्यानं विचारलं, "या कमळीबद्दल सांगा

ना आणखी थोडं.''

काळाभाई सांगू लागला, ''साब, हिचा नवरा अजित भागोरा. आता त्याच्याइतकं तर काय मी वळकत न्हाय तिला! मी मागं सांगितलंवतं न्हवं तुमाला की, तो कळाणपुराच्या चर्चचं समदं काम बगत व्हता. घर, व्हीर, नदीवरचा बांध, सगळ्या बांधकामाचा पैसाही त्येच्याजवळ असायचा. त्येच्याजवळ पैसा असायचा म्हनून ही कमळीपन चिकटली त्येला जाऊन!''

''असं कोण म्हणतं?''

काळाभाई हसला, ''अवं, कोन म्हनून काय इचारता सायेब? अवं गावातल्या ल्हान पोराला बी ठावं हाये! शेतात काईपन काम करायला अजितकडनं पैसे हवं असलं तर परथम कमळीकडं जायचं न् तिला थोडं पैसं द्यायचं की, मिळायचे अजितकडून पैसे! हंऽऽ!'' स्वतःसाठी दुसरा ग्लास भरत तो बोलत राहिला, ''हा अजित चर्चचं काम तं चांगलं करायचा; पन त्याची सोताची सात पोरं होती. पयल्या बायकूची दोन आनि कमळीची पाच! म्हनून तर कमळीची पैशाची ओढातान व्हतीय ना! पन बाई जबरी हाये हां साब! पैसै मिळवती, पोरांना खाऊ घालती; ह्ये तर जालंच; पन आजूबाजूच्या बायकांना गोळा करून त्येंना काम करायला, बोलायला, वाद घालायला शिकवती. मंग त्या बायका आपापल्या नवऱ्याशीपन वाद घालतात, कामाला जातील तिथं बी आजच्यासारका दंगा करतात; अवं अशी हाये ही कमळी!''

असं होतं तर! या बायकांना भरीला घालणारी कमळी होती.

''ही मोटी झाली रामेरा, कळाणपुरा आनि सामेरा या गावांमदी. त्यानं काय व्हतं की, तिच्या बाजूनं हिंदू न् किरिस्ताव दोनी बायका येऊन उब्या ऱ्हातात. आता त त्येंनी स्त्री संघटना की काय म्हनतात तेपन उबं केलंय आनि त्येंच्या गावामदी दुधाची सहकारी मंडळीपन काढलीय! तुमी हिचंच तं काय घिऊन बसलात साब, अवं, आमी गावचे मरद लोक बसून बगत ऱ्हातो न् या बायका कासटा घालून या न् त्या कामात नाक खुपसत बसत्यात!''

व्होरानंही आता दुसरा ग्लास भरला. तो या वेगळ्या बाईबद्दलच विचार करत राहिला.

''अन् मग तिचा नवरा अजित भागोरा म्येला. आता बगा, न्हाई न्हाई तरी सहा वर्सं झाली असतील. तवापास्नं साब तुमास्नी मगा म्हटलं ना, तसे हिला भाकरीचे वांधे पडाया लागले. त्यात आणि हिच्या जमिनीचा तंटा उबा जालाय. हिची पोरं बेवारशी गुरासारखी भटकत असतात, त्येंच्याकडं बगायला कुणी ऱ्हाइलं न्हाई ना! कमळीच्या मनात ही चिन्त्या असतीया की, या पोरांना कशी आपल्या कयात ठिवू? तवा आता आलं ना लक्षात साब की, ही त्या अमरतला का जवळ करते?

''अमरत? रमणलालचा मुकादम?''

"हां साब. तो नानी सामेराचा हाये. या रस्त्याच्या कामावरच दोगं भेटतात, खूप जवळीक हाये दोगांची. कमळीच अमरतसाटी दारू आनते, कोंबडी रांधते न् मंग दोगं रातभर- अवं लाजाच न्हाईत साल्यांना! अवं, समद्या गावासमूर तो अमरत हिला सायकलवर मागं बसवून घिऊन जातो! मी म्हनतो–"

"की, ती त्याची रखेल आहे, असंच ना?"

"तसं तर न्हाई साब, कारन अमरत असा काई मालदार मानूस न्हाई की, बाई ठिवायची चैन परवडंल त्येला. आन् त्याच्या बायकूला दोन चांगले मुलगे हायेत, मंग तो कशाला वं रखेल ठेवेल? आनि अमरतच्या घरातली मानसं काय हिला घरात शिरू द्येतील व्हय त्येंच्या? तरीपन, दोगं एकमेकांवर लट्टू हायेत आनि तो तसा तिच्यावर पैसे तर खरचतोच."

"तुम्हाला हे सगळं कसं माहीत काळाभाई?"

"अवं, मला कसं ठावं नसेल साब?" चौथा ग्लास गटागटा पिऊन पुरता झिंगलेला काळाभाई आता बरळत होता, "गेल्या महिन्यात एक दिवस रमणलाल साब न्हवतं, अमरत पन न्हवता, तवा मी या कमळीला घरात बोलवलीवती, न."

बीभत्स चाळे न् हातवारे करत काळाभाईनं वाक्य पूर्ण केलं, "अवं, लई मज्या येती तिच्याबरुबर! जे मागंल ते पैसे द्यायचे, पण..."

तेव्हा काळाभाईनं सांगितलेली कमळीची कथा ही अशी होती. व्होरानं दोन दिवसांपूर्वी तिलाच घेऊन यायला काळाभाईला सांगितलं होतं आणि ही तीच बाई होती, जी पगारावरून इतर बायकांना भरवून देऊन काळाभाईशी भांडायला उभी राहिली होती

"हिला तर मी..." व्होरानं मनाशी खूणगाठ बांधली.

मध्यरात्र होत आली. झिंगलेल्या व्होराला आता झोपही येत होती. काळाभाईला परत पाठवून तो आडवा झाला. रात्री मध्येच तो जागा झाला, तेव्हा शेजारी कुणीतरी बाई काळाभाईनं पाठवलेली होतीच. नंतर तो परत जो झोपला, तो सकाळी उशिराच उठला.

दुरून कुदळी-फावड्यांचे आणि मोठ्यामोठ्यानं बोलण्याचे आवाज येत होते. आता खूपच उन्हाळा होता म्हणून आदिवासी सकाळी लवकर कामाला लागायचे, मग दुपारी जरा जास्त आराम करून दुपारनंतर पुन्हा कामाला लागायचे. व्होराला रात्रीचं सारं आठवलं. त्यानं घड्याळ बघितलं. नऊ वाजायला आले होते. कामाला लागणं जरूर होतं. आज काही गोष्टींचा निकालही लावायचा होता

पण माणूस ठरवतो एक आणि देवाच्या मनात दुसरंच असतं. आपण योजना करत राहतो; पण त्या पार पडायच्या मधल्या काळादरम्यान आयुष्य दुसरंच काही उभं करत असतं.

त्या दिवशी काळाभाईनं कमळीची 'व्यवस्था' करायच्या आधी भलतंच झालं. स्टीमरोलरखाली येऊन काळाभाई चेंगरून मेला! व्होराचासारा दिवस पोलिसांबरोबर गेला. होता तर उघडउघड अपघात, तरीही पोलिसांना थोडे पैसे चारावेच लागले; पण शेवटी संपलं एकदाचं सगळं. मात्र, या भानगडीत व्होराची तिथून उचलबांगडी झाली. रामेराचं काम त्याला सोडून द्यावं लागलं. मग त्यानं इतर कामांमध्ये जास्त लक्ष घालायला सुरुवात केली. या सगळ्या कटकटीत कमळी आणि इतर आदिवासी बायकांचा विचार त्याला सोडून द्यावा लागला.

हे असंच चालू राहिलं असतं तर व्होरानं कमळीचा पिच्छा पुरवायची वेळ परत आलीही नसती; पण जिथं रमणलालचं काम चालू होतं, त्या ईडर गावी व्होराचं काही काम निघालं. बोलता बोलता व्होरा रमणलालला सांगू लागला की, या भागात मजूर मिळवणं फार अवघड होतं, मजूर पकडून आणायला थेट साबरकांठाला, राजस्थानच्या सरहद्दीपर्यंत जावं लागायचं.

"हे तर मुकादम कसा मिळतो त्यावरही अवलंबून असतं, चांगला मुकादम मिळाला की, अर्धं काम झालंच समजा," रमणलाल म्हणाला.

"होय ना" व्होराला पटलं, "मला अशीच खूप मदत करणारा माझा मुकादम काळाभाई म्हणून होता, तो पाच महिन्यांपूर्वी हिंमतनगरजवळ रामेराला अपघात होऊन मेला!"

रमणलालला काळाभाई आठवत होता. मग त्यानं जरा विचार करून म्हटलं, "माझ्याकडे आणखी एक चांगला मुकादम आहे, अमरत त्याचं नाव; सध्या इथं ईडरमध्येच आहे तो." अमरतचं नाव ऐकल्याबरोबर व्होरा लगेचच म्हणाला,

"माझी भेट करून द्या ना त्याची."

एक काळा, तोंडावर देवीचे वण असलेला माणूस आला. आल्याआल्याच त्यानं व्होराला हसून सलाम केला.

"काय, कसं काय अमरतभाई?"

"ब्येस हाये साब. तुमी दिसला न्हाईत या भागात अलीकडं?"

"माझं काम आता हिंमतनगर बाजूला आहे. इथं असाच दुसऱ्या कामासाठी आलो होतो."

रमणलालनं तीन ग्लास चहा मागवला. "आणखी काय अमरत?" व्होरा विचारू लागला. "बायकोला इकडंच आणता का बरोबर?"

"कोण? सूकी म्हणताय?"

"नाही, कमळी. रामेराला कमळीच होती ना तुमच्याबरोबर?" अमरत हसला.

"हां साब. ती आहे इथंच." चलाख अमरत समजून गेला न् पुढे म्हणाला, "हवं तर तुमच्याकडे-"

"हां, तिला पाठवा माझ्याकडे, आत्ताच!"

"आत्ता?" ही मात्र शर्थ होती, अमरतला वाटलं.

"हं, आत्ताच! मी शेजारच्या हॉटेलमध्ये उतरलोय. कमळीला पाच मिनिटं पाठवा जरा माझ्या खोलीवर."

रमणलालनंही जरा चमत्कारिक वाटून व्होराकडे बघितलं; पण काही बोलला नाही. दहा-पंधरा मिनिटांतच कमळी हॉटेलमध्ये व्होराच्या खोलीवर आली.

व्होरासमोर ती उभी होती. पाच-सहा महिन्यांपूर्वी व्होरानं तिला पाहिली होती; पण आज अगदी उघडउघड नीट निरखून पाहिली. बहुतेक आदिवासी बायका असतात, तशी ती मध्यम उंचीची होती. स्वस्तातली नायलॉनची निळी साडी तिनं नेसली होती. रंग गोरा; पण हात कोपरापर्यंत आणि चेहरा उन्हानं रापून काळवंडला होता. पाय कामावरच्या चिखलानं आणि सिमेंटनं माखले होते. शरीर पुष्ट आणि टचटचीत! घामानं भिजलेली.

व्होरा तिच्याकडे बघता बघता वासनेनं पेटून उठला. काळाभाईच्या अपघाती मृत्यूमुळं त्या वेळी हिला दाखवून द्यायचं राहूनच गेलं होतं. याच बाईनं तेव्हा त्याला आव्हान दिलं होतं. त्याच्या दृष्टीनं सगळ्या आदिवासी बायका म्हणजे हव्या तेव्हा 'मिळू' शकणाऱ्या, मनात येईल तसं वागवावं अशा रांडाच होत्या. एका असल्या बाईनं आपलं शरीर त्याच्यासारख्या पुरुषाच्या कसं हवाली करावं, त्याला हवं ते करू द्यावं, हे हिला शिकवणं जरूर होतं. व्होरानं एकदम हात पकडून तिला खेचली; पण ती जागची हलली नाही. तशी व्होरानं जोरानं तिच्या साडीलाच हात घातला. कमळीला असे अनुभव नवे नव्हतेच. दगडासारख्या चेहऱ्यानं ती जमिनीवर आडवी झाली न् तिनं घागरा वर केला. व्होरा तिच्यावर लांडग्यासारखा तुटून पडला.

पाच मिनिटांत सारं संपलं.

व्होरा धडपडत बाजूला झाला न् त्यानं आपले कपडे कसेतरी सारखे केले. कमळी उठली, शांतपणानं व्यवस्थित निऱ्या करून साडी नेसली; केस सारखे केले न् चेहरा पुसून काढला.

दोघांमध्ये एक बेचैन मौन पसरलं. व्होरानं खिशातून एक चुरगळलेली दहाची नोट काढली आणि जमिनीवर फेकत म्हणाला, "घे ते."

कमळी इतक्या वेळात प्रथमच काही बोलली. "रमणलाल साह्येब नेहमी पन्नास रुपये देतात." ती पैसे घ्यायला वाकलीही नाही.

"अगं एऽ रांडे! दिलेत ते घे अन् चालती हो!"

"मी सेवा बरोबर देते, तुमी पैसे त्या परमानं दिले पायजेत." त्याच्या नजरेला नजर देत थंडपणानं कमळी म्हणाली. तिचे डोळे भावहीन होते, शून्य! मेल्या नजरेनं ती त्याच्याकडे टक लावून, रोखून बघत होती. त्याचा डाव ती त्याच्याच गळ्यात

उतरवत होती आणि तो संतापत होता. पुन्हा व्होराला प्रश्न पडला की, काय आहे या स्त्रीमध्ये, ज्याचा थांग लागत नाही? असं काय तिनं लपवलंय मुठीत, जे ती कुणालाही दाखवत नाही? ती भावशून्य थंड नजर! कोणाला आतलं दिसू नये म्हणून खिडकीवर लावलेल्या पडद्यासारखी!

तिच्या त्या नजरेनं व्होराला एकदम भांबावल्यासारखं, निर्बल झाल्यासारखं वाटलं. त्याचा आत्मविश्वास एकदम डगमगला. तरीही उसनं अवसान आणून तो म्हणाला, ''सांगितलं ना, ते पैसे घे म्हणून? ऐकू नाही आलं?''

''साब, आमचे सायेब याच कामाची पन्नास रुपये रोजी देतात, मंग तुमी का कमी देता? का आमाला फसवता?'' तिनं सडेतोडपणे विचारलं!

व्होरा समजून चुकला की, आता पैसे दिल्याशिवाय सुटका नाही! त्यानं खिशातून पन्नासची नोट काढली न् तिच्यासमोर फेकली.

बाजूला पडलेल्या दहाच्या नोटेला हातही न लावता, खाली वाकून कमळीनं ती पन्नासची नोट उचलली. ती नोट सारखी करून, घडी करून पोलक्याच्या आत सरकवली आणि मग उभी होत व्होराकडे परत त्याच नजरेनं बघत ती संथ, थंड सुरात म्हणाली, ''तुमी समदे पुरुष सारकेच; माजं शरीर भोगायला माज्या अंगावर पैसं फेकता आणि त्यामंदीपन मला फसवाया बगता! आनि तुमाला वाटतं की, तुमाला हवं ते तुमी घेतलंत माज्याकडून!

''न्हाई सायेब! तुमी काहीच घेतलं न्हाई! थुकते मी तुमच्या पैशांवर. मला जिवंत व्हायचंय म्हनून तुमाला शरीर इकावं लागतं मला, मला रस्ताच न्हाई दुसरा; पन मी न्हाई तुम्हाला मिळनार. मला इकत न्हाई घ्येता येनार तुमाला, माजं शरीर घेतलंत तरी! तुमी न्हाई, रमणलाल न्हाई, अमरत न्हाई, कोनीबी न्हाई!''

तिचा गळा दाटून आला होता, धाप लागली होती. जरा थांबून मग ती म्हणाली, ''मी खूप लहान व्हते, तवा पुरुषांवर ईश्वास ठिवत व्हते मी, माज्या बापावर माजा भरवसा व्हता. पन असा भरवसा ठिवन्यानं मरायची येळ आली. पन न्हाई, मी अशी आता मरायची न्हाई. मला समजलंय आता, जिवंत कसं व्हायचं ते! मी जगंन आनि माज्या पोरांनाबी जगवंन. तुमी हवं ते चाळं करा माज्याबरुबर; पन माज्या सोताचा मला मान हाये, त्येच्यावर हात न्हाई टाकता येनार तुमाला!''

मग जाण्यासाठी ती दरवाजाकडे वळली, एकदा तिनं वळून व्होराकडे बघितलं आणि व्होराच्या तोंडातनं शब्दही फुटायच्या आत दरवाजा उघडून ती चालती झाली– बाहेरच्या प्रखर उन्हात!

व्होराला वाटत होतं, आपण काहीतरी तरी म्हणायला हवं होतं; पण काय? काय म्हणायला हवं होतं? तो कधी अशा बायकांशी काही बोलत नसेच. कामाच्या जागेवर असतानाही त्यांच्यावर फक्त खेकसायचं माहीत होतं त्याला. शेजेवरच्या

बाईशी काही बोलायची जरूर तर त्याला कधी भासलीच नव्हती! तिची इच्छा असो वा नसो, तिचं शरीर भोगायचं न् दूर व्हायचं!

ही बाई, जी त्याला बरंच काही बोलली, तिच्याकडे तो नवलानं बघत होता. तिच्या मूक वेदना, असह्य मजबुरी या सगळ्याचा त्यानं कधी विचारच केला नव्हता. त्या वेदनांमुळे तिचे डोळे जसे पडद्याआड असावेत तसे भावनाहीन, निस्तेज होते? कोण जबाबदार होतं याला? तो? त्याच्यासारखे अनेक? ती आदिवासी बाई होती म्हणून तिची ही अवस्था होती?

मनाशी चडफडत, गोंधळत, तो आत वळला.

वॉशबेसिनवरच्या आरशात त्यानं स्वतःचं तोंड बघितलं. जाऊ दे झालं– काय होणार आहे? ती तर काहीच करू शकणार नाही– काय करणार आणि लक्ष कोण देणार आहे तिच्याकडे?

त्यानं तिचा असा सूड घेतला होता, याची पहिल्यांदा त्याला फुशारकी वाटली होती.

पण– खरोखर सूड घेतला की काय झालं, याची त्याला आता खात्री वाटत नव्हती!

जरा वेळानं जीप घेऊन, तो हिंमतनगरला जायला निघाला.

❖

बदलत्या काळाची पावलं

खडबडीत रस्ता. खडखडणारी खटाऱ्यासारखी बस. बसमध्ये डोक्याला राजस्थानी पागोटं घालून बसलेले पुरुष किंवा लहेरिया साड्या-ओढण्या घालून बसलेल्या बायका. त्या खडकाळ रस्त्यावरचे चढउतार पार करत, बस कुंडोळ गावी चालली होती. धुळीच्या लोटांपासून नाकडोळे वाचवायला उतारू तोंडावर हात धरत होते. गाव दिसू लागलं. माहीतगार माणसांना आदिवासी सोमी बाईचं घर आणि ठाकरडा फूलीबाईचं घर बाहेरून बघूनही ओळखता आलं असतं इतका फरक असतो या दोन जातींच्या घरांमध्ये.

या कुंडोळ गावात आदिवासी आणि ठाकरडा या दोन जातीचे लोक राहतात. त्यांची राहणीकरणीही वेगळी असते. ठाकरडा लोक सपाट जमीन बघून तिथं एकमेकाला चिकटून चिकटून घरं बांधतात. घरांच्या ओळींमधून समांतर बोळकांड्या असतात. आपापल्या घरांच्या ओट्यावर बसून विड्या फुंकत आणि तपकीर ओढत, गप्पा टाकत बसता नाही आलं, तर ठाकरडा लोकांना करमणारच नाही. याउलट आदिवासींना काय आवडतं, तर टेकडीच्या माथ्यावर स्वतःचं वेगळं, स्वतंत्र, इतरांपासून दूर असलेलं घर. अशा घराच्या अंगणातला निःशब्द एकान्त त्यांना भावतो. कुणाची लुडबुड, कुणाशी भांडणतंटा, बाचाबाची हे त्यांना नकोसं वाटतं. आदिवासी हा स्वातंत्र्य आवडणारा, जपू पाहणारा माणूस!

अन् तरीपण इथं या दोन्हीं जाती बंधुभावानं, सलोख्यानं राहतात. जाती वेगळ्या असल्या तरी रोजच्या आयुष्यातले प्रश्न तेच आणि म्हणून एकमेकांशी मैत्रीभाव राहतो. फूली आहे ठाकरडा जातीची आणि सोमी आदिवासी;

पण एकमेकींशी वागण्यात स्त्रीसुलभ आपुलकी, ममता न् सौहार्द.

बस हिसके देत, गचके खात एकदाची थांबली तशी त्या ब्रेक मारण्याच्या धक्क्यानं आतले उतारू एकमेकांवर आपटले. "अरं ह्ये काय डरावर हाये का डाकू?" एकजण बडबडला.

"अरं पन यो काय रस्ता का काय म्हनावं- तिच्या मायला!" दुसऱ्यानं शिवी घातली.

हे तर सर्वांनाच ठाऊक आहे की, दर पाच वर्षांनी गावच्या सरपंचाला रस्तादुरुस्ती करून घ्यायला सांगितलं जातं, पैसे मंजूर होतात; खर्चही होतात आणि रस्ता पहिल्यापेक्षाही वाईट होतो!

"कुंडोऽऽळ!" ड्रायव्हरनं आरोळी ठोकली न् तो खिडकीतनं पचकन थुंकला.

तीन-चार उतारू धडपडत, कडमडत आपापली बोचकी - गाठोडी घेऊन उतरायची घाई करू लागले. बस गावाच्या मधोमध चौकात उभी होती. तिथून जरा अंतरावर फूलीचं घर.

फूलीचं घर आहे लहान; पण चांगलं आहे. अंगण स्वच्छ आहे, अंघोळीच्या मोरीजवळ झेंडूची रोपं आहेत. आत येता येताच घरातील शांत वातावरण येणाऱ्याला जाणवतं. फूलीचं घर म्हणा की, नानजीचं - तिच्या नवऱ्याचं - घर म्हणा, घर आहे छान!

आता अंगणात बायका जमू लागल्या होत्या. हसून, 'जय सीताराम' म्हणत एकमेकींना अभिवादन करत होत्या. काही बायका आधीच तिथं येऊन बसल्या होत्या. लाडू, कावी, रेशम न् जीवी. सोमी मधीशी काहीतरी बोलण्यात मग्न होती. फूली जातीनं सगळ्यांचं स्वागत करत होती. पडवीत जमिनीवर बसलेल्या बायका 'कोणी पुरुष जवळपास असले तर' म्हणून डोक्यावरचा पदर समोर तोंडावर ओढूनच बसल्या होत्या– पुरुषांना चेहरा दिसायला नको ना!

पडवी जवळजवळ भरली होती. पन्नास एक बायका असतील. आपापसांतील कुजबुजीचा एक विशिष्ट आवाज वातावरणात भरला होता. फूली उभी राहिली न् तिनं सभेला सुरुवात केली, "बायांनो, आजची सबा खूप मोठ्या कामासाठी हाये. तुमी समद्या आज आलात, लई बरं वाटलं. काम काय हाये, ह्ये तर तुमाला ठावं हायेच. सरपंचाच्या जागेसाठी सात मानसं उबी हायेत, आपन आपलं मत कुनाला द्यायचं, हे आज आपुन ठरवायचं हाये." ती खाली बसली.

आता आपण बोलायचं हे ठाऊक असल्यासारखी सोमी उठली न् म्हणाली, "बायांनो, परथम एक इचार पक्का करा. आपन ठाकरडा आनि आदिवासी बायकांचं संगटन उभं केलं आनि म्हनून आपन काय काय मिळवलं, त्ये आटवा. आपुन त्येंच्यासाटी किती किती कामं केली, ती आठवा. बगा मीच सांगत्ये तुमास्नी. पहिल्या परथम आपुन सरकारात अर्ज केला की, इधवा बायकांना सरकारनं मदत द्यावी, त्ये काम जालं. मंग म्हाताऱ्या-कोताऱ्यांना जेवायखायला पैशाची मदत मिळावी म्हनून आपन

अर्ज केला, त्येबी काम जालं. आता असं व्हतं की, ह्ये पैसे आदी पन सरकार द्येत व्हतं; पन मोडासा न् हिंमतनगरच्या कचेरीतले सरकारी बाबू समदे पैसे गिळून टाकत व्हते!''

''व्हय् व्हय्! '' सगळ्या बायकांनी होकार भरला. ''आज आता सात बायकांना सरकारातून अशी मदत मिळतेय, ते आपल्या या संगटनेमुळं जालं.''

रेशम उभी राहिली न् म्हणाली, ''त्येच्यापेक्षा आनखी पन एक जालं. दुष्काळी काम आनि कामावर मिळनारा पैसा आपल्याला मिळाया लागला.''

''व्हय् की, त्ये बरीक मोटं काम जालं.'' पुन्हा बायकांनी होकार भरला. ''तुमाला आटवत असंल बायांनो की, आपल्या दोनी जातीच्या बायकांची खूप मोटी सभा भरलीवती, अर्ज लिवून आपुन अंगठे उठिवलेते.'' रेशम बोलत होती, असं बोलण्याची कला तिला उपजत अवगत असावी! ''समद्याजनी येक लक्षात ठिवा, खूप मुंग्या एका जागी जमल्या, तर आख्या सापाला वढून नेतात. आपुन समद्या जमलो, एका मतानं बोललो, तवाच आपुन ह्ये समदं मिळवलं.'' पुन्हा जरा थांबून, घसा साफ करून, स्पष्ट पण हळू आवाजात ती म्हणाली, ''आजचं काम पन खूप मोटं हाये. आपुन चांगल्यात चांगला सरपंच निवडायचा आहे. हा आपल्या गावाचा प्रश्न हाये, आपल्या हातची कायदेशीर गोष्ट हाये, तवा नीट इचार करून ठरवलं पायजे.''

प्रश्नाचं महत्त्व बायकांच्या लक्षात आलं तशी हळूहळू शांतता पसरली, मग सोमी पुन्हा बोलू लागली. ''आनि आपुन फक्त सरपंच न्हाई निवडायचा. त्येच्याबरुबर कोन काम करंल ती मानसं पन आपुनच ठरवायची हायेत आनि ती मानसं म्हंजे समदे पुरुषच असले पायजेत, असं मुळीच न्हाई! पंचायतमंदी एक तरी बाई हवीच हवी, आपल्या या संगटनेमदली एकजण. तवा आपुन ह्ये नीट लक्षात घ्याया होवं की पयल्यांदा सरपंचाचं नाव नक्की करायचं, मग पंचायतच्या बाकीच्यांची नावं नक्की करायची आनि ह्ये समदं आजच नक्की करायचं हाये.''

''हां'' फूलीबेन परत बोलू लागली, ''तुमाला समद्यांना समदी नावं तर ठाऊकच हायेत. एक हाये मोधजी, आता सरपंच हायेत त्येच. दुसरे खिमजी, मग जालम, रुमाल आनि शकराजी पन उबे हायेत. मला तर वाटतं की, आपल्यासाटी शकराजीच चांगले सरपंच व्हतील. तवा मी त्येंचंच नाव सुचिवते. अशासाटी की, शकराजींचा कारबार स्वच्छ असंल, चोरीचपाटी व्हनार न्हाई आनि आपल्या बायकांच्या संगटनेला काय हवंय यामंदी ते लक्ष घालतील, आपल्याला मदत करतील.''

जीवीनं आणि इतर काही बायकांनी तिच्या बोलण्याला दुजोरा दिला; तशी फूलीला आनंद झाला. मग सारं पक्कं करण्याच्या दृष्टीनं ती म्हणाली, ''तर मग शकराजीचं नाव आपल्या बाजूनं नक्की, व्हय ना? कुनी विरुध् न्हाई ना? मंग आपुन सर्वांनी शकराजींनाच मत द्यायचं, हे आज ठरलं.''

संध्याकाळ झाली होती. कुंडोळ गावात सर्वत्र शांतता होती. तशी तर साबरकांठाच्या या डोंगर-दऱ्यांमध्ये शांतता असतेच. डोंगर टेकड्यांवरच्या दूरदूरच्या घरांमध्ये दिवे टिमटिमायला लागले होते. घरोघरी संध्याकाळची जेवणं आटोपून सगळे झोपायच्या तयारीत होते.

घराच्या कोपऱ्यात चुलीवर मातीचा तवा तापत टाकून, फूली भाकरी थापत होती. जवळच नानजी जेवायला बसला होता आणि फूलीनं थाळ्यात वाढलेली भाजी-भाकरी खात होता. शेजारच्या खोलीत त्यांची तीन मुलं खेळत होती; त्यांचा किलबिलाट दोघांना सुखावत होता.

चुलीशी बसल्या बसल्या फूलीनं नवऱ्याकडे हळूच नजर टाकली. कसा सुखी, संतुष्ट दिसत होता तो! त्यांचं लग्न ठरलं, तेव्हा कसा वाळकुडा होता; पण आता त्यानं अंग धरलं होतं, याचं तिला खूप बरं वाटायचं.

किती वर्षं झाली त्या गोष्टींना? खूपच! पण फूली ती वर्षं कधी विसरणं शक्यच नव्हतं. त्यापूर्वीची आयुष्यातली कोवळी वर्षं तिनं किती दुःख आणि यातना भोगल्या होत्या! केवळ देवाच्या दयेनंच आज हे सुखाचे दिवस बघत होती ती!

नानजी हा काही फूलीचा पहिला नवरा नव्हता. तिचा पहिला नवरा होता रवजी. फूली पंधरा वर्षांची होती, तेव्हा तिचं रवजीशी लग्न झालं होतं. फूलीच्या बापानं त्यांच्या रिवाजाप्रमाणं खूप छान लग्न करून दिलं होतं; सासरच्यांनी मागितला तेवढा हुंडा दिला होता. अन् का नाही? फूली तर त्याची एकुलती एक लाडकी लेक होती आणि तरीही, सासरच्यांचा पहिल्यापासूनच फूलीवर राग होता.

फूलीची सासू येता-जाता तिला टोमणे मारायची, ''काय गं बाई करणार तरी! काय पण हुंडा आणलाय या काळतोंडीनं!'' ''माझा राजबिंडा रवजी कुठं न् ही काळुंद्री कुठं!' ''रवजीच्या बापाला मी सांगत होते कवापास्नं की, रामेरा न् सरकी लिमडीमध्ये एकाहून एक चांगल्या मुली आहेत, तर कुठून नाही तिथून हिला शोधून आणली कुणाला ठावं!'' ''मी तर म्हणते, द्यावा एक कोयत्याचा घाव न् सुटावं यातून!'' असंच कितीतरी नेहमी! फूलीचा नवरा रवजी चुपचाप ऐकत राहायचा. आईच्या पुढे शब्दच निघायचा नाही त्याच्या तोंडातनं! त्यानं चुकूनसुद्धा कधी एका शब्दानंही बायकोची बाजू घेतली नाही.

एखाद्या सुकुमार कोवळ्या कळीसारखी असलेली फूली आतल्या आत झुरायची, 'काय कमी आहे माझ्यात? आनि सगळ्यांच्या भाकऱ्या बडवते मी, कपड्यांचे ढीग धुते मीच आणि कुठल्या बाबतीत उणी आहे मी की, माझा नवरा माझ्याबद्दल थोडंसुद्धा प्रेम दाखवत नाही?' जसजसे दिवस जात राहिले तसतशी पावलोपावली बोलणी, टोमणे, अपमान होऊ लागलं. कधी सासूच्या तोंडाचा पट्टा सुरू असायचा, तर कधी नणंदेचा. आता तर रवजीही त्यात सूर मिळवू लागला. फूली मुकाट राहून सारं सहन

करायची.

आणि मग मारपीट सुरू झाली. खुद्द सासऱ्यानंच पहिल्यांदा हात उगारला. दात-ओठ खाऊन सासू चिमटे काढायची. नणंद केसांच्या झिंज्या ओढून मारत सुटायची. घाणेरड्या शिव्या, उघडउघड धमक्या. रवजी कितीदा तरी पिऊन यायचा आणि आला की, गुरासारखं मारायचा.

सणावाराला माहेरी जायची, तेव्हा फूली आईपाशी मन मोकळं करायची आणि आई नुसती हताशपणे डोकं हलवून म्हणायची, ''बेटा, बाईच्या जल्माला आलीस, भोगल्याशिवाय सुटका हाये का सांग? आपल्या जातीमंदी बाईच्या नशिबात हे असंच जिणं. अगं हे तर काहीच न्हाई बाळे! खरं दुःख तर अजून तू पाह्यलंच न्हाईस!''

आईच्या पाठच्या सख्ख्या बहिणीचा तिच्या सासरच्यांनी जीवच घेतला होता, हे आईला ठाऊक होतं. पोटच्या पोरीचंही तसंच झालं तरी ती कुणाला सांगू शकणार होती? आई तिची समजूत घालायची तर काय? की, ''जा न् शाणपनानं वागून तुझ्या नवऱ्याला आपलासा करून घे. हळूहळू व्हईल समदं ठीक आनि येक लक्षात ठेव, आता तेच तुजं घर– तितंच जगायचं न् तितंच मरायचं!''

आईच्या बोलण्यातलं काहीच फूलीला पटत नसे. ती अजून पंधराच वर्षांची असली तरी शहाणी, विचारी होती. हे सारं आता कुठल्या थराला जाईल हे तिच्या लक्षात आलं होतं; पण तरी दरवेळी आई-बापांना अवघड होऊ नये म्हणून ती मुकाट्यानं सासरी परत जायची.

नानजीनं समाधानानं ढेकर दिली न् फूलीकडे बघून हसला. फूलीचं मन प्रेमानं भरून आलं. ''वाढू, आनखी भाजी थोडी?'' म्हणत त्याला आणखी थोडं वाढलंच.

''अगं किती खायला घालशील पन?'' म्हणत तो आणखी थोडं जेवला. त्या अंधाऱ्या खोलीत फूलीचे डोळे भरून आले. तिला पुन्हा जुनं आठवलं. अशाच अंधाऱ्या खोलीत त्या रात्री...

त्या दिवशी असंच फूलीनं रवजीला जेवायला वाढलं होतं. कधी नव्हे तो रवजी त्या दिवशी खूप चांगला वागत होता. फूलीला नवल तर वाटलंच; पण मग तिनं स्वतःलाच समजावलं, ''असेल काहीही कारण, नीट वागतोय ना? झालं तर!'' आणि ती मागचं आवरू लागली.

सगळं आटोपून तिनं कोपऱ्यात अंथरूण घालून झोपायची तयारी केली. घरच्या सगळ्यांच्या शिव्या न् हिडीसफिडीस करणं हे रोजच्यासारखं आजही झालंच होतं, फक्त रवजी आज शांत होता, जरा मायेनं वागत होता. तिच्या पाठीवर हात फिरवत त्यानं विचारलं होतं, ''कशी आहेस तू फूली? माहेरून काही निरोप- खबर?''

इतक्या प्रेमानं कधी नव्हे ते तो बोलला, त्यानं भारावून जाऊन तिला गुंगी आली. थोडा वेळ गेला असेल, एकदम ती जागी झाली; तर रवजी जवळ नव्हता. शेजारच्या खोलीत त्याचा आवाज येत होता. रोज तर तो झोपला की, मध्ये कधीच उठत नसे; त्यामुळे तिला आश्चर्य वाटलं. शिवाय शेजारच्या खोलीतून कुजबुज ऐकू येत होती. कान टवकारून तिनं ऐकायचा प्रयत्न केला.

"आपन आत्ताच तिला खतम् करून टाकू या," एक अनोळखी पुरुषी आवाज.

"नको, थांबू या, तिला गाढ झोप लागू दे, मग." हा रवजीचा आवाज!

"नीट खबरदारी घेतली पायजे. 'अपघात' झाला, असं वाटलं पायजे समद्यांना."

"दोर तयार आहे ना? अंहं, हा नाही - तो जाड दोर आहे तो द्या - चांगला भक्कम पायजे."

कुतूहल, शंका, भीती यांनी ग्रस्त होऊन फूली उठून बसली. तिनं हळूच फटीतून बाहेरच्या खोलीत बघितलं आणि भीतीनं तिचा थरकाप झाला. तो अनोळखी आवाज गावातल्या एका गुंडाचा होता. त्याचा एक साथीदारही होता; त्याच्या हातात एक जाड सोटा होता. घरातले बाकीचे लोक कुठं नाहीसे झाले होते, रवजी कधी नव्हे तो आज प्रेमानं वागला होता– सगळ्या गोष्टींचा आता तिला उलगडा झाला. प्रेमाच्या नाटकानं बेसावध करून तो आज रात्रीच्या अंधारात तिचा काटा काढणार होता! लाठी मारून बेशुद्ध करायचं; मग पायात दोर अडकवून विहिरीत ढकलून द्यायची आणि सकाळी सर्वांना सांगायचं की, रात्री विहिरीचं पाणी काढायला गेली, तेव्हा दोर पायात अडकून आत पडली न् मेली!

फूली मग तिथं क्षणभरही थांबली नाही. शेतात शिकाऱ्यानं लावलेला सापळा, सापळा आहे हे सशाला समजलं, तर तो जसा पळत सुटेल तशी भयंकर भेदरलेली फूली मागच्या दारानं हळूच बाहेर पडून धूम पळत सुटली. होता नव्हता तेवढा जोर पायात एकवटून, अंधारात धडपडत - पळत राहिली. पळता पळताही रवजी तिला शोधतोय, हाका मारतोय असा तिला भास होत होता; छाती धडधडत होती.

शेवटी कितीतरी तासांनी ती कशीबशी माहेरच्या अंगणात पोहोचली आणि आईच्या पायांशी लोळण घेऊन हमसून हमसून रडत राहिली. आई-बापांनी तिला तिथं ठेवून घेतलं. दोन-तीन दिवसांनंतर जणू काही झालंच नसेल, तसे तिच्या सासरचे लोक तिला घेऊन जायला आले; पण परत जायला फूलीनं साफ नकार दिला. तिला समजावयाचे किंवा जबरदस्तीनं परत पाठवायचे सर्व प्रयत्न निष्फळ झाले. दोन दिवस तर तिच्या आईनं तिला जेवायलाही वाढलं नाही! पण तरीही फूलीनं आपलं म्हणणं सोडलं नाही. "मी बाई हाये, पन मी मानूसपन हाये" फूली म्हणाली, "तुमी मला मरनाच्या खाईत ढकलताय? मी काय बी गुना केला न्हाई अन् तरी त्ये जीव घेनार व्हते माजा, ठावं हाये का न्हाई तुमाला? मानसाशी मानसासारकं वागत का न्हाईत

ती समदी? मी न्हाई जायाची.''

आणि फूली माहेरीच राहिली. हळूहळू गावच्या पटेलांच्या शेतांमध्ये काम करायला जाऊ लागली. सारं गाव तिला सारखं टोचण्या देत राहायचं. ''मारलं न् काही केलं, तरी लगीन जालं म्हंजे सासरीच ऱ्हावं लागतं, तशीच आपली पद्धत हाये. असा जल्म म्हायेरी कसा काडता यील?''

पण गावातल्या बायकांना तिचं दुःख मनातनं कळायचं. त्या कोपऱ्यात बसून आपसात कुजबुजायच्या, ''तिनं केलंन त्येच बरोबर हाये. असं येक-दोनदा जालं म्हंजे मंग हीच पद्धत पडंल आन् पोरी जिवानिशी जातात आपल्या, ते तरी थांबंल.'' डोंगरावरनं गडगडत खाली येणाऱ्या दगडासारखे एकामागून एक महिने जात राहिले.

बरेचदा फूलीला खूप एकटं वाटायचं. एकही पुरुष ती माहेरी परतून आल्यानं तिच्याशी साधं बोलतही नसे. मग कोणी मागणी घालण्याची तर गोष्टच सोडा. गावात कधी एखाद्या नवरा-बायकोला एकत्र बघितलं की, तिचं शरीर जागं व्हायचं, मन कुढायचं; पण मग स्वतःला सावरत ती आपली आपल्यालाच समजावायची- 'आपुन आता पुन्ना कदीपन कुटल्या पुरुषाच्या जुल्माफुडं नमतं घ्यायाचं न्हाई, ह्ये तर नक्की ठरलं. बाई असले तरी मानूस हाये ना मी, मलाबी मानसासारकं वागवलं पायजे, व्हय् की नाय्?'

आणि मग अशीच एकदा तिची नजर नानजी दुकानदाराकडे गेली.

तशी तर ती नानजीला पहिल्यापासून ओळखत होतीच. गावात कधी समोर दिसली तर नानजी तिच्याकडे बघून जरासं हसायचा; पण कधी बोलायचा नाही. तीही कधी त्याच्या नजरेला नजर देत नसे, कारण तिला भीती वाटायची की, गावातल्या लोकांना कुजबुजायला तेवढं कारण पुरेल! पण तरीही, नानजीच्या नजरेनं तिच्या मनाला थंडगार, शीतल वाटायचं एवढं खरं!

मग अचानक एकदा शामळाजीच्या मेळ्यात फूली न् नानजीची भेट झाली, तेव्हा नानजीनं तिला हळुवार आवाजात म्हटलं, ''ठावं हाय मला, तुला कसा तरास झाला त्ये समदं!'' आणि ती यावर काही म्हणणार, त्याच्या आधी तोच पटकन पुढे म्हणाला, ''तू माज्याबरुबर ऱ्हायला येशील फूली? दुख न्हाई घेनार तुला मी, सुख मिळंल. बग आता, मी तर माज्या मनातलं बोलून टाकलं!''

फूलीला ठाऊक होतं की, नानजी सच्चा माणूस होता. ती एवढंच म्हणाली, ''फूडच्या मेळ्यामंदी परत भेट- तवा बगू. मला समद्या बाजूंनी इचार केला पायजे ना?''

नानजीच्या आयुष्याची कथाही फूलीला ठाऊक होती. तिच्याहून तो थोड्याच वर्षांनी मोठा होता. भर तारुण्यात त्याला टी.बी. झाला; पण नीट औषधपाणी करून तो चांगला बरा झाला; तरी कोणीही आई-बाप त्याला आपली मुलगी द्यायला तयार नव्हते, 'टी बी'सारकं दुखनं, परत उलट खाल्ली तर काय?' त्यांना वाटायचं.

अशी दोघंही एका दृष्टीनं समदुःखी तर खरीच. बापाच्या शेतातल्या कडुलिंबाच्या सावलीत बसून फूली विचार करायची, नशिबानंच आणलं असेल आपल्याला जवळ? खूप विचार केला तिनं. वीस वर्षांच्या त्या कोवळ्या वयातला तारुण्यसुलभ भावनांचा उद्रेक ती आतल्या आत दाबायची. पहिल्या नवऱ्यानं इतके हाल केलेले असूनही नैसर्गिक भावना दाबून दबत नव्हत्या. त्यांच्या रीतिरिवाजांमध्ये बाईच्या सुखाचा, भावनांचा विचारच केला जात नव्हता. बाईला कायम पहाऱ्यात, ताब्यात ठेवायची, एवढंच! तरीसुद्धा, तिला एक जीवनसाथी तर हवा होताच आणि नानजी स्वभावानं चांगला वाटत होता, त्याला ती आवडत होती. अखेर तिनं मनाशी ठरवलं की, त्याला होकार द्यायचा आणि त्या वर्षी शामळाजीच्या मेळ्यात तो पुन्हा भेटला, तेव्हा तिनं सांगून टाकलं, "नानजी, मी तुजी घरवाली व्हायला तयार हाये."

हे समजलं तशी फूलीचे आई-बाप न् गावातल्या बायाबापड्या बेचैन झाल्या. "फूली असं करूच कसं शकते? आपल्या जातीत बाई अशी दुसऱ्या पुरुषाच्या घरात जाऊन राहूच न्हाई शकत!"

पण नानजीही आपलं तेच खरं करणारा निघाला. शिवाय गावात त्याची पत होती. त्यानं साऱ्या गाववाल्यांना स्पष्टपणे सांगितलं, "फूली आता माजी बायकू हाये. तिला काईबी बोलू नगा. ती हितंच, माज्याबरुबर ऱ्हाईल!" आणि असा नानजी-फूलीचा संसार सुरू झाला

छान चाललं होतं त्यांचं आयुष्य. त्यांना दोन मुली झाल्या आणि एक मुलगा. संसार मांडून एव्हाना आठ वर्षं झाली होती. फूली न् नानजींची एकमेकांबद्दलची ओढ टिकून होती. आता गावातही फूलीच्या शब्दाला वजन होतं. तिची समज, शहाणपण आणि विशेषतः तिचा खंबीरपणा या सगळ्याची लोक वाहवा करायचे.

नानजीनं जेवण संपवून, थाळी बाजूला सरकवली न् बोटं चाटता चाटता तिच्याकडे बघितलं, तशी फूलीच्या लक्षात आलं की, त्याला काहीतरी सांगायचंय. ती वाट बघत गप्प राहिली. मग नानजी म्हणाला, "काल मोघजी बोलत होता माझ्याशी, त्येच्यासाटी आपुन काईतरी करावं असं म्हननं हाये त्याचं."

फूली गप्प राहिली; पण ती विचार करू लागली. गावातल्या राजकारणाचा आट्यापाट्यांचा खेळ ती जाणून होती.

"आठवतंय तुला, गेल्या साली मेघजीनं मला खूप मदत क्येलीवती? घाऊक व्यापाऱ्यांनी हरताळ क्येलावता, तवा आपल्यासाटी त्याच्या गोदामात त्यानं गहू न् बाजरी भरून ठिवलीवती- समद्या जिल्यात हरताळ व्हता."

"व्हय. आठवतंय ना; पन त्याच्या दलालीचं पैसं तर दिलंवतं ना आपुन त्येला. तुमच्यासाटी त्याच्या गोदामात माल ठिवाया, त्या मुसलमान कंत्राटदाराला द्येता त्याच्यापेक्षा डबल पैसं घेतलंवतं त्यानं!"

"त्ये बरोबर हाये; पन तिथून कुनी माल चोरू न्हाई, म्हनून गावगुंडांचं खिसं पन भरावं लागलंवतं त्याला!"

"बरं, मग काय हवंय त्येला?"

"ही निवडणूक येतीय ना, त्यात तुमच्या बायका मंडळीची समदी मतं हवीत आन् तुमच्या संगटनेचा पाठिंबा."

"हं? त्येला सांगा की, बायकांच्या संगटनेची हमी आपन न्हाई देऊ शकनार."

"मी त्याला तेच सांगितलं!" नानजी हसून म्हणाला, "पन तो म्हनतो की, तुला जर का मी पटवून दिलं, तर समदं काम होवून गेलंच! त्येला म्हाईत हाये की, समद्या बायका तुजं ऐकत्यात. तर त्याचं म्हननं असं की, तू समद्या बायकांना सांगावंस की, मोघजी पुन्ना उबा ऱ्हातोय, त्यात मंदी कुनी आडवं येऊ न्हाई, बस यवडंच!"

"आनि आमी तसं न्हाई केलं, तर?"

"तर-" नानजीनं एक उसासा टाकत म्हटलं, "तर गावचे गुंड आपल्या दुकानावर कवा धाड घालतात, त्येची वाट बगायची, दुसरं काय? मोघजीचं गोदाम हाये म्हनून चाललंय आपलं दुकान!"

त्या दिवशी संध्याकाळी सोमी घरी आली, तेव्हा जीवी न् रेशमला तिथं बसलेल्या बघून तिला नवल वाटलं. ओसरीवर बसून त्या सोमीच्या छोट्या मूराशी गप्पा मारत होत्या. सोमी दिसली तशी म्हणाल्या, "आलात? कवाची तुमची वाट बगतोय आमी बाय!"

"मूरानं चहा दिला का न्हाई?"

"न्हाई, नगं चहा आमास्नी. आज जरा जरुरी काम हाये. आपल्या सभेमंदी त्या दिवशी न्हाई बोलता आलं म्हनून आज तुमाला घरी सांगाया आलुया."

सोमी त्यांच्याजवळ बसली. हवेत संध्याकाळचा गारवा होता. घरामागच्या गोठ्यात गुरं हंबरत होती. मूरा उठली न् त्यांचं चारापाणी बघायला गेली. रेशम म्हणाली, "सोमी, आमचा इचार असा व्हता की, तुमचं मंगूबेनबरुबरचं भांडान आता किती दिवस–"

"त्या महुडावाल्या शेताचं बोलताय का?"

"व्हय् व्हय! सहा वर्सं झाली भांडान चाललंय तुमचं; पन अज्जून काईबी निकाल लागला न्हाई!"

"त्यो मेला मोघजी सरपंच- त्येचंच ह्ये समदं कारस्तान," सोमी रागानं म्हणाली. मात्र, तिच्या हे लक्षात येत नव्हतं की, या दोघी आज इथं हे बोलायला का आल्यात!

"व्हय् ना. आमास्नी त्येच म्हनायचंय" जीवी म्हणाली. "आपुन काईतरी असं

क्येलं पायजे की, भांडनाचा पन निकाल लागंल आनि संपवून टाकू समदं पटापट!''

''पटापट?'' सोमी हसून म्हणाली.

''कुंडाळमंदी कदी व्हतं का कुटलं काम पटापट?''

''व्हईल की, आपल्या बाजूचा सरपंच असंल तर...'' सोमी मनाशी म्हणाली.

''आता आलं माज्या लक्ष्यात तुमी का आलाय ते!'' आणि मग तिनं त्या दोघींना एवढंच विचारलं, ''कुनाला मत द्यायचं म्हनतायसा?''

रेशम जीवीकडे बघत राहिली न् जीवी रेशमकडे. मग दोघी सोमीकडे बघत एकाच वेळी म्हणाल्या, ''जालम मंड्या!''

''जालम?'' खूप आश्चर्यानं सोमीनं विचारलं.

''व्हय्, का? का न्हाई?''

''जालम? हरामखोर जालम?'' सोमी आता शिव्या देत सुटली. ''अवं, समद्या गावच्या बायकांना नासवायला बसलाय तो काळतोंड्या आनि अशा त्या जनावराला मत द्यायला कुटल्या तोंडानं सांगताय तुमी?''

''सोमीबेन, माजं ऐका'' जीवी म्हणाली, ''गावातल्या परत्येक पुरषाची किंमत मोजावी लागतीया; सरपंच फुकट न्हाई मिळनार! आनि आपलं काम व्हायला हवं असंल तर त्येची किंमत मोजावी लागनार. जालमबरुबर आपुन सौदा केला, तर आपल्या फायद्याचं व्हईल. तीन वर्सं आपली मंडळी नीट चालवायची असली, तर त्ये केलं पायजे. न्हाईपेक्षा कुनीतरी भलताच मानूस सरपंच व्हऊन बसला की, संपलंच! आलं लक्षात?''

पण यात 'लक्षात घेण्यासारखं' सोमीला काहीच दिसेना. ती पुन्हा म्हणाली, ''काय इचारानं तुम्ही असं म्हनतायसा? माजा सोमाजी गेल्याला तीन महिनं पन न्हवतं जालं आनि यो जालम मला काय म्हनालावता ठावं हाये तुमास्नी? त्या दिवशी संध्याकाळची माजी ईडरची बस चुकलीवती म्हनून चिंचंच्या झाडाखाली मी एकटी उबी व्हते; तितं यो सायकलस्वार आला न् म्हनतो, 'अगं, या अशा येळंला तू का हतं एकटी उबी ऱ्हाइलीस? अशा येळी तर कुनी बाईमानूस घराच्या भाईर न्हाई ऱ्हाइलं पायजे! कशी बाई म्हनायची तू?'

''आनि मी काई सांगनार तेवड्यात त्याचं घान, गारगार थोबाड माज्याजवळ आनून म्हनतो, 'चल! तिकडं त्या झाडीमंदी चल, झटपट उरकून टाकू, काय?'

''माजी तर सणकली ना अशी की, मी एक लगावली त्याच्या थोबाडात! काय वाटलं काय त्या मेल्या कुणब्याला?''

हे सगळं ऐकल्यावर बोलणं तिथंच संपवणं जीवीला योग्य वाटलं; पण रेशम तरीही जालमची तरफदारी करायला गेली. ''सोमीबाय, अवं, पुरुष ह्ये समदे असेच! यात काई नवं हाये का, सांगा? आपुन आपलं काम करवून घ्यायचं म्हंजी जालं!

जालमला सरपंच बनवून आपुन महुडावाल्या शेताचा निकाल करून घिऊ या! तुमी जिंकाल न् मंगू हरेल, असं करून घिऊ; मंग हवं तर मारा ना पुना त्येच्या थोबाडात!''

पण सोमी ठाम होती. ''तुमी काय हवं ते म्हना रेशम, पन माजा त्या जालमवर यवडाही इश्वास न्हाई, हे माज्या वतीनं त्येलाच परत्यक्ष जाऊन सांगा!''

मंगूला येताना बघून खिमजी जरा चमकलाच. उजाडलं होतं आणि तो त्याची पिठाची गिरणी उघडत होता. आत्ता आजूबाजूला फारच थोडे लोक होते, याचं त्याला जरा बरं वाटलं. काही दिवसांपासून त्याची नजर विधवा मंगूवर होतीच; पण आजपर्यंत 'मोका' मिळाला नव्हता.

''काय, कसं काय मंगूबेन? आज सकाळी सकाळी? इतक्या लवकर?''

त्या रंगेल म्हाताऱ्याकडे बघून नखरेल हसत मंगू म्हणाली, ''आता वं खिमजीभाई? हायेच काय आता उशीरपोत्तर झोपून व्हायला?''

मंगूचा नवरा धीरोजी सहा महिन्यांपूर्वी एकाएकी वारला होता. त्याला काय झालं, हे कुणाला कळलंच नव्हतं; पण तो गेल्याचं गावात कुणाला काही वाटलंही नव्हतं. स्वरूपवान मंगूवर गावातल्या खिमजीसारख्या बऱ्याच पुरुषांची नजर होती आणि रूपाची भुरळ घालून आपली कामं करवून घ्यायची कला मंगूलाही अवगत होती. सोमीशी इतकी वर्षं चाललेलं तिचं भांडण सरपंच मोघजीला वश करून घेऊन तिनं संपवलं होतं आणि सोमी केस हरली होती! गावचे लोक कुजबुजायचे.

मंगूनं डोक्यावरचं डांगरचं पोतं उतरवलं, ते खिमजीनं घेतलं न् गिरणीजवळ ठेवलं. ''फार येळ नका लावू, जराशानं येते बरं का मी?''

''अवं, कवापन या ना मंगूबेन, कवा पन या!'' तिच्याकडे लंपट नजरेनं बघत खिमजी म्हणाला आणि मग एकदम वेगळ्याच आवाजात त्यानं विचारलं, ''अरे हां मंगूबेन, या खेपंला मत कुनाला देनार तुमी? सांगा तर खरं!''

त्याचा प्रश्न ऐकून मंगू परत आली अन् चमकत्या डोळ्यांनी त्याच्याकडे बघत म्हणाली, ''त्ये तं खिमजीभाई, जसं मिळंल, तसं द्यायाचं, हाऽऽ!''

हनुवटी कुरवाळत खिमजी म्हणाला, ''त्ये तर ठावं हायेच मला, बराबर ठावं हाये; पन मला आजच रामपारी इच्चार आला की, आपुन एक दुसऱ्याला मदत केली तर कसं?''

मंगू पुन्हा हसली न् म्हणाली, ''सांगितलं न्हवं मी? मत द्यायच्या येळंला बगायचं आता!''

तिचं ते उत्तर मुकाट ऐकून घेऊन खिमजी पुन्हा म्हणाला, ''ह्ये बगा मंगूबेन, आपल्याला समद्यांनाच ठावं हाय की, असा तर तो साला मोघजी लब्बाड न् हलकट

हाये, तुमचा फायदा घेतोय तो–

"मंग? त्यात काय झालं?" मंगूनं चिडून उलट उत्तर दिलं,

"मी त्येचं मानते न् तो माजं! आमचं आमी बगून घिऊ, त्यात तुमी कशाला पडतायसा?"

खिमजीला वाटलं, हे गाडं तर भलतीकडेच चाललं; तशी त्यानं लगेच सावरून घेतलं, "हे बघा मंगूबेन, माजं जरा आयका. आज मोघजी सरपंच हाये ह्ये खरं, पन असंबी व्हईल की, उद्या तो सरपंच नसंल पन! तुमास्नी ठावं हाये की, सोमीनं त्याचे खिसे भरले असते, तर त्यानं तुमच्याकडे बघितलं पन नसतं! मोघजी तर कुंपणाशी भांडान केल्यागत करतोय. फूली, मधी न् सोमीनं तर भक्कमपनानं ठरवलंय की, दुसऱ्यांदा त्येला सरपंच व्हऊच न्हाई द्येयाचा आनि जर का त्यांनी डाव जिंकला न् नवा सरपंच आला, तर तुमची केस बी पुन्ना नव्यानं उघडंल न् ते तर जोखमीचं व्हईल तुमास्नी. तलाट्यानं तुमचं कागद अजून फुडं, वर पाठवले नसतील, तर तुमची बाजू लंगडीच की मग!"

मंगू जरा हबकलीच, जरा वेळानं थोड्या नरमपणानं म्हणाली, "तर मंग कसं म्हनता तुमी?"

खिमजी आपल्या हुशारीवर खूश झाला न् म्हणाला, "अवं, मी तर यवडंच सांगतोय तुमास्नी की, तुमचं भलं व्हनार असंल तिथंच मत द्या, आनखी काय?"

"हां, असं?" डोळे नाचवीत मंगू म्हणाली, "तर मंग तुमी म्हनाल तसं!" खिमजीला मनातून गुदगुल्या झाल्या आणि तो म्हणाला, "अस्सं! बरुबर!" अन् मग मोठ्यानं हसला.

थोडा वेळ अर्थपूर्ण मौन होतं, मग निर्लज्ज खिमजी खालच्या आवाजात म्हणाला, "अगं, माजं बी काई वय गेलं न्हाई अजून! मोघजी न्हाई तर मी असंनच की. कसं?"

शेतात पाय ठेवता ठेवताच नानजीला दिसलं की, विहिरीपाशी बसून फूली सोमीशी काहीतरी बोलत होती. नानजी येताना दिसला, तशी सोमी जायला निघाली; पण नानजीनं हातानंच खूण करून, तिला तिथंच बसायला सांगितलं. "तुमचा उमेदवार शकराजी अडचणी उभ्या करतोय," तो शांतपणानं फूलीला म्हणाला, "तो असं करंल ह्ये मला ठाव व्हतंच, पन इतक्या लवकर करेल असं न्हवतं वाटलं."

फूली न् सोमी मक्याची कणसं तुडवून, दाणे काढत होत्या. त्या काम थांबवून नानजीकडे बघत राहिल्या. नानजी पुढे म्हणाला, "मोघजीबद्दल मी तुला म्हटलंवतं, आठवतंय ना? त्याचं म्हणणं होतं की, तुमच्या स्त्री संगटनेची समदी मतं त्याला मिळवून द्यायला मी तुमच्यावर दाब आनावा. त्याचं नुस्कान तुमच्या मंडळीपायी जालं

न्हाई पायजे, असं म्हनत व्हता तो. त्येच्यासाटी मोघजीनं लतीफला न् दुसऱ्या गावगुंडांना पैसं पन द्येऊन ठिवलंवतं म्हनून मला काळजी पडलीवती. तवा मला वाटलं, दुसरं उमेदवार हायेत त्यांचंपन पानी जोखावं जरा. तवा मी जालमला जाऊन भेटलो-''

''जालम?'' सोमी जोरात थुंकली. ''त्यो कुणबी तर कदीच न्हाई-''

''जालमबद्दल तुमच्या मनात किती राग हाये ते ठावं हाये आमास्नी,'' आपल्या मैत्रिणीला शांत करत फूली म्हणाली, ''पन नानजी वेव्हारात शाणा मानूस हाये-''

''अरं, तुमा समद्यास्नी म्हाईत न्हाई हा जालम किती जालीम हाये त्ये. म्येले तरी चालंल, पन त्येला मत न्हाई द्येनार!''

''मत द्यायचं कोन म्हनतंय?'' नानजी शांतपणानं म्हणाला, ''तुमी माजं ऐकून तरी घ्या पुरतं!''

मग फूलीही पुन्हा म्हणाली, ''सोमी, ऐकून घ्या. नानजी दुसऱ्या पुरुषांसारका न्हाई, ह्ये तर तुमास्नी ठावं हाये ना?''

''मी जालमकडे गेलोवतो,'' नानजी सांगू लागला, ''आनि तवांच मला म्हाईत पडलं की, त्येच्याकडं जानारा मीच पयला न्हवतो. रेशम न् जीवी त्याच्या बाजूनं काम करतायत, ह्ये ठावं हाये तुमाला?''

''काय सांगता?'' फूलीचे डोळे आश्चर्यानं एवढाले झाले. ''रेशम? आनि जीवी? आनी माज्या पाठीमागं असं करतायत?''

''नानजीभाई सांगत्यात ते खरं हाये फूलीबेन.'' सोमी शांतपणानं म्हणाली, ''दोन दिवस जालं, दोगी माज्या घरी आल्यावत्या; मला त्यांच्या बाजूची करून घ्यायला. पन मी तर दोगींना भाईरच काडलं! मी कदीपन जालमवर इश्वास ठिवनार न्हाई! हरामी! माजा न् माज्या घराचा सत्यानाश करायला बघत व्हता!''

''रेशम आणि जीवी!'' फूलीला अजूनही खरं वाटत नव्हतं! ''आमच्या स्त्री संगटनेच्या त्या दोगी पन फुडारी हायेत!''

''व्हय् हायेत, पन दोगींचा आपला सवार्थ पन हाये ना! जालमला त्यांचं काम काय हाये ते ठावं हाये, तवा तर तो त्यांचा असा उपेग करून घेतोय! जालमला बऱ्याच बाजूंनी पाठिंबा हाये, रेशम, जीवीचंच काय घेऊन बसलात? म्हनून मी त्येला जेवा लालूच दाखिवली की, मी बायकांच्या संगटनेचा पाठिंबा मिळवून आनतो, तुमी मला गोदामात माल ठेवायला किती जागा द्याल?'' तवा हरामजादा माज्याकडं बगून हसला न् म्हनाला, 'अवं, तुमचं अर्ध स्त्रीसंगटन तर माज्या खिशात हाये, तुमी काय गोदामाची गोष्ट करताय?''

''साल्या कुत्र्या!'' फूली आता फारच संतापली होती. ''आपल्या भाकऱ्या शेकून घ्यायासाठी यांनी आमचं संगटन इकून खाल्लं!''

"आनि मला पन त्येंच्या बाजूला वढाया बगत व्हत्या!" सोमी म्हणाली, "म्हनं, मोघजी मंगूच्या बाजूचा हाये ना, तर आपुन जालमच्या बाजूला जाऊन तुमची केस जिंकून टाकू."

"तुमास्नी ठावं हाये ना की, ती मंगू त्या मोघजीची रखेल हाये- आता मोघजीचं तर बऱ्याच बायकांशी लफडं हाये, त्यातली ती एक!"

"व्हय्, ते ठावं हाये मला. आनि म्हनून तर सहा वर्सं जाली तरी माज्या जमिनीच्या खटल्याचा निवाडा येत न्हाई! पन मी काय मूर्ख न्हाई! मला न्हाई वाटत की, जालमला माज्या खटल्याचा निकाल लावायची काईबी पडलीय!"

फूली विचारात पडली. मग तिनं नानजीला विचारलं, "तुमी म्हनत व्हता की, शकराजी अडचन उबी करतोय म्हनून, त्ये काय हाये आनखी?"

नानजीनं स्वच्छ सांगितलं, "शकराजीला देनं हाये बरंच. त्यात मोघजी न् खिमजीला हरवायचा इडा उचलणं म्हंजी लोखंडाचं चणं खानं हाये. त्याला उसनं पैसं मिळालं तरच काई जमनार. मी त्याला आत्ता थोडी मदत केली, तर तो नंतर माज्या गोदामाच्या कामाचं बगेल."

"किती पैसे मागतोय?"

"धा हजार तरी हवेत आणि वर वीस पोती गहू; मतं देनाऱ्यांना वाटायला लागतील ना!"

"कमालच आहे! हसावं का रडावं!"

"हसन्यासारखी गोस्ट न्हाई," नानजी म्हणाला, "मी मोघजीला पाच हजार तर दिलेले हायेत आनि माज्या धंद्याच्या कामासाटी येत्या महिन्यात त्याला दुसरे पाच हजार मला द्यावे लागतील. त्याच्या मदतीनं तर धंदा चालतो माजा. शकराजीच्या हातून अशी मदत व्हईल? न्हाई व्हनार आनि तरी त्येला वाटतंय की, तुमच्या संगटनेची मतं मी त्येला मिळवून देईन!"

"अवं, जिथं बायका-बायकांतच एकमत न्हाई, तिथं कसली आलीयत संगटनेची मतं?" फूली चिडून म्हणाली.

"त्येच तर; तुमची मदत होत असते म्हनून रेशम न् जीवी तुमच्या तोंडावर तुमच्याशी गोड गोड बोलतात, यवडंच!" सोमीनं सांगितलं.

फूलीच्या तोंडावर निराशा पसरली. "हं! हरवून ऱ्हाइलो मंग तर आपुन मोघजीला!"

बस हिसके देत थांबली आणि ड्रायव्हरनं आरोळी ठोकली, "कुंडोळ!" मग तो घसा खाकरून खिडकीतून जोरात थुंकला. बसमधून दोघं-तिघं उतरले. त्यांच्या हातात मोडासा न् शामळाजीला खरेदी केलेल्या वस्तूंच्या टोपल्या न् गाठोडी होती.

फूलीची नजर बसमध्ये आणखी कोणाला तरी शोधत होती. एक उंच, प्रौढ स्त्री बसमधून उतरली. खांद्यावर बगलथैली होती. तिनंही आजूबाजूला कोणी दिसतंय का बघायला चौफेर नजर फिरवली न् फूली दिसली तशी हाक मारली, ''फूलीबेन!''

दोघी एकमेकींकडे बघून हसल्या. ''मधूबेन! या, या!'' फूली त्यांच्याकडे धावली. ''फार बरं जालं तुमी आलात ते!'' तिचा चेहरा खुलला होता. तिनं त्यांचा बगलथैली घेतली न् दोघी मग फूलीच्या घराकडे निघाल्या.

दोघींची जुनी मैत्री होती. मधूबेन शिक्षिका होत्या आणि स्त्रियांसाठी समाजकार्यही करत होत्या. या वेळी दोघी बऱ्याच वर्षांनी भेटत होत्या. फूलीच्या घरी चहा पिता पिता दोघी जुन्या आठवणींमध्ये रंगून गेल्या. मधूबेननी फूलीची मुलं बघितली. नानजी मात्र घरी नव्हता; दुकानावर होता तो. जराशानं सोमी आली. स्नेहभरानं तिनं मधूबेनचे हात हातात घेतले. त्यांनी तिला विचारलं,

''काय गं सोमी? कसं चाललंय? तुमचं स्त्री संघटन चांगलं चाललंय असं ऐकलं मी?'' फूली न् सोमीनं एकमेकींकडे बघितलं न् हसल्या.

''हां मधूबेन. संगटन चाललंय तं खरं. त्यात काय हाये की, ठाकरडा आनि आदिवासी दोन जातींच्या बायका हायेत. आमी थोडी कामं पार पाडलीत- दुष्काळी काम, इधवा बायांना पैशाची मदत, लिहायला, वाचायला शिकवणं, असं काईकाई केलं आमी''

मधूबेनना आनंद झाला, ''मग हे तर सगळं छानच काम आहे! शाबास आहे तुमची!''

''न्हाय, थांबा जरा!'' फूली म्हणाली, ''आमाला शाबासकी द्यायच्या आदी आनखी एक गोस्ट ऐका. एका मोठ्या कामामंदी आम्ही सणकून मार खाल्लाय. मला तर त्येच्याबद्दल बोलाया पन नको वाटतं!''

''जिथं बायका-बायकांतच एकजूट न्हाई, मनं जुळलेली न्हाईत; तिथं काय व्हनार फूलीबेन दुसरं?'' सोमी कडवट आवाजात म्हणाली.

''झालंय काय?''

''सांगत्ये ना. अवं अतीच भांडानतंटं, लबाड्या, पैसं खानं, आतल्या आत कारस्तानं! आमी त्या पहिल्या लबाड सरपंचाला - मोघजीला - या खेपंला हरवायचे खूप प्रयत्न केले, तरी मोघजीच जिंकला. यवडंच न्हाई, तर आमचा उमेदवार शकराजी ग्रामपंचायतचा मेंबर म्हनून पन न्हाई निवडून आला!''

''ओहो! असं झालं का?'' मधूबेनच्या जराजरा लक्षात येत होतं.

''काय करनार? पान्यासारका पैसा, लांडे कारबार आनि काही बायका आतून त्येंना फितूर झालेल्या!''

मधूबेनला दोघींकडे बघून वाईट वाटलं. त्या मायेनं म्हणाल्या, ''अहो, हे असं

तर चालायचंच! फूलीबेन, तुम्हाला आठवतं का? आपण पहिल्या प्रथम शामळाजीला भेटलो होतो ते? पाच वर्षं झाली त्याला.''

''माज्या लक्षात हाये समदं, पन ती गोस्ट येगळी व्हती.''

''नाही फूली. तशीच गोष्ट आहे. असं बघा, पुष्कळ बायका हिंमतवान, खंबीर असतात. तुम्ही एक तशा आहात आणि सोमीबेन तुम्हीपण; दोघीही भक्कम आहात. सोमीबेन, तुमच्याबद्दल फूली मला खूपदा सांगते; पण सरसकट सगळ्या बायका अशा नसतात, त्यांची विचार करण्याची कुवत कमी असते, आवाका कमी असतो; त्या भित्र्या असतात. शेकडो वर्षं पुरुष त्यांना तुच्छतेनं वागवत, आपल्या मर्जीप्रमाणे नाचवत आले आहेत; त्यामुळे आत्ता त्या जसं वागताहेत त्यापेक्षा वेगळं वागणं आत्ताच्या घटकेला तरी त्यांना फार अवघड आहे. मनानं स्वतंत्र होणं हे आत्ता लगेच, त्यांना जवळजवळ अशक्य आहे. तुम्हाला आठवतं फूलीबेन, सासरच्या घरून पळून येणं तुम्हाला किती धोक्याचं न् अवघड होतं? आणि मग माहेरी तुम्हाला किती वाईट दिवस काढावे लागले? साऱ्या गावानं हिडीसफिडीस करून, तुम्हाला कसं वाळीत टाकलं होतं! त्यांचं चालतं, तर त्यांनी तुम्हाला परत सासरीच पाठवलं असतं- तुमचा तिथं जीव जाईल हे ठाऊक होतं, तरी! पण तुम्ही या साऱ्यांशी झुंजत टिकून राहिलात. एकटीनं लढलात; तरीही टिकलात; पण सगळ्या बायकांच्यानं हे होणं शक्य नाही. त्यासाठीच, प्रत्येक स्त्रीला दुसऱ्या स्त्रीचा पाठिंबा हवा.''

सोमी मध्येच म्हणाली, ''मधूबेन, खरं हाये, तुमी म्हनता त्ये बरोबर हाये. माजं शेत माज्याकडून काडून घेतलंय त्या लोकांनी, अन्याव करून; मी एकटीच लडते हाये त्येच्यासाटी. तुमी एकमेकींना पाठिंबा द्यायचं बोलताय; पन माज्याशी एक बाईच भांडतीया! त्या शेताचा कब्जा मिळवायसाटी काहीपन करायला तयार हाये ती, अबरू पन इकलीन् त्येच्यापायी, कश्शाची लाज न्हाई! माज्याबरुबर तसंच चाळं कराया बगत व्हते त्येच पुरुष; पन मधूबेन, माझी इज्जत मला महामोलाची हाये. माजा मान राखून मी लढत ऱ्हानार हाये!''

फूली सारं गप्प बसून ऐकत होती. तिला मधूबेन म्हणाल्या, ''म्हणून सांगते फूलीबेन, स्वतःवर विश्वास ठेवा. हिंमत हरू नका. हे तर उंच उंच डोंगरांवरच्या अवघड उभ्या चढणीसारखं आहे. एक लक्षात ठेवा, इतर बायकांसारख्या तुम्ही आता कठपुतळ्या राहिला नाही. तुम्ही दोघी मनानं सक्षम आहात, जाग्या आहात. इतर बायकांची मनं जागवायचं आणि सशक्त करायचं काम आता तुमचं आहे. सोमीबेन, जी बाई स्वतःचं शरीर विकून तुमच्याशी भांडते आहे, तिलाही जागं करा आणि ज्या स्त्रिया संघटनेशी फितुरी करत आहेत, त्यांनाही जागं करा. जमेल तुम्हाला, मला खात्री आहे.''

फूलीबेननं हसून मधूबेनचा हात हाती घेतला. ''मधूबेन, तुम्ही आलात की, आम्हाला परत बळ येतं अंगात. आमी काय केलं पायजे ते आलं लक्षात आता आमच्या. आमचे

पाय ओढायला आमचेच पुरुष काय काय करतात तेही बघितलंय आमी. कुंडोळच्या बायका काय न् दुसऱ्या कुटल्या काय, त्याच अडचनी, त्याच लडाया हायेत समद्यांच्या.''

"हो ना!'' मधूबेन दोघींचे हात हातात घेत म्हणाल्या, ''पण तुमच्यासारख्या खंबीर बायकाही सगळीकडे असतातच! तुम्ही आज लढत राहाल, तर उद्या तुमच्या मुलीबाळी जास्त सुखी होतील. त्यांना नेहमी लढा देत राहणारी, नमतं न घेणारी, न वाकणारी आई - मिळालीय ना!'' ❖